എന്തുകൊണ്ട്
ഇടതുപക്ഷം

INSIGHT PUBLICA®

INSIGHT PUBLICA®
Nadakkavu, Kozhikode, Kerala 673011
www. insightpublica.com
e-mail: insightpublica@gmail.com
Enthukond Idathupaksham
(Malayalam)
P Rajeev
Cover Photo: Ravikumar
Book Design: kjvj@insight
First Edition: March 2019
This Edition: August 2022

ISBN 978-93-87398-93-1
Printed and Published by
Insightinpublica Printers & Publishers Pvt. Ltd.
₹ 230

എന്തുകൊണ്ട്
ഇടതുപക്ഷം

പി. രാജീവ്

INSIGHT PUBLICA®

ഒരു ഊഴംകൂടി പാർലമെന്റിലുണ്ടാകണമെന്ന് അരുൺ ജെയ്റ്റ്‌ലിയും ഗുലാം നബി ആസാദും മായാവതിയുമൊക്കെ ഒരുപോലെ ആഗ്രഹിച്ച പി രാജീവ് ലോക്സഭയിലേക്ക് ജനവിധി തേടുന്നു. സംഘടാപ്രവർത്തനത്തെ ജനക്ഷേമ പ്രവർത്തനങ്ങളിലേക്ക് വഴി തിരിച്ചുവിട്ട പൊതുപ്രവർത്തകൻ, നഗരത്തെ ജൈവജീവിതത്തിന്റെ പച്ചപ്പിലേക്കു നയിച്ച സംഘാടകൻ, നിരവധി കുടുംബങ്ങൾക്ക് വീട് യാഥാർഥ്യമാക്കിയ, സാന്ത്വനത്തിന്റെ കരസ്പർശം നൽകിയ 'കനിവ്' പദ്ധതിയുടെ അമരക്കാരൻ... അങ്ങനെ നാടിന്റെ ആരോഗ്യ, വിദ്യാഭ്യാസ, കാർഷിക മേഖലകളെ ഹൃദയത്തോടു ചേർത്ത് മുന്നോട്ടുനയിച്ച ജനനായകൻ. ജനറൽ ആശുപത്രിയിലെ ക്യാൻസർ ചികിത്സയ്ക്കുള്ള ലീനിയർ ആക്സിലറേറ്ററും എംആർഐ സ്കാനർ, അടുക്കള എന്നിവയും മാത്രം മതി പി രാജീവിന്റെ ഭാവനയുടെയും സംഘാടനത്തിന്റെയും മികവ് അളക്കാൻ.

സിപിഐ എം സംസ്ഥാന സെക്രട്ടറിയറ്റ് അംഗം, ദേശാഭിമാനി പത്രാധിപർ എന്നീ ചുമതലകൾ വഹിച്ചുവരികയാണ്. അമ്പലൂകാരനായ രാജീവ് 2005 മുതൽ സിപിഐ എം സംസ്ഥാന കമ്മിറ്റി അംഗമാണ്. 2015ൽ തൃപ്പൂണിത്തുറയിൽ ചേർന്ന ജില്ലാ സമ്മേളനത്തിലാണ് ജില്ലാ സെക്രട്ടറിയായി തെരഞ്ഞെടുത്തത്. 2018ൽ എറണാകുളത്തു ചേർന്ന ജില്ലാ സമ്മേളനത്തിൽ വീണ്ടും സെക്രട്ടറിയായി. എസ്എഫ്ഐ ജില്ലാ സെക്രട്ടറി, സംസ്ഥാന സെക്രട്ടറി, അഖിലേന്ത്യാ വൈസ് പ്രസിഡന്റ്, ഡിവൈഎഫ്ഐ ജില്ലാ സെക്രട്ടറി തുടങ്ങിയ നിലകളിൽ പ്രവർത്തിച്ചു. എസ്എഫ്ഐ നേതാവായിരിക്കെ സ്വാശ്രയ വിദ്യാഭ്യാസനയത്തിനെതിരായ പ്രക്ഷോഭത്തിൽ പൊലീസ് മർദനത്തിനിരയായി. ലോക്കപ്പിലും മർദനമേറ്റു.

1994ൽ സിപിഐഎം ജില്ലാകമ്മിറ്റി അംഗമായി. 2009ൽ രാജ്യസഭാ അംഗവും രാജ്യസഭാ അഷ്വറൻസ് കമ്മിറ്റി ചെയർമാനും

രാജ്യസഭയെ നിയന്ത്രിക്കുന്ന പാനൽ ഓഫ് ചെയർമാനുമായിരുന്നു. ഐക്യരാഷ്ട്രസഭയുടെ രണ്ട് കൗൺസിലുകളിൽ പങ്കെടുത്തു. 2013ൽ ഐക്യരാഷ്ട്ര പൊതുസഭയിൽ ഇന്ത്യയെ പ്രതിനിധീകരിച്ച് സംസാരിച്ചു. സിപിഐഎം പാർലമെന്ററി പാർടി ഡെപ്യൂട്ടി ലീഡറും രാജ്യസഭയിൽ ചീഫ് വിപ്പുമായിരുന്നു.

എംപിയായിരിക്കെ ആരോഗ്യ, വിദ്യാഭ്യാസ രംഗങ്ങളിൽ നടത്തിയ ഇടപെടലുകൾ രാഷ്ട്രീയത്തിന് അതീതമായ അംഗീകാരം നേടി. സിപിഐ എം ജില്ലാ സെക്രട്ടറിയായിരിക്കെ നേതൃത്വം നൽകിയ ജൈവപച്ചക്കറി, പാലിയേറ്റീവ്, കനിവ് വീട്, പെരിയാറിനൊരു തണൽ തുടങ്ങിയ പദ്ധതികളും സാർവത്രിക പ്രശംസ നേടി. 2001 മുതൽ 2010 വരെ ദേശാഭിമാനി റസിഡന്റ് എഡിറ്ററായിരുന്നു.

2017ലെ മികച്ച എംപിക്കുള്ള സൻസത് രത്ന പുരസ്കാരം, മികച്ച പൊതുപ്രവർത്തകനുള്ള പി കെ വി അവാർഡ്, പി പി ഷൺമുഖദാസ് അവാർഡ്, മികച്ച മുഖപ്രസംഗത്തിനുള്ള പന്തളം കേരളവർമ പുരസ്കാരം എന്നിവ ലഭിച്ചു.

1997ൽ ക്യൂബയിലും 2010ൽ ദക്ഷിണാഫ്രിക്കയിലും നടന്ന ലോക വിദ്യാർഥി-യുവജന സമ്മേളനത്തിൽ പങ്കെടുത്തു.

ആഗോളവൽക്കരണകാലത്തെ ക്യാമ്പസ്, വിവാദങ്ങളിലെ വൈവിധ്യങ്ങൾ, കാഴ്ചവട്ടം, 1957-ചരിത്രവും വർത്തമാനവും (എഡിറ്റർ) തുടങ്ങിയ പുസ്തകങ്ങൾ രചിച്ചു. കുസാറ്റ് ലീഗൽ സ്റ്റഡീസിലെ അസിസ്റ്റന്റ് പ്രൊഫസർ വാണി കേസരിയാണ് ഭാര്യ. ഹൃദ്യ, ഹരിത എന്നിവർ മക്കൾ. റവന്യൂ ഇൻസ്പെക്ടറായിരുന്ന പി വാസുദേവന്റെയും രാധാ വാസുദേവന്റെയും മകനായ രാജീവ് സ്കൂൾ വിദ്യാഭ്യാസം നടത്തിയത് ഗവ. സമിതി ഹൈസ്കൂളിലാണ്. പിന്നീട് ഇരിങ്ങാലക്കുട ക്രൈസ്റ്റ് കോളേജ്, കളമശേരി സെന്റ് പോൾസ് കോളേജ്, കളമശേരി ഗവ. പോളിടെക്നിക്, എറണാകുളം ഗവ. ലോ കോളേജ് എന്നിവിടങ്ങളിൽ തുടർപഠനം. എസ്എഫ്ഐയിലൂടെ രാഷ്ട്രീയത്തിൽ സജീവമായി.

പി രാജീവ്

ഉള്ളടക്കം

ഭാഗം ഒന്ന്

ബിജെപിക്ക് കളമൊരുക്കുന്നതാര് ?....13

കോൺഗ്രസും വർഗീയ വിരുദ്ധനിലപാടും....18

കോർപ്പറേറ്റുകളുടെ സുവർണകാലം 23

ഭക്ഷണത്തിലേക്കും അധിനിവേശം 27

ഇവർ ആരുടെ കാവൽക്കാർ? 31

എന്തുകൊണ്ട് ഇടതുപക്ഷം 35

വധശിക്ഷയുടെ രാഷ്ട്രീയം....48

വിയോജിപ്പ് ഒരു അവകാശം 52

കാവിയുടെ പുതിയ പാതകൾ....56

നഷ്ടപ്പെട്ട ദിനങ്ങളുടെ പാട്ടുകാരൻ 60

സാംസ്കാരിക രാഷ്ട്രീയവും മാധ്യമവും 64

ഭാഗം രണ്ട്

വിശ്വാസവും കമ്യൂണിസ്റ്റ് പാർടിയും 77

അടിയന്തരാവസ്ഥ ഓർമ്മപ്പെടുത്തുന്നത്....84

പരസ്യപലകകളിലെ ചികിത്സാലയങ്ങൾ....88

വേണം ബലിഷ്ഠമായ രംഗവേദി 92

ജൈവജീവിതം 96

പ്രളയകാലത്തെ ഓണം 100

നവകേരളനിർമ്മിതി..105

ഓങ്ങല്ലൂർ പ്രസംഗത്തിന്റെ കാലിക പ്രസക്തി 113

ഭാഗം മൂന്ന്

വത്തിക്കാൻ വിശേഷങ്ങൾ 121

പോരാളികളുടെ ചുരുക്കപ്പേര്..129

ഒരു കമ്യൂണിസ്റ്റിൽ നിന്ന് എന്ത് പഠിക്കണം?..134

സാമ്രാജ്യത്വവിരുദ്ധ മാനവികമുഖം..140

നെഹ്രുവിന്റെ പുനർവായന 145

അനുബന്ധം..149

ചൈനയുടെ സ്വപ്നം 151

ഊർജ്ജമായി പടരട്ടെ വിപ്ലവാനുഭവം 156

ഭാഗം ഒന്ന്

ബിജെപിക്ക് കളമൊരുക്കുന്നതാര് ?

നിയമസഭാതെരഞ്ഞെടുപ്പ് പ്രഖ്യാപിച്ച ഛത്തീസ്ഗഢിൽ കോൺഗ്രസ് വർക്കിംഗ് പ്രസിഡണ്ടും എംഎൽയുമായ രാംദയാൽ ബിജെപി യിൽ ചേർന്ന വാർത്ത വായിച്ചപ്പോൾ സംഘ പരിവാരത്തേക്കാൾ ശക്തമായി ശബരിമല പ്രശ്നത്തിൽ സ്ത്രീത്വത്തെ വരെ അപമാനിക്കുന്ന രൂപത്തിൽ പ്രതികരിച്ച കേരളത്തിലെ ഒരു വർക്കിംഗ് പ്രസിഡണ്ടിനെ അറിയാതെ ഓർത്തുപോയി. ബിജെപി യിൽ ചേരുന്നതിൽ തെറ്റില്ലെന്ന മട്ടിൽ നേരത്തെ പരസ്യനിലപാട് സ്വീകരിച്ച ഒരാൾക്ക് അതിലേക്ക് അധികദൂരമില്ലെന്ന് ഒരിക്കൽ കൂടി വ്യക്തമാക്കിയതായിരിക്കാം.

എങ്ങനെയാണ് പ്രമുഖ കോൺഗ്രസ് നേതാക്കൾക്ക് വളരെ പെട്ടെന്ന് ബിജെപി യിലേക്ക് ചേക്കേറാൻ കഴിയുന്നത്? യുപിയിൽ നിയമസഭാതെരഞ്ഞെടുപ്പിനു മുമ്പായാണ് പിസിസി അധ്യക്ഷ റീത്ത ബഹുഗുണ ബിജെപി യിൽ ചേർന്ന് മത്സരിച്ചത്. ഇപ്പോൾ അവർ ബിജെപി മന്ത്രിസഭയിലെ ടൂറിസം മന്ത്രിയാണ്. യുപിയിലെ കോൺഗ്രസിന്റെ അവസാനത്തെ മുഖ്യമന്ത്രി ജഗദംബികാപാൽ ഇപ്പോൾ ലോകസഭയിൽ ബിജെപിയുടെ ഏറ്റവും ശക്തനായ

വക്താവും. ഇങ്ങനെ ബിജെപി യിലേക്ക് ചേക്കേറിയ കോൺഗ്രസ് നേതാക്കളുടെ നീണ്ട പട്ടിക യുപിയിൽനിന്നും മാത്രം നൽകാൻ കഴിയും. കോൺഗ്രസ് പിന്തുടർന്ന ഹിന്ദുത്വ നിലപാടുകളാണ് രണ്ടു പാർടിയും തമ്മിൽ വലിയ വ്യത്യാസമില്ലെന്ന മട്ടിലേക്ക് കോൺഗ്രസ് നേതാക്കളും പ്രവർത്തകരും എത്തിയത്. 1984ലെ ലോകസഭാ തെരഞ്ഞെടുപ്പിൽ യുപിയിൽനിന്നും 85ൽ 83 സീറ്റും നേടിയ കോൺഗ്രസ് കഴിഞ്ഞ തവണ സോണിയാഗാന്ധിയിലേക്കും രാഹുൽഗാന്ധിയിലേക്കും ഒതുങ്ങിയതും ഇതേ നയങ്ങളുടെ പ്രത്യാഘാതമാണ്.

കോൺഗ്രസിന്റെ പ്രമുഖ നേതാവായ പ്രണബ് കുമാർ മുഖർജിയുടെ ആത്മകഥയായ 'ദി ടർബുലന്റ് ഇയേഴ്സ് ' 1980-1996 എന്ന പുസ്തകത്തിൽ രാജീവ് ഗാന്ധിക്ക് പറ്റിയ വലിയ തെറ്റ് സൂചിപ്പിക്കുന്നുണ്ട്. ഷബാനു കേസിലെ വിധിയെ മറികടക്കുന്നതിനായി കൊണ്ടുവന്ന നിയമം അദ്ദേഹത്തിന്റെ പ്രതിച്ഛായയെ ബാധിച്ചുവെന്ന് പ്രണബ് മുഖർജി വ്യക്തമാക്കുന്നു. മുസ്ലീം വിഭാഗത്തെ പ്രീണിപ്പിക്കാൻ ഇതുവഴി ശ്രമിച്ച രാജീവ് ഹിന്ദുത്വത്തെ പ്രീണിപ്പിക്കുന്നതിന് നടപടിയും എടുത്തു. 1986 ഫെബ്രുവരി ഒന്നിനു അയോധ്യയിലെ തർക്കസ്ഥലം തുറന്നുകൊടുത്തത് തെറ്റായ നിഗമനങ്ങളുടെ അടിസ്ഥാനത്തിലായിരിക്കുമെന്നും പ്രണബ് വ്യക്തമാക്കുന്നു. യഥാർഥത്തിൽ ബാബറി പള്ളിയുടെ തകർച്ചയിലേക്കും ബിജെപിയുടെ വളർച്ചയിലേക്കും നയിച്ച പ്രധാന സംഭാവനയാണ് കോൺഗ്രസ് നൽകിയത്.

ബാബറിപള്ളി തകർച്ച അന്വേഷിച്ച ലിബർഹാൻ കമീഷനും പൂട്ടിയിട്ടി സ്ഥലം തുറന്നിട്ടുകൊടുത്തത് പ്രശ്നങ്ങൾ രൂക്ഷമാക്കിയെന്ന ആധികാരികമായി പറയുന്നുണ്ട്. 1949ൽ നെഹ്റു ചങ്ങലയിട്ട് പൂട്ടിയ സ്ഥലമാണ് രാജീവ് ഗാന്ധി താൽക്കാലിക രാഷ്ട്രീയ നേട്ടത്തിനായി തുറന്നുകൊടുത്തത്. കുടം തുറന്നുവിട്ട ഭൂതമായിരുന്നുവെന്ന് പിന്നീട് പല രാഷ്ട്രീയ നിരീക്ഷകരും അഭിപ്രായപ്പെട്ടിട്ടുണ്ട്. ഈ നടപടി നൽകിയ ധൈര്യത്തിൽ 'അഭിമാനത്തോടെ പറയൂ, ഞങ്ങൾ ഹിന്ദുക്കൾ' എന്ന മുദ്രാവാക്യം മുഴക്കി ഇഷ്ടികകൾ ശേഖരിക്കുന്ന കാമ്പയിൻ തുടങ്ങി. വിദേശ രാജ്യങ്ങളിൽനിന്ന് 8.29 കോടി രൂപ സംഭാവന പിരിച്ചു. സന്നദ്ധ സംഘടനയെന്ന പേരിൽ നിയമവിരുദ്ധമായി പണം പിരിച്ചതിന്റെ പേരിൽ അശോക് സിംഗാൾ ഉൾപ്പെ

ടെയുള്ള് വി എച്ച് പി നേതാക്കൾക്ക് സമൻസ് അയച്ച ഇൻകം ടാക്സ് ഡെപ്യൂട്ടി കമ്മീഷണറെ 24 മണിക്കൂറിനുള്ളിൽ സ്ഥലം മാറ്റുകയാണ് കോൺഗ്രസ് സർക്കാർ ചെയ്തത്.

ശിലാന്യാസത്തിന് വിഎച്ച് പി ശക്തമായ കാമ്പയിൻ നടത്തിയപ്പോൾ തൽസ്ഥിതി തുടരണമെന്ന അലഹബാദ് ഹൈക്കോടതി വിധിച്ചു. എന്നാൽ, ബൂട്ടാസിംഗും അന്നത്തെ യുപി മുഖ്യമന്ത്രി എൻഡി തിവാരിയും അശോക് സിംഗാളുമായി ചർച്ച നടത്തി ശിലകളുമായി പ്രകടനം നടത്താൻ അനുമതി നൽകി. കോടതി ഉത്തരവ് ലംഘിക്കില്ലെന്ന് രേഖാമൂലം ഒപ്പിട്ടുനൽകിയെങ്കിലും അതും ലംഘിക്കാൻ അവസരം ഒരുക്കികൊടുത്തു. ശിലാന്യാസം നടത്താൻ പോകുന്ന സ്ഥലം തർക്ക സ്ഥലമല്ലെന്ന് സംസ്ഥാന സർക്കാർ പ്രഖ്യാപിച്ചു. കോൺഗസ് സർക്കാരുകൾ നൽകിയ അനുമതിയോടെ 1989 നവംബർ ഒമ്പതിനു വിഎച്ച്പി രാമക്ഷേത്രത്തിന് കല്ലിട്ടു. ലോകസഭാതെരഞ്ഞെടുപ്പിന്റെ പ്രചരണം ഫൈസാബാദിൽനിന്നും ആരംഭിച്ച രാജീവ് ഗാന്ധി രാമരാജ്യമാണ് തങ്ങളുടെ ലക്ഷ്യമെന്ന് പ്രഖ്യാപിച്ചു.

ഇന്ത്യയിൽ വർഗീയ ധ്രുവീകരണത്തിനുള്ള എല്ലാ സാഹചര്യങ്ങളും കോൺഗ്രസ് ഒരുക്കികൊടുത്തു. വിപി സിംഗിന്റെ ഭീഷണിയിൽ നിന്നും രക്ഷപ്പെടുകയെന്ന താൽക്കാലിക രാഷ്ട്രീയ നേട്ടത്തിനായി നടത്തിയ ശ്രമം ബിജെപിയുടെ വളർച്ചക്ക് അവസരം നൽകി. നെഹ്റുവിന്റെ മതനിരപേക്ഷ നിലപാടുകൾ വഴി ഒരു പരിധിവരെ തടഞ്ഞുനിർത്താൻ കഴിഞ്ഞ വർഗീയതക്ക് രാജീവ് ഗാന്ധിയുടെ കാലത്ത് കോൺഗ്രസ് ഇന്ധനം പകർന്നു. കോൺഗ്രസിനു അതുകൊണ്ട് നേട്ടമുണ്ടായില്ലെങ്കിലും ബിജെപി അതോടെ വളർന്നു. ശ്രീരാമന്റെ വിഗ്രഹം സംഘപരിവാരം സ്ഥാപിച്ച സ്ഥലം തുറന്നുകൊടുത്ത് അവിടെ ക്ഷേത്രത്തിന് തറക്കല്ലിടാൻ അനുമതി നൽകി രാമരാജ്യമെന്ന മുദ്രാവാക്യം മുഴക്കി തെരഞ്ഞെടുപ്പ് പ്രചാരണവും ആരംഭിച്ച കോൺഗ്രസ് പുതിയ ഒരു സാഹചര്യം സൃഷ്ടിച്ചു. എന്നാൽ, കോൺഗ്രസ് ഉണർത്തിവിട്ട ശ്രീരാമനെ പ്രധാന രാഷ്ട്രീയ ഉപകരണമാക്കി മാറ്റി ബിജെപി ശക്തമായ വർഗീയ ധ്രുവീകരണം നടത്തി.

ഇപ്പോൾ, കേരളത്തിൽ കോൺഗ്രസ് ഇതേ രീതികൾ പിന്തുടരുകയാണ്. കേരളത്തിൽ അയ്യപ്പനെ രാഷ്ട്രീയ താൽപര്യങ്ങൾക്കായി ഉപയോഗിക്കാൻ ബിജെപി ശ്രമിക്കുമ്പോൾ അതിനെ പിന്തുണക്കുന്ന

പാർടിയായി കോൺഗ്രസ് മാറിയിരിക്കുന്നു. അയോധ്യയിൽ കോൺഗ്രസ് നേരിട്ട് ശിലാന്യാസത്തിൽ പങ്കെടുത്തിരുന്നില്ല. എന്നാൽ, ഇവിടെ കൊടിയില്ലാതെ ഹിന്ദുത്വശക്തികളുടെ പ്രകടനത്തിൽ കോൺഗ്രസുകാർക്ക് പങ്കെടുക്കാമെന്ന് കെപിസിസി പറഞ്ഞു. ഹിന്ദുത്വ ശക്തികൾക്ക് തങ്ങളുടെ അണികളെ വിട്ടുകൊടുക്കുകയാണ് കോൺഗ്രസ് ചെയ്യുന്നത്.

സംഘപരിവാര അജണ്ടകൾ ഇന്ത്യയിൽ നടപ്പിലാക്കാൻ കഴിയാത്തതിന്റെ പ്രധാന കാരണങ്ങളിലൊന്ന് ഭരണഘടനയാണ്. വിശ്വാസത്തിന്റെ കാര്യത്തിൽ ഭരണഘടനക്കും കോടതിക്കും അധികാരമില്ലെന്ന് ബിജെപിക്ക് ഒപ്പം കോൺഗ്രസും പറയുന്നു. വിശ്വാസത്തിൽ തങ്ങൾ കയ്യേറ്റം നടത്തുകയല്ല ഭരണഘടന ഉയർത്തിപിടിക്കേണ്ട കടമ നിർവഹിക്കുകയാണ് ചെയ്യുന്നതെന്ന് വിചാരണ വേളയിൽ സുപ്രീംകോടതി വ്യക്തമാക്കിയിരുന്നു. സ്ത്രീയുടെ അവകാശത്തിന്റെ പ്രശ്നം മാത്രമല്ല കോടതി പരിശോധിച്ചത്. ഭരണഘടന ഉറപ്പുനൽകുന്ന മൗലികാവകാശങ്ങൾ വിശ്വാസത്തിന്റെ കാര്യത്തിലും ബാധകമാണെന്ന് വിവിധ വിധികളും ഭരണഘടന അസംബ്ലിയിലെ ചർച്ചകളും വരെ സൂക്ഷ്മമായ പരിശോധിച്ചാണ് സുപ്രീംകോടതി വിധിച്ചത്.

2015 ഡിസംബറിൽ ഇന്നത്തെ ചീഫ് ജസ്റ്റിസ് രഞ്ജൻ ഗോഗോയ് അധ്യക്ഷനായ ബെഞ്ച് ഭരണഘടനാ തത്വങ്ങൾ ആരാധന നടത്തുന്നതിനു മാത്രമല്ല അതിന്റെ എല്ലാ പ്രയോഗങ്ങളും കൂടി ബാധകമാണെന്ന് വിധിക്കുകയുണ്ടായി. ജാതിയുടെ അടിസ്ഥാനത്തില്ലല്ലാതെ എല്ലാവർക്കും പുരോഹിതരാകാമെന്ന് ഈ കേസിൽ സുപ്രീംകോടതി വിധിക്കുകയും ചെയ്തു. ഈ വിധി നൽകിയ പിൻബലത്തിലാണ് കേരളത്തിലെ ക്ഷേത്രങ്ങളിൽ പിന്നോക്കക്കാർ പൂജാരികളായത്. കോടതിക്ക് വിശ്വാസത്തിലിടപെടാൻ എന്താണ് അവകാശമെന്ന് ചോദിക്കുന്നവർ നാളെ പിന്നോക്കക്കാരെ ശാന്തിക്കാരാക്കിയതും പിൻവലിക്കണമെന്ന് ആവശ്യപ്പെടും. അയ്യപ്പ ഭക്തൻമാർ പ്രത്യേക മതവിഭാഗമാണോയെന്നും അവർക്ക് മാത്രം ബാധകമായ ആചാരമുണ്ടായിരുന്നോയെന്നും പരിശോധിച്ചാണ് സുപ്രീംകോടതി വിധി പ്രഖ്യാപിച്ചതെന്നതു കൂടി പ്രസക്തം.

ഭരണഘടന കത്തിക്കണമെന്ന് പ്രഖ്യാപിക്കുന്ന പ്രകടനത്തിൽ പങ്കെടുക്കുന്നവർ സംഘപരിവാര നിലപാടിനെ പൊതുബോധമാക്കി മാറ്റാനാണ് ശ്രമിക്കുന്നത്. നിയമവും ഭരണഘടനയുമല്ല തങ്ങളുടെ വിശ്വാസം മാത്രമാണ് ശരിയെന്നു വാദിക്കുന്നവർക്ക് നാളെ ബാബറി പള്ളി തകർത്തതും ശരിയെന്ന് കൊടി മടക്കിവെയ്ച്ച് പറയേണ്ടി വരും.

ദൂരവ്യാപക പ്രത്യാഘാതമുണ്ടാക്കുന്ന, ആത്മഹത്യാപരമായ നിലപാടാണ് കോൺഗ്രസ് സ്വീകരിച്ചത്. അത് എവിടേക്ക് നയിക്കുമെന്നതിന്റെ ചെറിയ തെളിവാണ് അടുത്തിടെ നടന്ന നാവായികുളം പഞ്ചായത്തിലെ ഉപ തെരഞ്ഞെടുപ്പ്ഫലം. 182 വോട്ടിന്റെ ഭൂരിപക്ഷത്തിൽ യുഡിഎഫ് വിജയിച്ച വാർഡ് ബിജെപി പിടിച്ചെടുത്തപ്പോൾ കോൺഗ്രസ് മൂന്നാം സ്ഥാനത്തായി. കഴിഞ്ഞ തവണ 153 വോട്ടുകളോടെ മൂന്നാം സ്ഥാനത്തായിരുന്ന എൽഡിഎഫ് 387 വോട്ടുകളോടെ രണ്ടാം സ്ഥാനത്ത് എത്തി. സ്ത്രീ വോട്ടർമാർ കൂടുതലുള്ള വാർഡിൽ ശബരിമല പ്രശ്നവും ബിജെപിക്ക് അനുകൂല ഘടകമായിയെന്നാണ് മലയാള മനോരമ എഴുതിയത്. ആർക്കാണ് നഷ്ടമെന്ന് കണക്കുകൾ വ്യക്തമാക്കുന്നു. ഒരു വാർഡിലെ തെരഞ്ഞെടുപ്പ് ഫലമാണെങ്കിലും അതിലെ അപകടം മനോരമ പോലും ചൂണ്ടി കാണിക്കുന്നു. കോൺഗ്രസിന്റെ തകർച്ചയിൽ ബിജെപി വളരുന്നത് ആരും ആഗ്രഹിക്കുന്നില്ല.

നിങ്ങൾക്ക് കോൺഗ്രസിനു ചരമഗീതമെഴുതാമെന്നും എന്നാൽ, ഭരിക്കുന്നവർ രാജ്യത്തിനു ചരമഗീതമെഴുതുകയാണെന്നും ശശി തരൂർ പറയുമ്പോൾ യഥാർഥത്തിൽ കോൺഗ്രസ് തന്നെയാണ് ഇപ്പോൾ കോൺഗ്രസിന്റെ ചരമഗീതമെഴുതുന്നത്. കേരളത്തിലെ കോൺഗസ് ബിജെപി ആകരുതെന്നു തന്നെയാണ് പലരും ആഗ്രഹിക്കുന്നതെങ്കിലും അങ്ങോട്ട് അണികളെ ആനയിക്കുകയാണ് ആ പാർടിയുടെ നേതൃത്വം.

കോൺഗ്രസും വർഗീയ വിരുദ്ധനിലപാടും

കേന്ദ്രസർക്കാരിനെതിരായ അവിശ്വാസ പ്രമേയ വാർത്തകൾ വായിച്ചപ്പോൾ പഴയൊരു വിശ്വാസ വോട്ടെടുപ്പിന്റെ ചർച്ച ഓർത്തുപോയി. വിപി സിംഗ് പ്രധാനമന്ത്രിയായിരിക്കുമ്പോൾ അവതരിപ്പിച്ച വിശ്വാസവോട്ടെടുപ്പിന്റെ ചർച്ചക്ക് ചരിത്രപരമായ പ്രാധാന്യമുണ്ട്. ഇന്ത്യൻ പാർലമെണ്ടിന്റെ ചരിത്രത്തിൽ മതനിരപേക്ഷത അംഗീകാരം തേടിയ ആദ്യത്തെ പ്രമേയമാണത്. കോൺഗ്രസിൽനിന്നും മന്ത്രിസഭയിൽനിന്നും അഴിമതി വിരുദ്ധ നിലപാടെടുത്താണ് വിപി സിംഗ് രാജിവെച്ചത്. ജനതാ പാർടിയുടെ ഭാഗമായിരുന്ന സോഷ്യലിസ്റ്റ് ചിന്താഗതിക്കാരുമായി ചേർന്ന് രൂപികരിച്ച ജനതാദളിന്റെ ഭാഗമായാണ് 1989ലെ ലോകസഭാതെരഞ്ഞെടുപ്പിൽ വിപി സിംഗ് മത്സരിച്ചത്. 197 സീറ്റു ലഭിച്ച കോൺഗ്രസ് ഏറ്റവും വലിയ ഒന്നാമത്തെ കക്ഷിയായെങ്കിലും ഭൂരിപക്ഷം ലഭിച്ചില്ല. 1984 ലെ തെരഞ്ഞെടുപ്പിൽനിന്നും കോൺഗ്രസിന് 207 സീറ്റാണ് കുറഞ്ഞത്. വിപി സിംഗിന്റെ നേതൃത്വത്തിൽ ദേശീയ മുന്നണി സർക്കാർ അധികാരത്തിൽ വന്നു. ഇടതുപക്ഷവും ബിജെപി യും പുറത്തുനിന്നും പിന്തുണച്ചു. സർക്കാരിന്റെ ഭാഗമാകണമെന്ന് ബിജെപി ആഗ്രഹിച്ചുവെങ്കിലും ഇടതുപക്ഷം സ്വീകരിച്ച ശക്തമായ നിലപാടിന്റെ ഭാഗമായി അത് സാധ്യമായില്ല.

അന്ന് ബിജെപിക്ക് ഒപ്പം ഇടതുപക്ഷം കൂടി പിന്തുണച്ചതാണ് രണ്ടു സീറ്റു മാത്രമുണ്ടായിരുന്ന ബിജെപിയെ വലിയ ശക്തിയാക്കി മാറ്റിയതെന്ന് ചിലർ വാദിക്കാറുണ്ട്. യഥാർഥത്തിൽ അന്നു തന്നെ ബിജെപിക്ക് 85 സീറ്റുണ്ടായിരുന്നു. ഇന്ദിരാഗാന്ധിയുടെ വധത്തെ തുടർന്നു നടന്ന തെരഞ്ഞെടുപ്പിൽ കോൺഗ്രസിനു 404 സീറ്റും. ജനതാപാർടിയുടെ ഭാഗമായിരുന്ന പഴയ ജനസംഘക്കാർ രൂപീകരിച്ച ബിജെപിക്ക് രണ്ടു സീറ്റാണ് ആ തെരഞ്ഞെടുപ്പിലുണ്ടായിരുന്നത്. എന്നാൽ, രാജീവ് ഗാന്ധിയുടെ നേതൃത്വത്തിലുണ്ടായിരുന്ന കോൺഗ്രസ് സർക്കാരിനോടുള്ള ജനരോഷത്തിന്റെ ഒരു പങ്ക് തങ്ങൾക്ക് കൂടി അനുകൂലമാക്കി മാറ്റാൻ ബിജെപിക്ക് കഴിഞ്ഞതാണ് 1989 ലെ തെരഞ്ഞെടുപ്പിൽ അവരെ 85 സീറ്റിലേക്ക് വളർത്തിയത്.

1951-52 ൽ രാജ്യത്ത് ആദ്യം നടന്ന തെരഞ്ഞെടുപ്പിൽ ആർഎസ്എസിന്റെ രാഷ്ട്രീയ രൂപമായിരുന്ന ജനസംഘത്തിന് മൂന്നു സീറ്റു ലഭിച്ചിരുന്നു. ഹിന്ദു മഹാസഭയുടെ നാലും അഖില രാമരാജ്യ പരിഷത്തിന്റെ മൂന്നും ചേർന്ന ഹിന്ദുത്വ ശക്തികൾക്ക് പത്തു സീറ്റ്. ആ ഗ്രൂപ്പിന്റെ നേതാവായിരുന്നു ശ്യാമപ്രസാദ് മുഖർജി. ജനസംഘത്തിന്റെ മൂന്നിൽ രണ്ടു എംപിമാരും തെരഞ്ഞെടുക്കപ്പെട്ടത് പശ്ചിമ ബംഗാളിൽനിന്ന്. എന്നാൽ, ഇടതുപക്ഷം ശക്തിപ്പെട്ടതോടെ വർഗീയശക്തികൾക്ക് സ്വാധീനമില്ലാത്ത സംസ്ഥാനമായി ബംഗാൾ മാറി. ഇപ്പോൾ ഇടതുപക്ഷം ദുർബലമായതോടെയാണ് ഭൂരിപക്ഷ വർഗീതയും ന്യൂനപക്ഷ വർഗീയതയും വീണ്ടും ശക്തിപ്പെടാൻ തുടങ്ങുന്നത്.

ഒമ്പതാം ലോകസഭാതെരഞ്ഞെടുപ്പിൽ 85 സീറ്റോടെ വിപി സിംഗിനെ പിന്തുണച്ച ബിജെപി തങ്ങളുടെ ഹിന്ദുത്വ അജണ്ട പ്രയോഗിക്കാൻ ശ്രമിച്ചു. അയോധ്യയിൽ രാമക്ഷേത്രം പണിയുന്നതിന് രഥ യാത്ര ആരംഭിച്ചു. അതിനുള്ള പരിസരം നേരത്തെ ഒരുക്കികൊടുത്തതും കോൺഗ്രസാണ്. 1986 ൽ തുറന്നുകൊടുക്കുകയും 1987ൽ ശിലാന്യാസം അനുവദിക്കുകയും ചെയ്തത് രാജീവ് ഗാന്ധിയാണ്. കോൺഗ്രസ് അംഗീകാരത്തോടെ പാകിയ ആദ്യശിലയുടെ മുകളിൽ ക്ഷേത്രം പണിയുന്നതിനായാണ് അദ്വാനി രഥയാത്ര തുടങ്ങിയത്.

എന്നാൽ തന്റെ പ്രധാനമന്ത്രി കസേരയേക്കാളും പ്രധാനം രാജ്യവും അതിന്റെ അടിത്തറകളിലൊന്നായ മതനിരപേക്ഷത

ബാബറി മസ്ജിദ് ധ്വംസനം

യുമാണെന്ന് വിപി സിംഗ് പ്രഖ്യാപിച്ചു. ബീഹാർ മുഖ്യമന്ത്രിയുടെ നിർദ്ദേശപ്രകാരം സമസ്തിപൂരിൽ രഥയാത്ര തടഞ്ഞു. അല്ലെങ്കിൽ 1989 ഒക്ടോബർ 30 ന ബാബറി പള്ളി തകർത്തുകളയുമായിരുന്നു. ഇടതുപക്ഷം വിപി സിംഗിന് എല്ലാ പിന്തുണയും നൽകി. ബിജെപി സർക്കാരിനുള്ള പിന്തുണ പിൻവലിച്ചു. ഭൂരിപക്ഷം നഷ്ടപ്പെട്ട വിപി സിംഗ് വിശ്വാസ പ്രമേയം അവതരിപ്പിച്ചു. ആരു ജയിക്കുന്നുവെന്ന തായിരുന്നില്ല, ആരെല്ലാം എവിടെ നിൽക്കുന്നുവെന്നതായിരുന്നു പ്രധാനം. 'ഏതു ഇന്ത്യയെയാണ് നിങ്ങൾ ആഗ്രഹിക്കുന്നത്' എന്ന ചരിത്രത്തിൽ പ്രസക്തമായ ചോദ്യം വിപി സിംഗ് ചോദിച്ചു. വർഗീ യതക്കൊപ്പമോ മതനിരപേക്ഷതക്ക് ഒപ്പമോ എന്ന ചോദ്യം പിന്നീട് ആവർത്തിക്കുകയും ചെയ്തു. പള്ളി പൊളിക്കുന്നവർക്കൊപ്പമോ തകർ ക്കാൻ ശ്രമിക്കുന്നവർക്കൊപ്പമോ എന്നതായിരുന്നു ചോദ്യം. ഇന്ത്യാ ചരിത്രത്തിലെ നിർണായക പ്രശ്നത്തിൽ കോൺഗ്രസ് ബിജെപി യുമായി കൈകോർത്തു. വർഗീയശക്തികളുമായി ചേർന്ന് മതനിരപേ ക്ഷ നിലപാടിനെതിരെ വോട്ടുചെയ്തു. 142നെതിരെ 346 വോട്ടിനു രഥയാത്രയെയും വർഗീയശക്തികളെയും തടഞ്ഞ നിലപാടിനെ പരാജയപ്പെടുത്തി. അങ്ങനെ ബിജെപിക്ക് വളക്കൂറുള്ള മണ്ണൊരുക്കി.

നിങ്ങൾ എവിടെ നിൽക്കുന്നുവെന്ന ചോദ്യത്തിൽ പള്ളിപൊളിക്കു ന്നവർക്കൊപ്പം എന്ന് പരോക്ഷമായി മറുപടി നൽകിയ കോൺഗ്രസ് 1992 ഡിസംബർ ആറിനു ബാബറി പള്ളി തകർത്തസന്ദർഭത്തിൽ അധികാരത്തിലിരുന്ന് കുറ്റകരമായ നിശബ്ദത പാലിച്ചു. ആരു വിളി ച്ചിട്ടും പ്രധാനമന്ത്രിയെ കിട്ടിയില്ല. ബാബറി മസ്ജിദ് തകർത്തത് ഒഴിവാക്കപ്പെടാമായിരുന്നുവെന്ന് ലിബർഹാൻ കമീഷൻ റിപ്പോർട്ടും പറയുന്നുണ്ട്. വിപി സിംഗ് അധികാരം നഷ്ടപ്പെടുത്തിയും ബാബറി പള്ളിയെ തകർച്ചയിൽനിന്നും സംരക്ഷിച്ചു. ഭരണഘടനയെ ഉയർ ത്തിപ്പിടിച്ചു. കോൺഗ്രസിനും നരസിംഹറാവുവിനും അധികാരം നഷ്ടപ്പെടുമോയെന്ന ഉത്കണ്ഠയുടെ സാഹചര്യമുണ്ടായിരുന്നില്ല. പക്ഷേ തങ്ങളുടെ മൃദുഹിന്ദുത്വ നിലപാടിന്റെ ഭാഗമായി എല്ലാ അധി കാരങ്ങളുണ്ടായിട്ടും ആൾക്കൂട്ടത്തിന്റെ ഫാസിസ്റ്റ് പ്രയോഗത്തിനു അവസരം നൽകി.

വർഗീയതയോടുള്ള കോൺഗ്രസിന്റെ മൃദുസമീപനമാണ് ആ പാർടിയുടെ നേതൃനിരയിലുള്ളവർക്ക് പോലും അതിവേഗത്തിൽ ബിജെപി യാകാൻ കഴിയുന്നത്. അമിത് ഷാ കോൺഗ്രസ് മുക്ത ഭാരതത്തെ കുറിച്ച് പറയുമ്പോൾ ആ പാർടിയിലെ നല്ലൊരു പങ്ക് എംഎൽഎമാരും എംപിമാരും കോൺഗ്രസിൽനിന്നും രാജിവെച്ച് വന്നവരാണെന്നതു കൂടി കാണണം. മണിപ്പൂരിലെ മുഖ്യമന്ത്രി ബിരേൻസിംഗും അരുണാചൽ മുഖ്യമന്ത്രി പേമ ഖണ്ടുവും മുൻ കോൺഗ്രസ് നേതാക്കളാണ്. യുപിയിലെ ടൂറിസം മന്ത്രി റീത്താ ബഹുഗുണ അവിടുത്തെ കോൺഗ്രസിന്റെ സംസ്ഥാന അധ്യക്ഷ യായിരുന്നു. അവരുടെ സഹോദരനും ഉത്തരഖണ്ഡിലെ മുൻമുഖ്യമ ന്ത്രിയുമായ വിജയ് ബഹുഗുണയും ബിജെപി നേതാവാണ്. എ.കെ ആന്റണിയുടെ സഹമന്ത്രിയായി ഒന്നാം യുപിഎ സർക്കാരിലുണ്ടാ യിരുന്ന റാവു ഇന്ദർസിംഗ് മോദി മന്ത്രിസഭയിലുണ്ട്. ദീർഘകാലം ഹരിയാനയിൽ നിന്നും കോൺഗ്രസിന്റെ എംപിയായിരുന്ന റാവു ബീരേന്ദ്രസിംഗും കാബിനറ്റ് റാങ്കോടെ കേന്ദ്രമന്ത്രിസഭയിൽ. രണ്ടാം യുപിഎ സർക്കാരിൽ സ്ത്രീകളുടേയും കുട്ടികളുടേയും ക്ഷേമമന്ത്രിയായി രുന്ന കൃഷ്ണ തീരാഥാണ് ദൽഹിയിൽ ബിജെപിയെ നയിക്കുന്നത്. രണ്ടാം യുപിഎ സർക്കാരിൽ സഹമന്ത്രിയായിരുന്ന പുരന്ദേശ്വരിയും ബിജെപി യിലാണ് അഭയം തേടിയത്. യുപിയിൽ കോൺഗ്രസിന്റെ അവസാനത്തെ മുഖ്യമന്ത്രിയായിരുന്ന ജഗദംബികാപാലാണ് ലോക

സഭയിലെ ബിജെപിയുടെ പ്രധാന പോരാളി. അടുത്തിടെ തെരഞ്ഞെടുപ്പ് നടന്ന ത്രിപുരയിലെ 36 ബിജെപി എംഎൽഎമാരിൽ 12 പേരും മുൻ കോൺഗ്രസ് എംഎൽഎമാരാണ്. സ്ഥലപരിമിതി മൂലം എല്ലാ സംസ്ഥാനങ്ങളുടേയും സ്ഥിതി വിശദീകരിക്കുന്നില്ല. കോൺഗ്രസിന്റെ നയങ്ങളാണ് അതിന്റെ നേതാക്കൾക്ക് ബിജെപിയിലേക്ക് പോകാൻ അവസരം ഒരുക്കുന്നത്. കോൺഗ്രസ് ടിക്കറ്റിൽ ജയിക്കുന്നവരെയും റിസോർട്ടിൽ കൊണ്ടുപാർപ്പിച്ചില്ലെങ്കിൽ എങ്ങോട്ടും പോകാമെന്ന ഭീതി കർണാടക യും കാണിച്ചുതന്നു.

വിപി സിംഗ് രാജിവെച്ചതുമായി ബന്ധപ്പെട്ട വാർത്തക്ക് ന്യൂയോർക്ക് ടൈംസ് നൽകിയ തലക്കെട്ട് അദ്ദേഹം ഉന്നയിച്ച ചോദ്യവുമായി ബന്ധപ്പെട്ടായിരുന്നു. 'ഉത്തരം കിട്ടാത്ത ചോദ്യം; ഇന്ത്യ എങ്ങോട്ടാണ് പോകുന്നത്' എന്ന തലവാചകമാണ് മോദിയുടെ ഭരണമായി ഇന്നു കാണുന്നത്. അതിൽനിന്നും ശരിയായ ദിശയിലേക്ക് ഇന്ത്യയെ നയിക്കാൻ വിട്ടുവീഴ്ചയില്ലാത്ത മതനിരപേക്ഷ നിലപാട് ഉയർത്തിപ്പിടിച്ചേ മതിയാകൂ.

കോർപ്പറേറ്റുകളുടെ സുവർണകാലം

ഇന്ദിരയാണ് ഇന്ത്യയെന്ന പഴയ ഏകാധിപത്യ മുദ്രാവാക്യത്തിന്റെ വിനാശകരമായ തനിയാവർത്തനം എന്നു മാത്രം പറഞ്ഞു അവസാനിപ്പിക്കാൻ കഴിയുന്നയൊന്നല്ല മോദിക്കാലം. എല്ലാം പ്രധാനമന്ത്രിയിലേക്ക് കേന്ദ്രീകരിച്ച ഒരു കാലം സമീപകാല ഇന്ത്യയിൽ കാണാൻ കഴിയില്ല. ജനാധിപത്യ വ്യക്തികേന്ദ്രീകൃത ഏകാധിപത്യത്തിലേക്ക് പരുവപ്പെടുത്തിയെടുക്കുന്നതിനുള്ള ആസൂത്രിത ശ്രമമാണ് നടന്നതെന്ന് പറയാം.

പാർലമെണ്ടറി സംവിധാനങ്ങളെ അപ്രസക്തമാക്കുന്ന രൂപത്തിലാണ് മോദി ഭരിക്കുന്നത്. തന്റെ പ്രിൻസിപ്പൽ സെക്രട്ടറിയെ നിയമിക്കുന്നതിന് ഓർഡിനൻസ് ഇറക്കിയാണ് ഭരണം തുടങ്ങിയത്. അതു തന്നെയായി മാറി സർക്കാരിന്റെ മുഖമുദ്ര. സ്വതന്ത്ര ഇന്ത്യയിലെ ആദ്യ സ്പീക്കറായിരുന്ന മാവലേങ്കർ ഓർഡിനൻസ് സംവിധാനത്തിനെതിരെ ശക്തമായ മുന്നറിയിപ്പ് നൽകുകയുണ്ടായി. പല വികസിത ജനാധിപത്യ സംവിധാനങ്ങളിലും ഇല്ലാത്ത നിയമനിർമാണ അധികാരമാണ് അസാധാരണ സന്ദർഭങ്ങളിൽ പ്രയോഗിക്കുന്നതിനായി എക്സിക്യൂട്ടീവിന് ഭരണഘടന നൽകിയത്. അതിന്റെ

അന്തസത്ത ഉൾക്കൊള്ളാതെയുള്ള പ്രവർത്തനം വഴി പാർലമെണ്ട് റബ്ബർ സ്റ്റാമ്പായി മാറുമെന്ന് അദ്ദേഹം മുന്നറിയിപ്പ് നൽകിയിരുന്നു. അക്ഷരാർഥത്തിൽ അത് ശരിവെയ്ക്കുന്നതാണ് അനുഭവം. പാർലമെണ്ട് വിശദമായി ചർച്ച ചെയ്ത് പാസാക്കിയ നിയമങ്ങൾ പോലും ഏകപക്ഷീയമായി ഓർഡിനൻസിലൂടെ ഭേദഗതി ചെയ്തു. അതിന്റെ ഏറ്റവും നല്ല ഉദാഹാരണമാണ് ഭൂമിയേറ്റെടുക്കൽ ബില്ലിന്റെ കാര്യത്തിൽ ഉണ്ടായത്. ഓർഡിനൻസിനു പകരമുള്ള ബിൽ ലോകസഭയിൽ അവതരിപ്പിച്ച് ഭേദഗതികളോടെ പാസാക്കി. എന്നാൽ, രാജ്യസഭയിൽ അത് അവതരിപ്പിച്ചില്ല. പകരം സെഷനിലായിരുന്ന രാജ്യസഭയുടെ സമ്മേളനം അസാധാരണമായ മട്ടിൽ അവസാനിപ്പിച്ചു. അതിനുശേഷം ബിൽ ഓർഡിനൻസായി ഇറക്കി. എന്നാൽ, ഓർഡിനൻസ് രാജ് എക്കാലത്തുമായി തുടരുന്നതിന് ഭരണഘടന അനുവദിക്കാത്തതുകൊണ്ട് ഒരിക്കൽ ലോകസഭ പാസാക്കിയ ബിൽ അതേ രൂപത്തിൽ അതേ സഭയിൽ പുതിയ ബില്ലായി അവതരിപ്പിച്ചു. ജനാധിപത്യ സംവിധാനത്തെ അപമാനകരമായ പതനത്തിലേക്ക് വലിച്ചെറിയുന്ന പ്രവർത്തനമായിരുന്നു അത്. എന്നാൽ, ആ ബിൽ രാജ്യസഭയിൽ അവതരിപ്പിക്കാൻ സർക്കാർ തയ്യാറായില്ല.

പാർലമെണ്ടറി സംവിധാനത്തിന്റെ വികസിതമായ തുടർച്ചയായാണ് സ്റ്റാൻഡിംഗ് കമ്മിറ്റികളെ പരിഗണിക്കുന്നത്. കമ്മിറ്റികൾ ബില്ലുകൾ പരിശോധിക്കുന്ന സന്ദർഭത്തിൽ ഏതൊരാൾക്കും നിയമനിർമാണപ്രക്രിയയിൽ അവരുടെ അഭിപ്രായങ്ങൾ നേരിട്ട് സമർപ്പിക്കുന്നതിനുള്ള അവസരം ലഭിക്കും. എന്നാൽ, മോദിഭരണത്തിൽ 90 ശതമാനം ബില്ലുകളും ലോകസഭ പാസാക്കിയത് സ്റ്റാന്റിംഗ് കമ്മിറ്റികൾക്ക് അയക്കാതെയാണ്. യഥാർഥത്തിൽ പാർലമെന്ററി സംവിധാനത്തെ വല്ലാതെ ദുർബലമാക്കിയെന്നതാണ് ഗൗരവമായ ചർച്ച ചെയ്യേണ്ട ഒരു ഭാഗം.

പാർലമെണ്ട് കൂടുന്ന സന്ദർഭത്തിൽ പോലും പ്രധാനമന്ത്രി വിദേശത്താണ്. തന്റെ കാലാവധിക്കുള്ളിൽ ലോകത്തിലെ എല്ലാ രാജ്യങ്ങളും സന്ദർശിക്കണമെന്ന വാശിയുള്ളതുപോലെയാണ് അദ്ദേഹം ഒന്നിനു പുറകെ ഒന്നായി രാജ്യങ്ങളിലേക്ക് പറക്കുന്നത്. വിദേശരാജ്യങ്ങളുമായി മെച്ചപ്പെട്ട നയതന്ത്ര ബന്ധങ്ങൾ ഉണ്ടാകുന്നത് നല്ലതു തന്നെ. എന്നാൽ, അമേരിക്കൻ പ്രസിഡണ്ട് റിപ്പബ്ലിക്ക് ദിനത്തിൽ അതിഥിയായി പങ്കെടുത്തതാണ് ഏറ്റവും വലിയ നേട്ട

മെന്ന് ബിജെപി പ്രചരിപ്പിക്കുന്നു. എന്തുകൊണ്ടാണ് ഇതുവരെയും അമേരിക്കൻ പ്രസിഡണ്ടിനെ അതിഥിയായി ക്ഷണിക്കാതിരുന്നത് എന്ന കേവല യുക്തിയുടെ ചോദ്യം ആരും ഉന്നയിക്കുന്നില്ല. അമേരിക്കൻ വിധേയത്വത്തിലേക്ക് പോകുന്നതിന് അമിത താൽപര്യം കാണിക്കുന്നുവെന്നതാണ് ഇത് വ്യക്തമാക്കുന്നത്.

വിദേശ മൂലധനത്തിനായി എല്ലാ ഇളവുകളും നൽകുന്ന കാര്യത്തിൽ ഇതിനു മുമ്പുള്ള എല്ലാ സർക്കാരുകളെയും പിന്നിലാക്കിയതാണ് മോദിയുടെ പ്രധാനനേട്ടം. ചില്ലറ വ്യാപരമേഖലയിൽ വിദേശ മൂലധനം അനുവദിക്കുന്നതിനെതിരെ അതിശക്തമായി പാർലമെണ്ടിൽ വാദിച്ചിരുന്നവരാണ് ഇന്ന് ഭരണത്തിലിരിക്കുന്നത്. എന്നാൽ, അധികാരത്തിൽ വന്നതോടെ മറ്റു മേഖലകളിലും കണ്ട അവസരവാദവും വിദേശ മൂലധന വിധേയത്വവും ഇക്കാര്യത്തിലും കാണാം. കോർപ്പറേറ്റ് മൂധനത്തിനും വിദേശമൂലധനത്തിനും വേണ്ടിയാണ് ഭരിക്കുന്നതെന്ന് പ്രഖ്യാപിക്കുന്നതാണ് എല്ലാ നടപടികളും. ഇൻഷ്വറൻസ് മേഖലയിൽ വിദേശമൂലധനത്തിന്റെ പരിധി ഉയർത്തിയ നിയമഭേദഗതിയും പ്രതിരോധമേഖലയിൽ നൂറുശതമാനം വിദേശമൂലധനം അനുവദിക്കുന്ന എക്സിക്യൂട്ടിവ് തീരുമാനവുമെല്ലാം ഉദാഹരണങ്ങൾ മാത്രം. തൊഴിൽ നിയമങ്ങൾ പൊളിച്ചെഴുതുന്നതിനുള്ള ശ്രമത്തിനെതിരെ അതിശക്തമായ പ്രക്ഷോഭം ഉയർന്നു.

വിലക്കയറ്റമാണെങ്കിൽ അതി രൂക്ഷമാണ്. പെട്രോളിയം ഉൽപ്പന്നങ്ങളുടെ വില വർധനക്കെതിരെ എന്നും ട്വീറ്റുചെയ്തിരുന്ന മോദി ഇപ്പോൾ അതിലും റെക്കാർഡ് സൃഷ്ടിച്ചിരിക്കുന്നു. വില കുറയുമ്പോൾ ജനങ്ങൾക്ക് അനുഭവേദ്യമാകാതിരിക്കുന്നതിനായി നികുതികളിൽ മാറ്റം വരുത്തുന്നു. ഭക്ഷ്യസുരക്ഷയുടെ കാര്യത്തിൽ മോശപ്പെട്ട അവസ്ഥയിലേക്ക് രാജ്യം എത്തി. സ്ത്രീകൾക്ക് നേരെയുള്ള കടന്നുകയറ്റവും ആക്രമണങ്ങളും വർധിച്ചിരിക്കുന്നു. ഡൽഹിയിൽ ബസിൽ നടന്ന മാനഭംഗം ലോകമനസാക്ഷിയെ പിടിച്ചുലച്ചെങ്കിൽ അത്തരം സംഭവങ്ങൾ വ്യാപകമായി.

മതനിരപേക്ഷമായ അടിത്തറയെ തകർക്കുന്നതിനുള്ള ബോധപൂർവമായ ശ്രമങ്ങളും നടക്കുന്നുവെന്ന കാര്യവും പ്രസക്തമാണ്. വിദ്യാഭ്യാസമേഖലയിൽ സിലബസും കരിക്കുലവും ഉൾപ്പെടെ സംഘപരിവാര അജണ്ടക്ക് അനുസൃതമായി മാറ്റിയെഴുതാനുള്ള

ശ്രമങ്ങൾ സംഘടിതമായി നടന്നു. ഉന്നത വിദ്യാഭ്യാസസ്ഥാപന ങ്ങളുടെ തലപ്പത്ത് സംഘപരിവാരത്തിന്റെ ശക്തരായ വ്യക്തികളെ പ്രതിഷ്ഠിച്ചു. പ്രഗത്ഭരായ പലരും പടിയിറങ്ങുന്നതിന് നിർബന്ധിത മാകുന്നു. പള്ളികൾ തകർക്കപ്പെട്ടപ്പോഴും കന്യാസ്ത്രീകൾ മാനഭംഗ ത്തിനു വിധേയമായി കൊല്ലപ്പെട്ടപ്പോഴും പ്രധാനമന്ത്രി കുറ്റകരമായ മൗനം പാലിച്ചു. വെറുപ്പിന്റെ പ്രസ്താവനകൾ ഇറക്കുന്നതിൽ മന്ത്രിമാർ മത്സരിക്കുന്നു. ന്യൂനപക്ഷങ്ങൾ അങ്ങേയറ്റം അരക്ഷിതരും ഭയചി കതരുമാണ്.

ഭക്ഷണത്തിലേക്കും അധിനിവേശം

മഹാരാഷ്ട്ര സർക്കാർ ബീഫ് നിരോധിച്ച നടപടി ഗൗരവമായ ചർച്ചക്ക് വിധേയമായിട്ടുണ്ട്. പശു ഇറച്ചി കൈവശം വെയ്ക്കു ന്നതുപോലും അഞ്ചുവർഷം തടവ് ലഭിക്കാവുന്ന കുറ്റമായി മാറിയി രിക്കുന്നു. വർഷങ്ങൾക്ക് മുമ്പ് മഹാരാഷ്ട്ര നിയമസഭ പാസാക്കിയ നിയമത്തിന് ഇപ്പോൾ പ്രസിഡണ്ട് അംഗീകാരം നൽകി. ഗുജറാത്ത് പോലെ മറ്റു ചില സംസ്ഥാനങ്ങളിലും നിരോധനം നിലനിൽക്കു ന്നുണ്ട്. ഗോവധം ഉൾപ്പെടെയുള്ള കാര്യങ്ങൾ നിരോധിക്കുന്നതിന് സർക്കാർ നിയമം കൊണ്ടുവരണമെന്ന നിലപാടാണ് കേന്ദ്രസർ ക്കാരിനുള്ളത്. അതുകൊണ്ട് ഒരു മാതൃകാബിൽ ഉണ്ടാക്കി എല്ലാ സംസ്ഥാനങ്ങൾക്കും അയച്ചുനൽകാനാണ് തീരുമാനിച്ചത്.

സമൂഹത്തിന്റേയും മനുഷ്യന്റേയും ജീവിതത്തിന്റെ എല്ലാ തലങ്ങ ളിലും സർക്കാർ ഇടപ്പെടണമെന്ന നിലപാടാണ് ബിജെപി ക്കുള്ളത്. അതിന്റെ ഭാഗമായാണ് അവർക്ക് ഭൂരിപക്ഷമുള്ള സർക്കാർ അധി കാരത്തിൽ വന്നയുടൻ മഹാരാഷ്ട്രയിൽ ഈ തീരുമാനം എടുത്തത്. യഥാർഥത്തിൽ രാജ്യത്ത് ജനങ്ങൾ എന്തെങ്കിലും കഴിക്കുന്നുണ്ടോ യെന്നാണ് ഒരു സർക്കാർ ആദ്യം അന്വേഷിക്കേണ്ടത്. ലോകത്ത്

ഏറ്റവും കൂടുതൽ കുട്ടികൾ പോഷകാഹാരക്കുറവ് മൂലം മരണപ്പെടുന്ന രാജ്യമാണ് ഇന്ത്യയെന്ന കാര്യം അലങ്കാരമായി കരുതുന്നവരാണ് നാട് ഭരിക്കുന്നത്. വിളർച്ച രോഗം ബാധിച്ച ഗർഭിണികളുടെ കാര്യത്തിലും ലോകത്തിലെ പ്രഥമസ്ഥാനം നമുക്ക് തന്നെ. ലോകത്തിൽ ഏറ്റവും കൂടുതൽ ദരിദ്രർ ജീവിക്കുന്ന രാജ്യത്താണ് സർക്കാർ പാവപ്പെട്ടവന്റെ പ്രോട്ടീനായി കരുതുന്ന ബീഫ് നിരോധിക്കുന്നത്. ഭക്ഷ്യസുരക്ഷാനിയമം മൂലം ഉറപ്പാക്കിയ രാജ്യത്ത് ഈ നടപടി ഒരു ന്യായീകരണവുമില്ലാത്തതാണ്.

ഇറച്ചിയുടെ കയറ്റുമതി നിരോധിക്കണമെന്ന് പറഞ്ഞ ഒരു പരാതി പാർലമെണ്ടിന്റെ പെറ്റീഷൻ കമ്മിറ്റി പരിശോധിക്കുകയുണ്ടായി. ജൈൻ മഠാധിപതിയുടേതായിരുന്നു പരാതി. ഒരു മതത്തിനും എതിരല്ല ഇറച്ചി കയറ്റുമതിയെന്നു സ്ഥാപിക്കുന്നതിന് വന്ന കയറ്റുമതിക്കാരുടെ സംഘടനയും നയിക്കുന്നത് ഹിന്ദു നാമധാരികൾ തന്നെ. ഇന്ത്യയിൽ പശുവിനെ ആരാധിക്കുന്ന വിഭാഗങ്ങൾ ഉണ്ടെന്ന കാര്യത്തിൽ സംശയമില്ല. മറ്റു ചിലർ പശുവിനെയല്ല കാളയെയാണ് ആരാധിക്കുന്നത്. കാളിക്ക് ബലികൊടുക്കുന്നതിനു മൃഗങ്ങളെ നിരത്തികിടത്തുന്ന ക്ഷേത്രവും ഇന്ത്യയിലാണ്. ആധുനികയുഗത്തിലും ബലിക്കല്ലിൽ തലയറുക്കപ്പെട്ട മൃഗങ്ങളുടെ ചോരതളം കെട്ടിനിൽക്കുന്ന കാഴ്ച ഭക്തിയോടെ നോക്കി നിൽക്കുന്ന വിശ്വാസികളെ ഇവിടെയല്ലാതെ എവിടെ കാണാൻ കഴിയും. പശുവുൾപ്പെടെ എല്ലാ മൃഗങ്ങളുടേയും ഇറച്ചിയും മനുഷ്യന് കഴിക്കാമെന്ന് ഉദ്ധരിക്കുന്നതിനായി മനുസ്മൃതിയും വേദങ്ങളും വിവേകാനന്ദ സൂക്തങ്ങളും വരെ പലരും ഉദ്ധരിക്കുന്നുണ്ട്. വിവിധ ഭക്ഷണരീതികളുള്ള ഒരു രാജ്യത്ത് ഭരണകൂടം മനുഷ്യന്റെ ഭക്ഷണം നിശ്ചയിക്കുന്നത് അങ്ങേയറ്റം തെറ്റാണ്.

ആർഎസ്എസിനു പ്രിയപ്പെട്ട സവർക്കറും ബീഫ് നിരോധിക്കുന്നതിന് എതിരായിരുന്നുവെന്ന് ചരിത്രം രേഖപ്പെടുത്തുന്നു. പച്ചക്കറി കഴിക്കുന്നതിന്റെ ഗുണങ്ങളെ കുറിച്ച് പലരും പറയുന്നുണ്ട്. വെജിറ്റേറിയനിസം പ്രോത്സാഹിപ്പിക്കുന്ന പല സംഘടനകളും രാജ്യത്ത് സജീവമാണ്. അവർക്ക് അതിനുള്ള അവകാശവുമുണ്ട്. ഒരാൾ എന്തു കഴിക്കണമെന്ന് തീരുമാനിക്കുന്നതിനുള്ള സ്വാതന്ത്ര്യം വ്യക്തിക്കുള്ളതാണ്. വംശനാശം വരുന്ന മൃഗങ്ങളെ കൊല്ലുന്നതിന് സർക്കാരുകൾ പല നിയന്ത്രണങ്ങൾ വരുത്താറുണ്ട്. അത് ഓരോ രാജ്യങ്ങളിലെ

സാഹചര്യം അനുസരിച്ചായിരുന്നു. ആഫ്രിക്കയിൽ പോയപ്പോൾ, കാട്ടുമൃഗങ്ങൾ പെരുകുന്നത് തടയുന്നതിന് നിശ്ചിത ഇടവേളകളിൽ മൃഗങ്ങളെ കൊന്ന് ഇറച്ചി വിൽക്കുന്നത് കാണാനിടയായി. മാനിന്റെ മുതൽ ആനയുടേയും മുതലയുടേയും ഇറച്ചി വരെ വിൽപ്പനക്ക് വെച്ചിരിക്കുന്നു.

ഭരണഘടനയുടെ 48-ാം അനുച്ഛേദമനുസരിച്ച് ഗോവധം നിരോധിക്കുന്നതിനുള്ള നടപടികൾ നിർദ്ദേശകതത്വങ്ങളുടെ ഭാഗമാണെന്നും അതുകൊണ്ട് ഇത് സർക്കാരിന്റെ ഉത്തരവാദിത്തമാണെന്നും നിരോധനത്തെ ന്യായീകരിക്കുന്നവർ പറയുന്നു. എന്നാൽ, ആ നിർദ്ദേശകതത്വങ്ങൾ എല്ലാം നടപ്പിലാക്കുന്നതിൽ സർക്കാരിനുള്ള താൽപര്യം വിശദീകരിക്കുന്നത് നന്നായിരിക്കും. അനുച്ഛേദം 39 സി അനുസരിച്ച് സമ്പദ്ഘടനയുടെ പ്രവർത്തനം സമ്പത്തിന്റെ കേന്ദ്രീകരണത്തിലേക്ക് നയിക്കരുതെന്ന് പ്രത്യേകം നിഷ്കർഷിക്കുന്നു. അതു നടപ്പിലാക്കിയതിന്റെ ഭാഗമായിട്ടാണ് സമ്പത്തിന്റെ 51 ശതമാനവും അതിസമ്പന്ന പത്തുശതമാനത്തിന്റെ നിയന്ത്രണത്തിലായത്! പാവപ്പെട്ട പത്തുശതമാനത്തിന്റെ വിഹിതം കേവലം 0.2 ശതമാനം മാത്രം.

ഇറച്ചി കഴിക്കുന്നതും കഴിക്കാതിരിക്കുന്നതും ഒരാളുടെ വ്യക്തിപരമായ തെരഞ്ഞെടുക്കലാണ്. എന്നാൽ, ബീഫ് നിരോധനത്തെ ഒറ്റപ്പെട്ട സംഭവമായി കാണാൻ കഴിയില്ല. അത് ഒരു അജണ്ടയുടെ ഭാഗമാണ്. ഗോവധം നിരോധിക്കുമെന്ന നരേന്ദ്രമോദിയുടെയും സംഘപരിവാരത്തിന്റേയും പദ്ധതിയുടെ പ്രയോഗം ഫാസിസ്റ്റ് അജണ്ടയുടെ ഭാഗമാണ്. ഒരു വ്യക്തി പച്ചക്കറി കഴിച്ചതുകൊണ്ടു മാത്രം മഹാനും സ്വാതികനുമാകണമെന്നില്ല. കടുത്ത വെജിറ്റേറിയനായിരുന്നു ഹിറ്റ്ലർ എന്ന് ചരിത്രം പഠിപ്പിക്കുന്നു. എന്നാൽ, കൊന്നൊടുക്കിയത് മൃഗങ്ങളെയായിരുന്നില്ല പച്ച മനുഷ്യരെയായിരുന്നു. പച്ചക്കറി മാത്രം കഴിച്ച് ശീലമുള്ള സ്വാതികൻമാരാണല്ലോ ഗർഭസ്ഥശിശുവിനെ വരെ കൊന്നൊടുക്കിയ വംശഹത്യക്ക് ഇന്ത്യയിലും നേതൃത്വം നൽകിയത്. സ്വാധിമാരുടെ വായിൽനിന്നും വരുന്ന വാചകങ്ങൾ എത്ര മാത്രം പരിപാവനമാണെന്നതും കേൾക്കുന്നുണ്ടല്ലോ!

ഒരു വശത്ത് ഉദാരവൽക്കരണം അതിവേഗത്തിൽ നടപ്പിലാക്കുന്നതിന് നേതൃത്വം നൽകുന്നതിനിടയിൽ വർഗീയവൽക്കരണ

പദ്ധതിയും ശക്തമാക്കുന്നതിനു ബിജെപി ശ്രമിക്കുകയാണ്. മാനവ വിഭവശേഷി വകുപ്പിന്റെ കീഴിലുള്ള സ്ഥാപനങ്ങളിലെ താക്കോൽ സ്ഥാനങ്ങളിലെല്ലാം സംഘപരിവാരത്തിന്റെ പ്രതിനിധികളെ വാഴിച്ചു. നാഷണൽ ബുക്ക് ട്രസ്റ്റിന്റെ അധ്യക്ഷസ്ഥാനത്തുനിന്നും സേതുവിനെ മാറ്റി പാഞ്ചജന്യത്തിന്റെ എഡിറ്ററെ നിയമിച്ചത് നിസ്സാരമായിരുന്നില്ല. വിദ്യാഭ്യാസത്തിന്റെ കരിക്കുലവും മറ്റും മാറ്റുന്നതിനായി ആർഎസ്എസ് പലവട്ടം ചർച്ചകൾ നടത്തി. മറു വശത്ത് വർഗീയധ്രുവീകരണത്തിനായി കലാപങ്ങൾ ബോധപൂർവം അഴിച്ചുവിടുകയും ചെയ്യുന്നു.

രാജ്യത്തിന്റെ മതനിരപേക്ഷതക്കുനേരെയുള്ള കടന്നാക്രമണ മാണ് ഇപ്പോൾ നടക്കുന്നത്. മതന്യൂനപക്ഷത്തിനുനേരെ നടക്കുന്ന ആക്രമണവും സമാനതകളില്ലാത്തതാണ്. എന്നാൽ, മതന്യൂനപക്ഷം വർഗീയമായി സംഘടിച്ച് ഇതിനെ നേരിടാമെന്നു കരുതുന്നവരുമു ണ്ട്. അത് ഭൂരിപക്ഷത്തിനുള്ളിലെ മതനിരപേക്ഷവാദികൾക്കിട യിൽ പോലും വർഗീയ ചിന്ത ശക്തിപ്പെടുത്തുന്നതിനേ സഹായിക്കൂ. വിശാലമായ മതനിരപേക്ഷ സഖ്യം കൊണ്ടു മാത്രമേ വർഗീയവൽ ക്കരണത്തെ പ്രതിരോധിക്കാനാവൂ.

ഇവർ ആരുടെ കാവൽക്കാർ?

ഇത്തവണത്തെ പാർലമെണ്ട് സമ്മേളനത്തിന്റെ പ്രധാന അജണ്ട ബജറ്റായിരുന്നു. പ്രതിപക്ഷം സ്വീകരിക്കുന്നത് തടസപ്പെടുത്തൽ രാഷ്ട്രീയമാണെന്നും അത് രാജ്യത്തിന്റെ പുരോഗതിക്ക് എതിരാണെന്നും അരുൺ ജെറ്റ്‌ലി പറഞ്ഞു. ഒരു ബജറ്റ് ചർച്ച പോലും ചെയ്യാതെ പാസാക്കാൻ രണ്ടാം യുപിഎ സർക്കാരിനെ നിർബന്ധിതമാക്കിയ പ്രതിഷേധത്തിന് സഭയിൽ നേതൃത്വം നൽകിയത് താനാണെന്നത് മറന്ന മട്ടിലായിരുന്നു ജെറ്റ്‌ലിയുടെ പ്രസംഗം. പ്രതിഷേധം ജനാധിപത്യത്തിന്റെ അവിഭാജ്യഭാഗമാണ്. പ്രതിഷേധത്തിന്റെ സ്വഭാവം നിശ്ചയിക്കുന്നത് പ്രശ്നത്തിന്റെ മാനമാണ്. അതിനോടുള്ള സർക്കാരിന്റെ പ്രതികരണമാണ് മറ്റൊരു ഘടകം. സമ്പന്ന ന്യൂനപക്ഷത്തിന്റെ താൽപര്യങ്ങൾ മാത്രം സംരക്ഷിക്കുന്ന നയങ്ങൾ നടപ്പിലാക്കുമ്പോൾ അതിനെതിരെ വരുന്ന പ്രതിഷേധങ്ങൾ മഹാഭൂരിപക്ഷത്തിനായുള്ള ക്രിയാത്മകമായ ഇടപ്പെടലാണ്. എന്നാൽ, അതിസമ്പന്ന വർഗത്തിന്റെ താൽപര്യങ്ങൾ സംരക്ഷിക്കുന്നവരുടെ കണ്ണിൽ അത് നിഷേധാത്മക സമരമാണ്. രാജ്യത്തെ തന്നെ കോർപ്പറേറ്റ്‌വൽക്കരിക്കുന്നതിന് ശ്രമിക്കുന്ന ബജറ്റിനെയും

നയങ്ങളെയും ശക്തമായി എതിർക്കേണ്ടത് രാജ്യസ്നേഹികളുടെ ഉത്തരവാദിത്തമാണ്.

രാഷ്ട്രപതിയുടെ പ്രസംഗത്തിനുള്ള നന്ദിപ്രമേയത്തിന്റെ ചർച്ച യിൽ ഇടപ്പെട്ടുകൊണ്ട് സംസാരിച്ച ജെറ്റ്ലി കേരള മാതൃകയെ അതി ശക്തമായി വിമർശിക്കുകയുണ്ടായി. താൻ പിന്തുടരുന്ന നയത്തിന്റെ ഭാഗമായിരുന്നു ആ പ്രസംഗം. കേരളത്തിലെ റവന്യൂകമ്മിയെ ചൂണ്ടിക്കാട്ടിയായിരുന്നു ആ വിമർശനം. നിങ്ങൾ പിന്തുടരുന്ന നയത്തിന്റെ ഫലമാണ് ഈ അവസ്ഥയെന്നും അദ്ദേഹം പറയുക യുണ്ടായി. കേരളമാതൃകയുടെ പ്രധാന പ്രത്യേകത സാമൂഹ്യക്ഷേമ മേഖലയുടെ മുന്നേറ്റമാണ്. സർക്കാർ വിദ്യാഭ്യാസമേഖലയിൽ പണം മുടക്കുന്നത് അനാവശ്യ ചെലവായി കരുതുന്നവർക്ക് അത് തെറ്റായ സാമ്പത്തിക സമീപനമായി തോന്നും. എന്നാൽ, അത് മാനവവിഭവശേഷിയുടെ വികാസത്തിനായുള്ള സർക്കാരിന്റെ മുതൽ മുടക്കാണ്. മാനവവിഭവശേഷിയിലുള്ള നിക്ഷേപമായി അതിനെ കരുതാം. അതിന്റെ ഗുണവും കേരളത്തിന് ലഭിക്കുന്നുണ്ട്. സംസ്ഥാ നത്തിന്റെ ആഭ്യന്തരവരുമാനത്തിന്റെ നാലിലൊന്നും വിദേശമലയാ ളിയുടെ സംഭാവനയാണ്. ഉന്നത വിദ്യാഭ്യാസം നേടിയ മലയാളി വിദേശത്ത് ജോലിചെയ്ത് കിട്ടുന്ന ശമ്പളത്തിന്റെ പ്രധാന ഭാഗം അവർ നാട്ടിലേക്കാണ് അയക്കുന്നത്. അവർക്ക് കേരളത്തിൽ തന്നെ ജോലി ചെയ്യാൻ കഴിയുന്ന സാഹചര്യം കൂടി സൃഷ്ടിക്കണമെന്നത് പ്രധാനമാണ്.

എന്നാൽ, ജെറ്റ്ലി പ്രതിനിധാനം ചെയ്യുന്ന നയങ്ങൾ ഇതിനു കടക വരുദ്ധമാണ്. അത് തെളിയിക്കുന്നതാണ് അദ്ദേഹം അവതരി പ്പിച്ച ബജറ്റും. സാമൂഹ്യക്ഷേമ മേഖലകളിലെ വകയിരുത്തൽ കുറച്ച ബജറ്റാണ് ജെറ്റ്ലി അവതരിപ്പിച്ചത്. മാനവവിഭവശേഷി വകുപ്പിന് പോലും ആവശ്യത്തിന് പണം അനുവദിക്കാൻ ധനമന്ത്രാലയം തയ്യാറായില്ല. ആരോഗ്യ മേഖലയുൾപ്പെടെ എല്ലാ സാമൂഹ്യക്ഷേമ മേഖലകളിൽനിന്നും സർക്കാർ പടിപടിയായി പിൻവാങ്ങണമെന്ന് കരുതുന്നവർക്ക് കേരളത്തിന്റെ സമീപനം അസ്വസ്ഥത സൃഷ്ടിക്കു മെന്ന കാര്യത്തിൽ സംശയമില്ല.

സമ്പദ്ഘടനയുടെ പ്രവർത്തനം സമ്പത്തിന്റെ കേന്ദ്രീകരണത്തി ലേക്ക് നയിക്കരുതെന്ന് നിഷ്കർഷിക്കുന്ന നിർദ്ദേശക തത്വങ്ങൾ

ഉൾപ്പെടുന്നതാണ് ഇന്ത്യൻ ഭരണഘടന. എന്നാൽ, അതിസമ്പന്ന പത്തുശതമാനം മൊത്തം സമ്പത്തിന്റെ 51 ശതമാനവും കൈയടക്കി വെച്ചിരിക്കുന്ന രാജ്യമാണ് നമ്മുടേത്. ദരിദ്ര പത്തുശതമാനത്തിന്റെ വിഹിതം കേവലം 0.2 ശതമാനം മാത്രമാണ്. അസമത്വത്തിന്റെ അതിതീവ്രവ്യാപനം സൃഷ്ടിക്കുന്ന നയങ്ങളെ പിന്തുണക്കുന്നവർക്ക് ഇതൊന്നും തെറ്റായി തോന്നുകയില്ല. ലോകത്തിൽ ഏറ്റവും കൂടുതൽ ദരിദ്രരുള്ള രാജ്യം ഇന്ന് ഇന്ത്യയാണ്. പോഷകാഹാര കുറവുള്ള കുട്ടികളുടെ എണ്ണത്തിലും വിളർച്ചരോഗം ബാധിച്ച ഗർഭിണികളുടെ കാര്യത്തിലും ഒന്നാം സ്ഥാനം മറ്റാർക്കുമല്ല. ഇത്തരം സാഹചര്യങ്ങൾ പരിഹരിക്കുന്നതിനുള്ള പദ്ധതികളോ വകയിരുത്തലോ ഇല്ലാത്ത ബജറ്റ് മൂലധനതാൽപര്യം മാത്രമാണ് സംരക്ഷിക്കുന്നത്.

കോർപ്പറേറ്റുകൾക്കുള്ള നികുതിയിൽ അഞ്ചുശതമാനം ഇളവുവരുത്തിയ സർക്കാർ സ്വത്ത് നികുതി വേണ്ടെന്നുതന്നെ വെച്ചു. ബഹുരാഷ്ട്ര കുത്തകൾക്ക് ബാധകമാകുന്ന ഗാർ നികുതി ചുമത്താൻ 2012ൽ പ്രണബ് മുഖർജി അവതരിപ്പിച്ച ബജറ്റിൽ നിർദ്ദേശിച്ചിരുന്നു. പാർലമെണ്ട് അത് പാസാക്കിയെങ്കിലും ചിദംബരം മന്ത്രിയായതോടെ അത് മരവിപ്പിച്ചു. ഇപ്പോൾ അരുൺ ജെറ്റ്ലിയും അത് തന്നെയാണ് തുടരുന്നത്. ലോകത്ത് മിക്കവാറും രാജ്യങ്ങൾ പിന്തുടരുന്ന നയം പോലും നടപ്പിലാക്കാൻ കുത്തകകളോടുള്ള അമിത വിധേയത്വം മൂലം കഴിയുന്നില്ല.

സംസ്ഥാനങ്ങൾക്ക് കൂടുതൽ സാമ്പത്തിക സഹായം നൽകിയെന്നും അതുകൊണ്ട് സാമൂഹ്യക്ഷേമമൊക്കെ അവർ നോക്കണമെന്നുമുള്ള ന്യായമാണ് കേന്ദ്രസർക്കാർ ഇപ്പോൾ ഉന്നയിക്കുന്നത്. നികുതി വരുമാനത്തിന്റെ 32 ശതമാനമാണ് ഇപ്പോൾ സംസ്ഥാനങ്ങൾക്ക് ലഭിക്കുന്നത്. അത് ഏറ്റവും ചുരുങ്ങിയത് അമ്പതുശതമാനമാക്കണമെന്ന ആവശ്യമാണ് സംസ്ഥാനങ്ങൾ ഉന്നയിക്കുന്നത്. ഇത് സംബന്ധിച്ച നിർദ്ദേശങ്ങൾ സമർപ്പിക്കാൻ ഭരണഘടനപ്രകാരം അധികാരമുള്ള സംവിധാനമാണ് ധനകമീഷൻ. സംസ്ഥാനങ്ങൾക്കുള്ള വിഹിതം 42 ശതമാനമാക്കി ഉയർത്തണമെന്നതാണ് ഇപ്പോൾ ധനകമീഷൻ നൽകിയ ശുപാർശ. എന്നാൽ, ഇങ്ങനെ ചെയ്യുന്നതോടൊപ്പം സംസ്ഥാനങ്ങൾക്കുള്ള കേന്ദ്രസഹായത്തിൽ വൻകുറവും വരുത്തി. കഴിഞ്ഞ വർഷം ജിഡിപിയുടെ 6.2ശതമാനം പലയിനങ്ങളിലായി സംസ്ഥാനങ്ങൾക്ക് ലഭിച്ചെങ്കിൽ ഇത്തവണ

അത് 5.9 ശതമാനമായി കുറയും. അപ്പോൾ കൊട്ടിഘോഷിക്കുന്ന ധനകമീഷൻ ശുപാർശകളുടെ നേട്ടം സംസ്ഥാനങ്ങൾക്ക് ലഭിക്കില്ലെന്ന് ഉറപ്പായി.

സർക്കാർ കോർപ്പറേറ്റുകൾക്ക് നൽകുന്ന നികുതി ഇളവുകൾ എല്ലാ ബജറ്റ് അവതരണവേളകളിലും വിവാദമായിരുന്നു. എന്നാൽ, കൗശലപൂർവ്വം ജെറ്റ്ലി അതിന്റെ തലക്കെട്ട് മാറ്റി. ഇതെല്ലാം സമ്പദ്ഘടനക്കുള്ള പ്രചോദമാണെന്നതാണ് അദ്ദേഹത്തിന്റെ നയം. സ്വർണ്ണവും വജ്രവും ഇറക്കുമതി ചെയ്യുന്നവർക്ക് നൽകിയ നികുതി ഇളവുകൾ 75592 കോടി രൂപയാണ്. ആയിരക്കണക്കിന് തൊഴിൽ അവസരങ്ങൾ അതുവഴി സൃഷ്ടിക്കപ്പെട്ടുവെന്നാണ് ജെറ്റ്ലിയുടെ ന്യായം. കോടിക്കണക്കിന് തൊഴിൽ അവസരം സൃഷ്ടിക്കുകയും ഗ്രാമീണ സമ്പദ്ഘടനക്ക് ഉത്തേജനം നൽകുകയും ചെയ്യുന്ന തൊഴിലുറപ്പ് പദ്ധതിക്ക് നൽകുന്ന പണത്തിന്റെ ഇരട്ടിയിലധികമാണ് സ്വർണ്ണ മുതലാളിമാർക്ക് നൽകിയിട്ടുള്ള ഇളവുകൾ.

ഭരണകൂടം ഭരിക്കുന്ന വർഗത്തിന്റേതാണെന്നത് പ്രാഥമിക പാഠമാണ്. എന്നാൽ മഹാഭൂരിപക്ഷം വരുന്ന ജനങ്ങളുടെ താൽപര്യങ്ങൾ സംരക്ഷിക്കാൻ ശ്രമിക്കുന്നുവെന്ന പ്രതീതിയെങ്കിലും സൃഷ്ടിക്കാൻ ശ്രമിക്കാറുണ്ട്. എന്നാൽ നവഉദാരവൽക്കരണം രാഷ്ട്രത്തെ തന്നെ കോർപ്പറേറ്റ് വൽക്കരിക്കുന്നതിനാണ് ശ്രമിക്കുന്നത്.

എന്തുകൊണ്ട് ഇടതുപക്ഷം

പതിനേഴാം ലോകസഭാതെരഞ്ഞെടുപ്പിന് മുന്നോടിയായി രാഷ്ട്രീയ ചർച്ചകൾ രാജ്യത്ത് സജീവമാണ്. മോദി സർക്കാരിനെതിരെ ശക്തമായ ജനവികാരം ഉണ്ടെന്ന കാര്യത്തിൽ തർക്കമില്ല. കഴിഞ്ഞ ലോകസഭാതെരഞ്ഞെടുപ്പിൽ 31 ശതമാനം വോട്ടാണ് ബിജെപിക്ക് ലഭിച്ചത്. സഖ്യകക്ഷികൾക്കും കൂടി 37. വോട്ടു ചെയ്തവരിൽ 63 ശതമാനം പേർ ബിജെപി ക്കും സഖ്യകക്ഷികൾക്കും വോട്ട് രേഖപ്പെടുത്തിയില്ല. എന്നാൽ, ആനുപാതിക പ്രാതിനിധ്യം നടപ്പിലാക്കാത്തതുകൊണ്ട് 336 എംപിമാരുടെ പിന്തുണയോടെ എൻഡിഎ അധികാരത്തിൽ വന്നു. ബിജെപിക്ക് ഒറ്റക്ക് 282 സീറ്റുകൾ ലഭിച്ചു.

കഴിഞ്ഞ ലോകസഭാതെരഞ്ഞെടുപ്പിന്റെ വിശകലനത്തിൽ ബിജെപി യുടേയും മോദിയുടേയും വിജയം എന്നതിനേക്കാളും കോൺഗ്രസിന്റെ പരാജയമെന്ന വിശേഷണമായിരിക്കും കൂടുതൽ ശരി. കോൺഗ്രസ് നയിച്ച രണ്ടാം യുപിഎ സർക്കാരിനെതിരായ അതിശക്തമായ ജനവികാരമാണ് തെരഞ്ഞെടുപ്പിൽ പ്രതിഫലിച്ചത്. അഴിമതിക്കും കാർഷിക മേഖലയിലെ ആത്മഹത്യകൾക്കുമെതിരെ

വലിയ തോതിൽ ജനവികാരമുണ്ടായി. നിർഭയ സംഭവത്തോടെ സ്ത്രീ സുരക്ഷയും പ്രധാന ചർച്ചയായി. രണ്ടാം തലമുറ സ്പെക്ട്രം അഴിമതിയിൽ പ്രധാനമന്ത്രിയുടെ ഓഫീസിനു വരെ പങ്കുണ്ടെന്ന കണ്ടെത്തലുകൾ സർക്കാരിന്റെ വിശ്വാസ്യതയെ തകർത്തു. കോൺഗ്രസിനെ അധികാരത്തിൽ നിന്നും താഴെ ഇറക്കണമെന്ന് ആഗ്രഹിച്ച ജനങ്ങൾക്ക് ആശ്രയിക്കാൻ വിശ്വാസ്യതയുള്ള ബദൽ സംവിധാനമുണ്ടായിരുന്നില്ല. പല സംസ്ഥാനങ്ങളിലേയും പ്രബലമായ രാഷ്ട്രീയ പാർടികളെ തങ്ങളുടെ മുന്നണിയിലേക്ക് ആകർഷിക്കുന്നതിനും ബിജെപി ക്കു കഴിഞ്ഞു. വൻകിട കോർപ്പറേറ്റുകളുടെ പിൻബലത്തോടെ മോദി കേന്ദ്രീകൃതമായി നടത്തിയ പ്രചണ്ഡമായ പ്രചാരവേലകൾ അധികാരത്തിലേക്കുള്ള വഴി എളുപ്പമാക്കി.

ബിജെപിക്ക് ലഭിച്ച 31 ശതമാനം വോട്ടുപോലും അവരുടെ രാഷ്ട്രീയ പ്രത്യയശാസ്ത്ര നിലപാടുകൾക്കൊപ്പം നിൽക്കുന്ന വോട്ടുകളല്ലെന്നു ചുരുക്കം. കോൺഗ്രസിന്റെ അഴിമതിക്കും ദുർഭരണത്തിനുമെതിരായ വികാരമുള്ളവരും മറ്റുവഴികളില്ലാത്തതിനാൽ ബിജെപിക്ക് വോട്ടുചെയ്തിട്ടുണ്ട്. അഴിമതിയുടെ കാര്യത്തിൽ കോൺഗ്രസും ബിജെപി യും തമ്മിൽ വലിയ വ്യത്യാസമില്ലെന്ന് റഫേൽ അഴിമതി ഒന്നു കൂടി വ്യക്തമാക്കി. വർധിച്ചുവരുന്ന കാർഷിക ആത്മഹത്യകളും അതു സൃഷ്ടിക്കുന്ന നയങ്ങൾക്ക് എതിരായ ലോങ്മാർച്ചുകളും മോദി ഭരണത്തിൽ സ്ഥിരം കാഴ്ചകളായി. നേരത്തെ യുപിഎ ഭരണത്തിൽ രാജസ്ഥാനിലാണ് പ്രധാനമായ കാർഷിക പോരാട്ടങ്ങൾ നടന്നതെങ്കിൽ ഇന്ന് അത് മറ്റു സംസ്ഥാനങ്ങളിലേക്കും വ്യാപിച്ചു. കോൺഗ്രസ് ആരംഭിച്ച അതേ നയങ്ങൾ തന്നെയാണ് ബിജെപിയും പിന്തുടർന്നത്. കോൺഗ്രസ് ഭരണത്തിൽ പണിമുടക്കങ്ങൾക്ക് നിർബന്ധിതമായ തൊഴിലാളി യൂണിയനുകൾ ബിജെപി ഭരണത്തിലും മറ്റു വഴികളില്ലാതെ തുടർച്ചയായ പ്രക്ഷോഭങ്ങൾക്ക് നേതൃത്വം നൽകി.

ഏകകക്ഷി ഭരണവും മോദിയുടെ ആധികാരിക നേതൃത്വവും രാജ്യത്തിന്റെ സമ്പദ്ഘടനക്ക് വലിയ ഉണർവ്വ് നൽകുമെന്ന് പ്രതീക്ഷിച്ച് ബിജെപിക്ക് ഒപ്പം നിലപാട് സ്വീകരിച്ച ഇടത്തരം വിഭാഗങ്ങളുണ്ട്. പ്രധാന മെട്രോ നഗരങ്ങളിലെല്ലാം ബിജെപിക്ക് തിളക്കമേറിയ വിജയമുണ്ടായി. എന്നാൽ, കറൻസി നിരോധനവും ജിഎസ്ടിയും സമ്പദ്ഘടനക്ക് വലിയ ആഘാതമാണ് ഏൽപ്പിച്ചത്. ചെറുകിട

വ്യവസായികളും ചില്ലറ വ്യാപാരികളുമാണ് ഏറ്റവും കൂടുതൽ ബുദ്ധിമുട്ട് അനുഭവിക്കേണ്ടിവന്നത്. അധികാരത്തിൽവന്നാൽ കള്ളപ്പണം പിടിച്ചെടുക്കുമെന്നും ഓരോ ഇന്ത്യക്കാരന്റെ അക്കൗണ്ടിലേക്കും 15 ലക്ഷം രൂപ വീതം എത്തിക്കുമെന്ന തെരഞ്ഞെടുപ്പ് വാഗ്ദാനവും ഇടത്തരക്കാരെ സ്വാധീനിച്ചു. അതെല്ലാം കേവലം പ്രഖ്യാപനങ്ങൾ മാത്രമാണെന്ന് ബോധ്യപ്പെടുത്തിയതായിരുന്നു ബിജെപി ഭരണം.

ഭരണഘടനാ സ്ഥാപനങ്ങളെ ദുർബലപ്പെടുത്തുകയും അമിതാധികാര പ്രവണതകൾ പിന്തുടരുകയും ചെയ്യുന്ന മോദി സർക്കാർ ജനാധിപത്യത്തിനു തന്നെ ഭീഷണിയായി. പാർലമെണ്ടിനെ നോക്കുകുത്തിയാക്കിമാറ്റിയ അനുഭവം പല ഘട്ടങ്ങളിലുമുണ്ടായി. അവിശ്വാസ പ്രമേയം പോലും ചർച്ച ചെയ്യാൻ അവസരം നൽകാത്ത അങ്ങേയറ്റം ജനാധിപത്യവിരുദ്ധമായ നിലപാട് സ്വീകരിക്കുകയും ചെയ്തു. മതനിരപേക്ഷതക്കുനേരെ കനത്ത വെല്ലുവിളിയാണ് ഈ സർക്കാർ ഉയർത്തിയത്. മതന്യൂനപക്ഷങ്ങൾ അരക്ഷിതരായി ജീവിക്കേണ്ട സാഹചര്യമാണ്. സ്വതന്ത്രമായി അഭിപ്രായം പ്രകടനം നടത്തിയവരെ കൊലപ്പെടുത്തുന്നത് കൽബുർഗിയിലും ധാബോൽക്കറിലും പൻസാരെയിലും ഗൗരി ലങ്കേഷിലും അവസാനിക്കുന്നില്ല. നീതിന്യായസംവിധാനത്തിൽ നടത്തുന്ന ഇടപെടലുകൾക്ക് എതിരെ സുപ്രീംകോടതിയിലെ നാലു സീനിയർ ജഡ്ജിമാർക്ക് പത്രസമ്മേളനം നടത്തേണ്ടിവന്നു.

കേന്ദ്രത്തിൽ ബിജെപി പിന്തുടരുന്ന അതേ നയങ്ങൾ തന്നെയാണ് ശക്തമായി സംസ്ഥാനങ്ങളിലും അവരുടെ സർക്കാരുകൾ നടപ്പിലാക്കാൻ ശ്രമിക്കുന്നത്. ഇതിനെതിരായി ഉയർന്ന ജനരോഷമാണ് രാജസ്ഥാൻ, മധ്യപ്രദേശ്, ഛത്തീസ്ഗഢ് നിയമസഭാതെരഞ്ഞെടുപ്പുകളിൽ പ്രതിഫലിച്ചത്. ഈ സംസ്ഥാനങ്ങളിൽ കോൺഗ്രസിന്റെ വിജയം എന്നതിനേക്കാളും ബിജെപിയുടെ പരാജയമെന്ന് വിശേഷിപ്പിക്കുന്നതായിരിക്കും ശരി. ബദലായി കോൺഗ്രസ് മാത്രമെന്ന അവസ്ഥയിൽ ജനങ്ങൾ അവരെ തെരഞ്ഞെടുക്കുകയാണ് ചെയ്തത്.

ജനങ്ങളിൽനിന്നും ഒറ്റപ്പെട്ട ബിജെപി തങ്ങളുടെ ഉറച്ച വോട്ടുകളെങ്കിലും നഷ്ടപ്പെടാതിരിക്കുന്നതിനായി തീവ്രഹിന്ദുത്വ കാർഡ് ഇറക്കാനാണ് ശ്രമിച്ചത്. അതുകൊണ്ടാണ് ഉൾവിളി ഉണ്ടായതു

പോലെ രാമക്ഷേത്ര മുദ്രാവാക്യം ഉയർത്തുന്നത്. എന്നാൽ, സർക്കാർ അടിച്ചേൽപ്പിച്ച ദുരിതങ്ങൾ ഏറ്റുവാങ്ങാൻ നിർബന്ധിതമായ ജനതയെ ഇത്തരം മുദ്രാവാക്യങ്ങൾ കൊണ്ട് തെറ്റിദ്ധരിപ്പിക്കാൻ കഴിയില്ല. ജനാധിപത്യത്തിനും ഭരണഘടനക്കും ഭീഷണിയാവുകയും സമ്പദ്ഘടന തകർക്കുകയും ജനജീവിതം ദുരിതപൂർണ്ണമാക്കുകയും ചെയ്ത മോദി സർക്കാരിനെ അധികാരത്തിൽനിന്നും പുറത്താക്കു കയെന്ന അടിയന്തിര കടമയാണ് ഈ തെരഞ്ഞെടുപ്പിൽ ജനങ്ങൾ ഏറ്റെടുക്കുന്നത്.

എന്നാൽ, ഏതു പാർടിക്കും ഏതു വ്യക്തിക്കുമാണ് അതിനു കഴിയുകയെന്ന ചോദ്യം ഉയർത്താനാണ് മോദിയും ബിജെപി യും ശ്രമിക്കുന്നത്. ഏതെങ്കിലും ഒരു പാർടിക്ക് ഈ കടമ അഖിലേ ന്ത്യാതലത്തിൽ നിർവഹിക്കാൻ കഴിയുമെന്ന് ആരും കരുതുന്നില്ല. രാജ്യത്ത് ഏകകക്ഷി ഭരണത്തിന്റെ കാലം എൺപതുകൾ മുതൽ അവസാനിച്ചു. ഇരുപതു കൊല്ലത്തിനുള്ളിൽ അധികാരത്തിൽ വന്ന പത്താമത്തെ മുന്നണി ഭരണമായിരുന്നു രണ്ടാം യുപിഎ സർക്കാ രിന്റേത്. രാജ്യത്ത് അധികാരത്തിലുണ്ടായിരുന്നത് ഒരു മുന്നണി സർക്കാരായിരുന്നുവെങ്കിൽ നോട്ട് നിരോധനം ഉൾപ്പെടെയുള്ള ഏകപക്ഷീയ നടപടികൾ ഉണ്ടാകുമായിരുന്നില്ലെന്ന നിരീക്ഷണവും പ്രസക്തം. രാജ്യത്തിന്റെ രാഷ്ട്രീയ ഘടനയിൽ സംസ്ഥാനങ്ങൾക്കും പ്രാദേശിക രാഷ്ട്രീയ പാർടികൾക്കും പ്രാധാന്യം വന്നതും ഈ കാലയളവിൽ തന്നെയാണ്. രാജ്യവ്യാപകമായി ഒറ്റക്ക് മത്സരിച്ച് ഭൂരിപക്ഷം നേടുന്ന അവസ്ഥ ബിജെപി ഉൾപ്പെടെ ഒരു പാർടിക്കും ഇന്ന് ഇന്ത്യയിലില്ലെന്നതാണ് യാഥാർഥ്യം.

ആരാകും പ്രധാനമന്ത്രിയെന്ന ചോദ്യവും അതുപോലെ അപ്ര സക്തമാണ്. അടിയന്തരാവസ്ഥക്ക് ശേഷം മൊറാർജിദേശായിയെ മുൻനിർത്തിയുള്ള സഖ്യമായിരുന്നില്ല 1977 ലെ തെരഞ്ഞെടുപ്പിനെ നേരിട്ടത്. വിജയിച്ച ശേഷമാണ് പ്രധാനമന്ത്രിയാരായിരിക്കുമെ ന്ന് നിശ്ചയിച്ചത്. 1989 ലെ തെരഞ്ഞെടുപ്പ് വിജയത്തിൽ വിപി സിങ്ങിന്റെ പങ്ക് പ്രധാനമായിരുന്നെങ്കിലും ദേവിലാൽ ഉൾപ്പെടെ പല പേരുകളും പ്രധാനമന്ത്രി സ്ഥാനത്തേക്ക് ഉയർന്നുവന്നിരുന്നു. ഐക്യമുന്നണി സർക്കാരിന്റെ പ്രധാനമന്ത്രിയായി ദേവഗൗഡ വരുമെന്ന് തെരഞ്ഞെടുപ്പിനു മുമ്പ് ആരും പ്രവചിക്കുക പോലും ചെയ്തിരുന്നില്ല. ഒന്നാം യുപിഎ സർക്കാരിന്റെ നേതൃത്വത്തിലേക്ക്

മൻമോഹൻസിങ് വരുന്നതുപോലും അപ്രതീക്ഷിതമായിട്ടായിരുന്നു. വാജ്പേയ് സർക്കാരിനെ താഴെയിറക്കിയ ഈ ഘട്ടത്തിലും പ്രതിപക്ഷം അഖിലന്ത്യാതലത്തിൽ ഒറ്റ മുന്നണിയായി മത്സരിച്ചിരുന്നില്ലെന്നതും തെരഞ്ഞെടുപ്പ് ഫലമാണ് യുപിഎക്ക് രൂപം നൽകിയത് എന്നതും പ്രസക്തം. മോദി ഭരണത്തിനെതിരായ അസംതൃപ്തിയെ വോട്ടാക്കി മാറ്റുന്നതിനും ബിജെപിയെ പരാജയപ്പെടുത്തുന്നതിനും ഇന്നും അഖിലേന്ത്യാതലത്തിലുള്ള മുന്നണി അപ്രായോഗികമാണ്. കോൺഗ്രസ് പാർടിക്കു മാത്രമേ ബിജെപിയെ പരാജയപ്പെടുത്താൻ കഴിയൂയെന്ന് വാദിക്കുന്നവർ ചരിത്രത്തെയും ഇന്നത്തെ വസ്തുനിഷ്ഠ സാഹചര്യത്തെയും കണ്ടില്ലെന്ന് നടിക്കുകയാണ്.

ദേശീയ രാഷ്ട്രീയവും കോൺഗ്രസും

ഇന്നത്തെ ഇന്ത്യൻ സാഹചര്യത്തിൽ കോൺഗ്രസും ബിജെപിയും നേരിട്ട് ഏറ്റുമുട്ടുന്ന സംസ്ഥാനങ്ങൾ വളരെ ചുരുക്കം. അതിൽ പ്രധാനം ഇപ്പോൾ കോൺഗ്രസ് വിജയിച്ച രാജസ്ഥാനും മധ്യപ്രദേശും ചത്തീസ്ഗഢുമാണ്. ഈ മൂന്നു സംസ്ഥാനങ്ങളിലും കൂടി 71 പാർലമെണ്ട് സീറ്റുകൾ. പിന്നെ കോൺഗ്രസ് ഒറ്റക്ക് അധികാരത്തിലുള്ള ഏക സംസ്ഥാനം പഞ്ചാബാണ്. ഇവിടെ ബിജെപി യും അകാലിദളുമാണ് പ്രധാന എതിരാളികൾ. ഇതു കൂടി ചേർന്നാൽ 84 സീറ്റുകളാണ്. വലിയ വിജയ സാധ്യതയില്ലെങ്കിലും കോൺഗ്രസ് നേരിട്ട് ബിജെപി യോട് മത്സരിക്കുന്ന പ്രധാന സംസ്ഥാനം 26 സീറ്റുകളുള്ള ഗുജറാത്താണ്. കഴിഞ്ഞ തവണ ഒരു സീറ്റുപോലും കോൺഗ്രസിന് വിജയിക്കാൻ കഴിഞ്ഞില്ലെന്നു മാത്രമല്ല നിയമസഭാ തെരഞ്ഞെടുപ്പിൽ വിജയിച്ച കോൺഗ്രസ് എംഎൽഎമാർ പോലും ബിജെപി യിലേക്ക് കൂറുമാറുന്ന സംസ്ഥാനമാണത്. വേണമെങ്കിൽ നാലു സീറ്റുള്ള ഹിമാചൽപ്രദേശും രണ്ടു സീറ്റുള്ള ഗോവയും ഈ ഗണത്തിൽപ്പെടുത്താം. കൂട്ടത്തിൽ പത്തു സീറ്റുള്ള ഹരിയാനയെയും കൂട്ടിയാൽ ജയ സാധ്യതയുള്ളതും ഇല്ലാത്തതുമായ ഈ 126 സീറ്റുകളിലാണ് ബിജെപി യുമായി കോൺഗ്രസ് നേരിട്ട് ഏറ്റുമുട്ടുന്നത്.

കോൺഗ്രസ് അധികാരത്തിൽ പങ്കാളിയായ സംസ്ഥാനമാണ് കർണാടക. 28 പാർലമെണ്ട് സീറ്റുകളുള്ള സംസ്ഥാനത്ത് ജനതാദൾ എസിന്റെ കൂടി പിന്തുണയില്ലാതെ കോൺഗ്രസിനു നിലനിൽപ്പില്ല.

പിന്നെ കോൺഗ്രസ് അധികാരത്തിൽ പങ്കാളിയായിട്ടുള്ള കേന്ദ്ര ഭരണപ്രദേശമാണ് പുതുച്ചേരി. അവിടെ ഒരു പാർലമെണ്ട് സീറ്റ് മാത്രമാണുള്ളത്. ഡിഎംകെ പിന്തുണയോടെ ഈ സീറ്റിൽ മത്സരിക്കാമെന്നു മാത്രം. പക്ഷേ, അവിടെ മുഖ്യ എതിരാളി ബിജെപി യല്ല. സീറ്റുകളുടെ കണക്കിൽ രണ്ടാം സ്ഥാനത്തുള്ള മഹാരാഷ്ട്രയിൽ ഒറ്റക്ക് കോൺഗ്രസിനു ബിജെപിയെ നേരിടാൻ കഴിയുന്ന സ്ഥിതിയില്ല. 48 സീറ്റുകളുള്ള ഇവിടെ എൻസിപി കൂടി ചേരുന്ന സഖ്യത്തിനു മാത്രമേ ബിജെപിയെ പ്രതിരോധിക്കുന്നതിനുള്ള സാധ്യതയുള്ളൂ.

എൺപതു പാർലമെണ്ട് അംഗങ്ങളെ സംഭാവന ചെയ്യുന്ന യുപിയിൽനിന്നും ഇപ്പോൾ കോൺഗ്രസിന് രണ്ടു പാർലമെണ്ട് അംഗങ്ങൾ മാത്രം. ഒരു ദിവസം മുഖ്യമന്ത്രിയായി അധികാരത്തിലിരുന്ന ജഗദംപികപാലിനെ ഒഴിവാക്കിയാൽ 1989ലാണ് ഒടുവിൽ കോൺഗ്രസ് യുപി ഭരിച്ചത്. 30 വയസുള്ള ഒരു വോട്ടർ കണ്ടിട്ടുള്ളത്, ദുർബലമായ കോൺഗ്രസിനെ മാത്രമാണ്. മണ്ഡലിനു ശേഷമുള്ള യുപിയുടെ രാഷ്ട്രീയം വ്യത്യസ്തമാണ്. സമാജ്‌വാദി പാർടിയും ബഹുജൻ സമാജ് പാർടിയും ചേരുന്ന മുന്നണിക്കാണ് ബിജെപിയെ പരാജപ്പെടുത്താൻ ശക്തിയുള്ളത്. എന്നാൽ, കോൺഗ്രസ് കൂടി ഈ മുന്നണിയുടെ ഭാഗമാകുന്നത് തങ്ങളുടെ നില ദുർബലപ്പെടുത്തുമെന്ന തിരിച്ചറിവാണ് എസ്‌പിക്കും ബിഎസ്‌പിക്കുമുള്ളത്. 42 സീറ്റുകളുള്ള ബംഗാളിൽ കോൺഗ്രസ് പ്രധാന ശക്തിയല്ല. 40 പാർലമെണ്ട് അംഗങ്ങൾ വരുന്ന ബീഹാറിൽ മഹാസഖ്യത്തിൽ ജൂനിയർ പാർട്നർ മാത്രമാണ് കോൺഗ്രസ്. 39 എംപിമാരെ തെരഞ്ഞെടുക്കുന്ന തമിഴ്നാട്ടിലും ഡിഎംകെയുടെ ഉദാരമനസ്കതയിൽ കിട്ടുന്ന സീറ്റുകളിൽ മാത്രമാണ് കോൺഗ്രസ് മത്സരിക്കുന്നത്. 25 പാർലമെണ്ട് സീറ്റുള്ള ആന്ധ്രയിലും 17 സീറ്റുള്ള തെലങ്കാനയിലും പ്രാദേശിക പാർടികളാണ് പ്രധാന ശക്തികൾ. ഇവിടെ കോൺഗ്രസും ബിജെപി യും ശക്തിയല്ല. ഈ രണ്ടു സംസ്ഥാനങ്ങളും ചേരുന്ന അവിഭക്ത ആന്ധ്രയിലുണ്ടായിരുന്ന 42 സീറ്റുകളിൽനിന്നായി 2004ൽ കോൺഗ്രസിനു ഒറ്റക്ക് 31 എംപിമാരുണ്ടായിരുന്നു. ഇന്ന് രണ്ടു സംസ്ഥാനങ്ങളിലും കോൺഗ്രസ് ഒറ്റപ്പെട്ടു. 25 എംപിമാരുള്ള വടക്കുകിഴക്കൻ സംസ്ഥാനങ്ങളിൽ കോൺഗ്രസ് ഇന്ന് ചിത്രത്തിലില്ല. 21 സീറ്റുള്ള ഒറീസയിലും ബിജു ജനതാദളും ബിജെപി യുമാണ് പ്രധാന ശക്തികൾ. ഇന്ത്യ ആരു ഭരിക്കണമെന്ന് നിശ്ചയിക്കുന്ന

ഈ 289 സീറ്റുകളിൽ കോൺഗ്രസ് പ്രധാനശക്തിയല്ലെന്നു ചുരുക്കം. ഇടതുപക്ഷവും കോൺഗ്രസും നേരിട്ട് ഏറ്റുമുട്ടുന്ന, ബിജെപി പ്രധാന ശക്തിയല്ലാത്ത കേരളത്തിലെ 20 സീറ്റുകളാണ് ഈ കണക്കിലൊന്നും ഉൾപ്പെടാത്തത്.

പഴയകാല ചരിത്രത്തിൽ കുരുങ്ങികിടക്കുന്നവരും ഇന്നത്തെ യാഥാർത്ഥ്യത്തെ കുറിച്ച് അജ്ഞരായവർക്കും മാത്രമേ കോൺഗ്രസിനാണ് ദേശീയ തലത്തിൽ ബിജെപിയെ പരാജയപ്പെടുത്താൻ കഴിയൂയെന്ന് വാദിക്കാനാവൂ. 16-ാം ലോകസഭയിൽ കോൺഗ്രസിനു 44 അംഗങ്ങളാണുണ്ടായിരുന്നത്. 14-ാം ലോകസഭയിൽ അഞ്ചു സംസ്ഥാനങ്ങളിൽനിന്നായി സിപിഐഎമ്മിനു ഇതേ അംഗസംഖ്യയുണ്ടായിരുന്നു. സിപിഐഎം ദുർബലമായി എന്നതു കാണാതിരിക്കുന്നില്ല. എന്നാൽ, രാജ്യത്താകെ ശക്തിയുണ്ടായിരുന്ന കോൺഗ്രസിന്റെ അവസ്ഥ കണ്ടില്ലെന്നു നടിക്കുന്നവരുടെ പ്രചാരവേലകൾ തിരിച്ചറിയേണ്ടതുണ്ട്. അതുകൊണ്ട് ഓരോ സംസ്ഥാനത്തും ആർക്കാണോ ബിജെപിയെ തോൽപ്പിക്കാൻ കഴിയുന്നത് അവർക്ക് വോട്ടുചെയ്യുക എന്നതാണ് പ്രധാനം.

ബിജെപി ക്കെതിരെ മുന്നണിയുണ്ടാക്കുന്നതിൽ പ്രാദേശിക കക്ഷികൾ കോൺഗ്രസിനെ അവസാനമായി പരിഗണിക്കുന്നത് അനുഭവത്തിന്റേയും അവരുടെ സമീപനത്തിന്റേയും ഭാഗമായിട്ടാണ്. കഴിഞ്ഞ നിയമസഭാതെരഞ്ഞെടുപ്പിൽ തെലങ്കാനയിൽ തെലുങ്കുദേശം പാർടി കോൺഗ്രസുമായി മുന്നണിയായാണ് മത്സരിച്ചത്. അവർക്കൊപ്പം സിപിഐയും തെലങ്കാന ജനസമിതിയും ചേർന്നിരുന്നു. 2004ൽ 14.7 ശതമാനം വോട്ടും 15 സീറ്റുമുണ്ടായിരുന്ന ടിഡിപി കോൺഗ്രസുമായി ചേർന്ന് മുന്നണിയുണ്ടാക്കിയപ്പോൾ 3.5 ശതമാനം വോട്ടും രണ്ടു സീറ്റും മാത്രം ലഭിക്കുന്ന അവസ്ഥയുണ്ടായി. യുപിയിൽ സമാജ്‌വാദി പാർടിയുടെ സ്ഥിതിയും നിയമസഭാതെരഞ്ഞെടുപ്പിൽ വ്യത്യസ്തമായിരുന്നില്ല.

ദേശീയ രാഷ്ട്രീയത്തിലെ മറ്റൊരു അനുഭവം കോൺഗ്രസ് എപ്പോൾ വേണമെങ്കിലും ബിജെപി യാകാമെന്നതാണ്. യുപിയിലെ കോൺഗ്രസിന്റെ അവസാന മുഖ്യമന്ത്രി ജഗദംബികാപാൽ ഇന്ന് ബിജെപി എംപിയാണ്. യഥാർഥത്തിൽ യുപിയിലെ അവസാന മുഖ്യമന്ത്രിയും പിന്നീട് ഗവർണറുമായിരുന്ന എൻഡി തിവാരി ബിജെപി ക്കാരനായാണ് മരിച്ചത്. കർണാടകയിലെ കോൺഗ്രസ്

മുഖ്യമന്ത്രിയും കേന്ദ്ര വിദേശമന്ത്രിയുമായിരുന്ന എസ്എം കൃഷ്ണ ബിജെപി യിലാണ്. ഉത്തരഖണ്ഡിലെ മുഖ്യമന്ത്രിയായിരുന്ന വിജയ് ബഹുഗുണയും ഈ ഗണത്തിലാണ്. യുപി പിസിസി പ്രസിഡണ്ടായിരുന്ന റീത്താ ജോഷി ഇന്ന് യോഗി ആദിത്യനാഥ് മന്ത്രിസഭയിലെ ടൂറിസം മന്ത്രി. യുപിഎ സർക്കാരിൽ ഏകെ ആന്റണിയുടെ സഹമന്ത്രിയായിരുന്ന റാവു ഇന്ദർസിംഗ് മോദി മന്ത്രിസഭയിലുണ്ട്. രണ്ടാം യുപിഎ സർക്കാരിൽ സ്ത്രീകളുടേയും കുട്ടികളുടേയും ക്ഷേമ കാര്യത്തിൽ കാബിനറ്റ് മന്ത്രിയായിരുന്ന കൃഷ്ണ തീരാഥ് ഡൽഹിയിലെ ബിജെപി നേതാവാണ്. മണിപ്പൂരിലെ മുഖ്യമന്ത്രി ബേരൻസിങ്ങും ഗവർണ്ണർ നജ്മ ഹെപ്ത്തുള്ളയും കേന്ദ്ര ഗ്രാമവികസന മന്ത്രി റാവു ബീരേന്ദ്രസിങ്ങും അലുവാലിയയും പഴയ കോൺഗ്രസ് നേതൃനിരയാണ്. ഗോവയിൽ ബിജെപിയെ പരാജയപ്പെടുത്തി കൈപ്പത്തി ചിഹ്നത്തിൽ മത്സരിച്ച് ജയിച്ച വിശ്വജിത്ത് പ്രതാപ് സിങ് റാണെ രാജിവെച്ച് ബിജെപി യിൽ ചേർന്ന് ആരോഗ്യമന്ത്രിയായി.. ഗുജറാത്തിൽ മോദി പ്രഭാവലയത്തെ പോലും അവഗണിച്ച് മതനിരപേക്ഷ വോട്ടർമാർ വിജയിപ്പിച്ച ആശബെൻ പട്ടേൽ ബിജെപി യിലേക്ക് ചേക്കേറി. അരുണാചലിലും ത്രിപുരയിലും കോൺഗ്രസ് നിയമസഭാകക്ഷി ഒന്നിച്ച് ബിജെപി യിൽ ചേർന്നു.

കർണാടക തെരഞ്ഞെടുപ്പിനു ശേഷമുള്ള അനുഭവങ്ങൾ കോൺഗ്രസിനെ സംബന്ധിച്ച് അവശേഷിക്കുന്ന പ്രതീക്ഷ പോലും തകർക്കുന്നതാണ്. ബിജെപിയെ മാറ്റിനിർത്താൻ നേതൃത്വം ജനതദൾ എസിനെ പിന്തുണക്കാനും മന്ത്രിസഭയിൽ ചേരാനും നിശ്ചയിച്ചു. എന്നാൽ, എംഎൽഎമാരിൽ നല്ലൊരു പങ്കും പണത്തിനും അധികാരത്തിനും വേണ്ടി ബിജെപിയെ പിന്തുണക്കാൻ തയ്യാറായി. അവരുടെ കൂറുമാറ്റം തടയുന്നതിനായി എംഎൽഎമാരെ സ്ഥിരം റിസോർട്ടിൽ താമസിപ്പിക്കേണ്ട അപമാനകരമായ അവസ്ഥ കോൺഗ്രസിനുണ്ടായി. ബിജെപിയെ പരാജയപ്പെടുത്തുന്നതിനായി കോൺഗ്രസിനെ തെരഞ്ഞെടുക്കുന്ന ഒരു വോട്ടർക്ക് പിന്നെയൊരിക്കലും അവരെ കാണാൻ പോലും പറ്റാത്ത പരിഹാസ്യ അവസ്ഥയാണിത്. അതുകൊണ്ടു തന്നെ ദേശീയ രാഷ്ട്രീയത്തിൽ ബിജെപി വിരുദ്ധ നിലപാടിൽ നിൽക്കുന്നവർ മറ്റു വഴികളൊന്നുമില്ലെങ്കിൽ മാത്രമേ കോൺഗ്രസിനെ കുറിച്ച് ചിന്തിക്കുകയുള്ളൂവെന്നതാണ് യാഥാർത്ഥ്യം.

ബിജെപിയെ പരാജയപ്പെടുത്തുന്നതിനായി കേരളം ലോക സഭയിലേക്ക് ആരെയാണ് തെരഞ്ഞെടുക്കേണ്ടതെന്ന ചോദ്യം പ്രധാന പ്രചാരണ ആയുധമായി മാറുന്നുണ്ട്. ദേശീയ തലത്തിൽ കോൺഗ്രസിനു മാത്രമേ ബിജെപിയെ പ്രതിരോധിക്കാൻ കഴിയൂ യെന്ന മറുപടി ചിലർ ബോധപൂർവ്വം പ്രചരിപ്പിക്കുന്നുണ്ട്. അതിന്റെ യുക്തിയില്ലായ്മയാണ് വിശദീകരിച്ചത്. ഇതേ ചോദ്യമാണ് 2004 ലെ തെരഞ്ഞെടുപ്പിലും ഉയർന്നിരുന്നത്. ആദ്യമായി കാലാവധി പൂർത്തികരിച്ച ബിജെപി സർക്കാരായിരുന്നു അന്ന് തെരഞ്ഞെടുപ്പിനെ അഭിമുഖീകരിച്ചിരുന്നത്. വാജ്പേയിയുടെ നേതത്വത്തിലുള്ള ദേശീയമുന്നണി സഖ്യം ശക്തമായ പ്രചാരവേലയാണ് നടത്തിയതും. അന്ന് കോൺഗ്രസിന് ഇതിനേക്കാളും ശക്തിയുണ്ടായിരുന്നു. 13-ാം ലോകസഭയിൽ 114 സീറ്റ്. നിരവധി സംസ്ഥാനങ്ങളിൽ അധികാര ത്തിലുണ്ടായിരുന്ന കോൺഗ്രസ് ഇന്നത്തെപോലെ ഒറ്റപ്പെട്ടിരുന്നില്ല. അതു കൊണ്ടുതന്നെ ഇന്നത്തേക്കാൾ ശക്തമായി മാധ്യമങ്ങൾ ഈ വാദം ഉയർത്തിയിരുന്നു. പക്ഷേ, കേരളത്തിലെ വോട്ടർമാർ യുക്തി സഹമായ നിലപാട സ്വീകരിച്ചു. ബിജെപി ക്കെതിരെ വിട്ടുവീഴ്ച യില്ലാത്ത നിലപാട് സ്വീകരിക്കാൻ കഴിയുന്നത് ഇടതുപക്ഷത്തിനു മാത്രമാണെന്ന് അവർ തിരിച്ചറിഞ്ഞു. മതന്യൂനപക്ഷസംരക്ഷണം പ്രധാന ചർച്ച വിഷയമായ തെരഞ്ഞെടുപ്പിൽ മുസ്ലീംലീഗിനേക്കാർ വിശ്വസിക്കാവുന്നത് സിപിഐഎമ്മിനെയും ഇടതുപക്ഷത്തെയുമാ ണെന്ന് മഞ്ചേരിയിലെ വോട്ടർമാർ തിരിച്ചറിഞ്ഞതും ചരിത്രമായി. കേരളത്തിൽ നിന്നും ഒരു കോൺഗ്രസ് എംപിപോലും തെരഞ്ഞെ ടുക്കപ്പെടാത്ത ഏക തെരഞ്ഞെടുപ്പും അതായിരുന്നു.

അന്നു വോട്ടർമാർ കോൺഗ്രസിനെ അവിശ്വസിച്ചതിനു ആധാരമായ കാരണങ്ങൾ എന്തെങ്കിലും ഇതിനിടയിൽ മാറിയിട്ടു ണ്ടോ? ഇല്ലെന്നു മാത്രമല്ല അവ ശക്തിപ്പെടുകയാണ് ചെയ്തിട്ടുള്ളത്. ഇടതുപക്ഷമാകട്ടെ തങ്ങളിൽ ജനങ്ങൾ അർപ്പിച്ച വിശ്വാസം പൂർ ണ്ണമായും പാലിച്ചു. ബിജെപിയെ മാറ്റി നിർത്തുന്നതിനായി, എല്ലാ എതിർപ്പുകളും നിലനിർത്തികൊണ്ടു തന്നെ കോൺഗ്രസ് നയിച്ച മുന്നണിയെ പിന്തുണച്ചു. അതിന്റെ ഭാഗമായി അധികാരത്തിൽ പങ്കുകൊള്ളാൻ ശ്രമിച്ചില്ല. പകരം ജനോപരകാരപ്രദമായ നിയമ നിർമ്മാണങ്ങൾക്കും നടപടികൾക്കും സമ്മർദ്ദം ചെലുത്തി.

എന്നാൽ, കോൺഗ്രസിന്റെ പ്രധാന ദൗർബല്യമായ വർഗീയതയോടുള്ള വിട്ടുവീഴ്ച നിറഞ്ഞ സമീപനത്തിൽ അവർ മാറ്റം വരുത്തിയില്ല. കോൺഗ്രസിന്റെ അധികാര കുത്തകക്ക് നേരെ വെല്ലുവിളി ഉയർന്ന 1967 ലെ തെരഞ്ഞെടുപ്പിൽ 425 സീറ്റുള്ള യുപി നിയമസഭയിൽ ജനസംഘത്തിനു 98 സീറ്റാണ് ലഭിച്ചത്. കോൺഗ്രസ് സമീപനങ്ങളാണ് ജനസംഘത്തെ വളർത്തിയതെന്ന് അന്നേ വിമർശനമുണ്ടായിരുന്നു. അധികാരം പോലും വലിച്ചെറിയാൻ ധൈര്യം കാണിച്ചാണ് അദ്വാനിയുടെ രഥയാത്രയെ പ്രധാനമന്ത്രിയായിരുന്ന വിപി സിംഗ് തടഞ്ഞത്. അതിനെ തുടർന്ന് ലോകസഭയിലെ അവിശ്വാസ വോട്ടെടുപ്പിൽ ബിജെപിക്ക് ഒപ്പം ചേർന്ന് വോട്ടു ചെയ്ത് സർക്കാരിനെ കോൺഗ്രസ് താഴെയിറക്കി. ഇന്ത്യൻ പാർലമെന്ററി ചരിത്രത്തിൽ ആദ്യമായി വർഗീയതയെ അടിസ്ഥാനമാക്കി നടന്ന അവിശ്വാസ പ്രമേയത്തിൽ ബിജെപിക്ക് ഒപ്പം ചേരുകയാണ് കോൺഗ്രസ് ചെയ്തത്. തന്റെ സ്ഥാനത്യാഗത്തിലൂടെ വിപി സിംഗ് തടഞ്ഞ ബാബറി മസ്ജിദിന്റെ തകർച്ചക്ക് പിവി നരസിംഹ റാവു നിശബ്ദമായി അംഗീകാരം നൽകി. രാജീവ് ഗാന്ധി തുറന്നുവിട്ട അയോധ്യയെന്ന വർഗീയതയുടെ ഭൂതം ഇപ്പോഴും രാജ്യത്തെ വേട്ടയാടുന്നു.

ബിജെപിയുടെ നയങ്ങൾക്കെതിരെ വോട്ട് രേഖപ്പെടുത്തി കോൺഗ്രസിനെ വിജയിപ്പിച്ചാലും വർഗീയ പ്രീണന സമീപനത്തിൽ മാറ്റമില്ലെന്ന് രാജസ്ഥാനും മധ്യപ്രദേശും തെളിയിക്കുന്നുണ്ട്. പശുക്കളെ കശാപ്പുചെയ്തുവെന്ന് ആരോപിച്ച് അഞ്ചു മുസ്ലീം ചെറുപ്പക്കാരെയാണ് കമൽനാഥിന്റെ സർക്കാർ ദേശസുരക്ഷാനിയമം ഉപയോഗിച്ച് ജയിലിലടച്ചത്. ബിജെപി സർക്കാരുകൾ പോലും ചെയ്യാൻ ധൈര്യം കാണിക്കാത്ത നടപടികൾക്കാണ് കോൺഗ്രസ് നേതൃത്വം നൽകുന്നത്. മനുഷ്യർക്ക് വീടുവെച്ച് നൽകുന്നതിനെ കുറിച്ച് ആലോചിക്കുക പോലും ചെയ്യാത്ത കോൺഗ്രസ് സർക്കാരുകൾ പശുക്കളെ പാർപ്പിക്കാൻ പ്രത്യേക സംവിധാനങ്ങൾ ഒരുക്കുന്നു. ബിജെപിയേക്കാൾ മുമ്പ് രാമക്ഷേത്രം തങ്ങൾ പണിയുമെന്ന് കോൺഗ്രസ് നേതാക്കളായ ജോഷിയും റാത്തോഡും പരസ്യമായി പ്രഖ്യാപിക്കുകയുണ്ടായി. തന്റേത് പാർടിയുടെ നിലപാട് തന്നെയാണെന്ന് എഐസിസി ജനറൽ സെക്രട്ടറി കൂടിയായ റാത്തോഡ് ആവർത്തിക്കുകയുണ്ടായി. ബിജെപിയെ അധികാരത്തിൽനിന്നും മാറ്റണമെന്ന്

ആഗ്രഹിക്കുന്ന മതന്യൂനപക്ഷങ്ങൾ ഉൾപ്പെടെയുള്ളവർക്ക് പകരം വരുന്ന സംവിധാനം കോൺഗ്രസിന്റെ നിയന്ത്രണത്തിലാകരുതെന്ന ആഗ്രഹമുണ്ടാകുന്നത് ഈ അനുഭവങ്ങളുടെ അടിസ്ഥാനത്തിലാണ്.

ഇടതുപക്ഷത്തിനു പരമാവധി സീറ്റുകൾ ലഭിക്കേണ്ടത് മതനിരപേക്ഷ നയങ്ങൾ നടപ്പിലാക്കുമെന്നതിന്റെ മുന്നുപാധിയാണ്. ബിജെപിയെ അധികാരത്തിൽനിന്നും താഴെയിറക്കി മതനിരപേക്ഷ ജനാധിപത്യ സർക്കാരിനെ അധികാരത്തിൽ കൊണ്ടുവരുന്ന ലക്ഷ്യം ഈ തെരഞ്ഞെടുപ്പിൽ സ്വീകരിച്ച ഇടതുപക്ഷം അതിൽ വെള്ളം ചേർക്കില്ലെന്നും ചരിത്രം പഠിപ്പിക്കുന്നു. ബിജെപിയെ മാറ്റിനിർത്തുന്ന സർക്കാർ കോൺഗ്രസിന്റേതാണെങ്കിൽ പോലും അതിനെ പിന്തുണക്കുന്ന കാര്യത്തിൽ കോൺഗ്രസിനേക്കാളും വിശ്വസിക്കാവുന്നത് ഇടതുപക്ഷ എംപിമാരെയാണെന്ന് 2004 ഓർമ്മിപ്പിക്കുന്നുണ്ട്. ഈ തെരഞ്ഞെടുപ്പിൽ തങ്ങൾക്ക് ശക്തിയില്ലാത്ത സ്ഥലങ്ങളിൽ ബിജെപി വിരുദ്ധ വോട്ടുകൾ ഭിന്നിക്കാതിരിക്കുന്നതിനുള്ള സമീപനം സ്വീകരിക്കുമെന്ന് സിപിഐഎം പ്രഖ്യാപിക്കുന്നതും ഇതേ കാഴ്ചപാടിന്റെ ഭാഗമായാണ്. അത്തരം മണ്ഡലങ്ങളിൽ ബിജെപിയെ തോൽപ്പിക്കാൻ കഴിയുന്ന ഏറ്റവും സാധ്യതയുള്ള സ്ഥാനാർഥിക്ക് ഒപ്പമായിരിക്കും പാർടി. എന്നാൽ, സ്വന്തം പരിമിതി മനസിലാക്കാതെ യുപിയിൽ ഒറ്റക്ക് മത്സരിച്ച് ബിജെപി വിരുദ്ധ വോട്ടുകൾ ഭിന്നിപ്പിക്കാൻ നോക്കുന്ന കോൺഗ്രസിന്റെ തനിനിറം ഒരിക്കൽ കൂടി തുറന്നുകാട്ടപ്പെട്ടു.

ബിജെപി സർക്കാരിനെതിരായ ജനവികാരം രൂപപ്പെടുത്തിയ പ്രധാന ഘടകം സാമ്പത്തിക നയങ്ങളായിരുന്നു. ഇപ്പോഴും നടക്കുന്ന കർഷക പോരാട്ടങ്ങൾ അതിന്റെ ഉദാഹരണവും. രാജസ്ഥാൻ ഉൾപ്പെടെയുള്ള സംസ്ഥാനങ്ങളിലും നിയമസഭാതെരഞ്ഞെടുപ്പിന്റെ വിധിയെ സ്വാധീനിച്ച പ്രധാന ഘടനം കർഷകരോഷമായിരുന്നു. അതുപോലെ ജിഎസ്ടിയും കറൻസി നിരോധനവും ഉൾപ്പെടെയുള്ള പരിഷ്കാരങ്ങൾ ജനങ്ങളെ മോദി സർക്കാരിനെതിരെ ചിന്തിപ്പിച്ചു. റഫേൽ അഴിമതിയും മറ്റും ജനവികാരം ശക്തിപ്പെടുത്തി. ബിജെപിയെ മാറ്റി പകരം വരുന്ന സർക്കാർ ഈ നയങ്ങൾ പിന്തുടരരുതെന്ന് ആഗ്രഹിക്കുന്നവരായിരിക്കും വോട്ടർമാരിൽ ഭൂരിപക്ഷവും. എന്നാൽ, കർഷക ആത്മഹത്യകൾ നിത്യസംഭവമാക്കിയ നയങ്ങൾ ആരംഭിച്ചത് കോൺഗസാണ്. ജിഎസ്ടിയും കോൺഗ്രസിന്റെ

കുഞ്ഞാണ്. അഴിമതിയുടെ കാര്യത്തിലും രണ്ടു പാർടികളും തമ്മിൽ വ്യത്യാസമില്ല. പുതിയ ബിജെപി വിരുദ്ധ സർക്കാർ ജനവിരുദ്ധമായ നയങ്ങൾ നടപ്പിലാക്കുന്നതാകാതിരിക്കണമെങ്കിൽ ഇടതുപക്ഷ എംപിമാരുടെ എണ്ണം വർധിക്കേണ്ടതുണ്ട്.

കേരളത്തെ അവഗണിച്ച സർക്കാരായിരുന്നു മോദി സർക്കാർ. പ്രളയകാലത്തുപോലും സ്വീകരിച്ച ചിറ്റമ്മനയം ക്രൂരമായിരുന്നു. ഒന്നും നടക്കില്ല എന്ന ധാരണയിൽനിന്നും എല്ലാം നടക്കുമെന്ന പ്രതീക്ഷ നൽകിയ സംസ്ഥാന സർക്കാർ നടപ്പിലാക്കുന്ന വികസന നയം പൂർണ്ണമായ രീതിയിൽ വിജയിപ്പിക്കുന്നതിന് ഇടതുപക്ഷത്തിന്റെ കരുത്ത് പാർലമെണ്ടിൽ വർധിക്കേണ്ടതുണ്ട്.

ബിജെപിയെ അധികാരത്തിൽനിന്നും മാറ്റുന്ന ജനവിധിയുടെ ഘടനയായിരിക്കും ഭാവി സർക്കാരിന്റെ നയവും സ്വഭാവവും നിർണയിക്കുക. തെരഞ്ഞെടുപ്പിനു ശേഷം രൂപം കൊണ്ട മുന്നണികളാണ് ഏകകക്ഷി ഭരണത്തിനു ബദൽ നടപ്പിലാക്കിയിട്ടുള്ളത്. 1996ൽ ഐക്യമുന്നണി രൂപം കൊള്ളുന്നത് തെരഞ്ഞെടുപ്പിനുശേഷമാണ്. പല മുന്നണികളായി മത്സരിച്ചവരാണ് ഒരു മുന്നണിയിലേക്ക് വന്നത്. 2004ൽ ഒന്നാം യുപിഎയും തെരഞ്ഞെടുപ്പിന് ശേഷം രൂപം കൊണ്ട സംവിധാനമായിരുന്നു. പൊതുമിനിമം പരിപാടിയുൾപ്പെടെയുള്ള പരിപാടികളും മറ്റും തെരഞ്ഞെടുപ്പിന് ശേഷം രൂപം കൊണ്ടവയാണ്. അതിനു ശരിയായ രൂപം നൽകുന്നതിൽ ഇടതുപക്ഷം വഹിച്ച പങ്ക് നിസ്തുലമാണ്.

നേരത്തെ വിശദീകരിച്ചതുപോലെ ഏതു പ്രലോഭനത്തിന്റെ മുമ്പിലും പതറാതെ വർഗീയ വിരുദ്ധ നിലപാട് ഉയർത്തിപ്പിടിച്ച ചരിത്രമുള്ളത് ഇടതുപക്ഷത്തിനാണ്. എപ്പോൾ വേണമെങ്കിലും ഏതു ഉന്നതനായ കോൺഗ്രസ് നേതാവും ബിജെപി യാകാമെന്ന് കണ്ടുകൊണ്ടിരിക്കുന്ന കാലത്ത് മതനിരപേക്ഷ വോട്ടർക്ക് മറ്റു സാധ്യതകളുള്ളപ്പോൾ ഒരിക്കലും കോൺഗ്രസിനെ തെരഞ്ഞെടുക്കേണ്ടതില്ല. തെരഞ്ഞെടുക്കപ്പെടുന്ന സർക്കാർ മതനിരപേക്ഷ നിലപാടും ജനപക്ഷ പരിപാടികളും നടപ്പിലാക്കുമെന്ന് ഉറപ്പുവരുത്താനും ഇടതുപക്ഷ എംപിമാരുടെ എണ്ണം വർധിപ്പിക്കേണ്ടത് അനിവാര്യമാണ്. തെരഞ്ഞെടുപ്പിനുശേഷം അധികാരത്തിൽ വരുന്ന സർക്കാരിന്റെ പരിഗണന റാവത്ത് വിശേഷിപ്പിച്ച രാമക്ഷേത്രമാകാതിരിക്കു

ന്നതിന് ഇടതുപക്ഷത്തിന്റെ കരുത്ത് പ്രധാന മുന്നുപാധിയാണ്. വിട്ടുവീഴ്ചയില്ലാത്ത വർഗീയ വിരുദ്ധ നിലപാടുള്ള ഇടതുപക്ഷവും എപ്പോൾ വേണമെങ്കിലും വർഗീയ പ്രീണനം സ്വീകരിക്കുന്ന ചരിത്രമുള്ള യുഡിഎഫുമാണ് കേരളത്തിൽ ഏറ്റുമുട്ടുന്നത്. കേരളത്തിലെ വോട്ടറെ സംബന്ധിച്ചിടത്തോളം കേന്ദ്രത്തിൽ ബിജെപിയെ പരാജയപ്പെടുത്താനുള്ള ആദ്യത്തെ സ്ഥാനാർഥി എൽഡിഎഫിന്റേതു മാത്രമാണ്.

വധശിക്ഷയുടെ രാഷ്ട്രീയം

യാക്കൂബ് മേമനെ തൂക്കിക്കൊന്ന നടപടി വധശിക്ഷയുടെ പ്രസക്തിയെ ഗൗരവമായ ചർച്ചക്ക് വിഷയമാക്കുകയുണ്ടായി. വധശിക്ഷ നിർത്തലാക്കണമെന്ന ആവശ്യത്തിനു ഏറെ ക്കാലത്തെ പഴക്കമുണ്ട്. ജസ്റ്റിസ് വിആർ കൃഷ്ണയ്യർ വധശിക്ഷയുടെ ശക്തനായ എതിരാളിയായിരുന്നു. അദ്ദേഹം ജീവിച്ചിരിന്നിരുന്നെങ്കിൽ ഒരു പക്ഷേ ഇങ്ങനെ സംഭവിക്കില്ലായിരുന്നുവെന്ന് പരിണതപ്രജ്ഞനായ ഒരു നിയമജ്ഞൻ പറയുകയുണ്ടായി. രാജ്യവ്യാപകമായി കൊടുങ്കാറ്റ് അഴിച്ചുവിടുന്ന സംവാദത്തിന് തീകൊളുത്താൻ അദ്ദേഹത്തിനു കഴിയുമായിരുന്നു. ആ അഭിപ്രായം കൂടി പരിഗണിച്ച് പാർലമെണ്ടിൽ സ്വകാര്യബിൽ കൊണ്ടുവരാൻ ശ്രമിക്കുകയുണ്ടായി. സിപിഐഎം ഇക്കാര്യത്തിൽ നിലപാട് പരസ്യമായി സ്വീകരിച്ചതിന്റെ കൂടി അടിസ്ഥാനത്തിൽ 2014 ഡിസംബറിൽ 12നാണ് പാർലമെണ്ടിൽ ഇതു സംബന്ധിച്ച സ്വകാര്യബിൽ അവതരിപ്പിച്ചത്. എന്നാൽ, സഭയിൽ ചർച്ചക്ക് വരുന്നതിനു മുമ്പ് പാർലമെണ്ടിൽനിന്നും വിരമിച്ചതുകൊണ്ട് അത് ലാപ്സായി.

ഇന്ത്യൻ ശിക്ഷാനിയമം ഉൾപ്പെടെ വിവിധ നിയമങ്ങളിലുള്ള വധശിക്ഷയെ സംബന്ധിച്ചുള്ള വകുപ്പ് റദ്ദാക്കണമെന്നതായിരുന്നു ആവശ്യം. ആധുനിക ലോകത്ത് 97 രാജ്യങ്ങളിൽ വധശിക്ഷ നിർത്തലാക്കിയിട്ടുണ്ട്. ജീവിക്കാനുള്ള അവകാശം ഏറ്റവും പ്രധാനമെന്ന വ്യാഖ്യാനം ജസ്റ്റിസ് കൃഷ്ണയ്യർ പലതവണ നടത്തിയിട്ടുണ്ട്. പല തരത്തിലുള്ള വ്യാഖ്യാനങ്ങളിലൂടെ സുപ്രീംകോടതി ജീവിക്കാനുള്ള അവകാശത്തിന്റെ വ്യാപ്തി വർധിപ്പിക്കുകയും ചെയ്തു. വധശിക്ഷക്ക് പകരം ജീവിതാവസാനം വരെ തടവ് നൽകണമെന്നതായിരുന്നു ബില്ലിലെ നിർദ്ദേശം. സിപിഐഎം മുന്നോട്ടുവെച്ചിരുന്ന ബദൽ നിർദ്ദേശവും അതായിരുന്നു.

വിധിന്യായത്തിലെ തെറ്റ് കണ്ടാൽ തിരുത്താൻ പറ്റില്ലെന്നതാണ് വധശിക്ഷയുടെ ഏറ്റവും പ്രധാനപ്പെട്ട കുറവ്. പലപ്പോഴും കോടതികൾക്ക് തെറ്റുപറ്റാറുണ്ട്. കീഴ്കോടതികളുടെ തെറ്റ് അപ്പീലിലൂടെ തിരുത്താം. എന്നാൽ, സുപ്രീംകോടതിക്ക് തെറ്റുപറ്റിയാൽ പിന്നെ തിരുത്താൻ മറ്റൊരു കോടതിയില്ല. എപ്പോഴെങ്കിലും ആ കോടതിക്ക് തെറ്റ് തിരിച്ചറിയുന്നതിന് അവസരം ലഭിച്ചാൽ വധശിക്ഷയൊഴികെ ഏതു ശിക്ഷയാണെങ്കിലും അതു തിരുത്തുന്നതിന് കോടതിക്ക് കഴിയും. എന്നാൽ, മനുഷ്യജീവനെ ഇല്ലാതാക്കിയാൽ പിന്നെ തിരിച്ചുവെയ്ക്കാൻ ഒരു ശക്തിക്കും കഴിയില്ല. അതുകൊണ്ടു വധശിക്ഷ നിർത്തലാക്കണമെന്ന അഭിപ്രായത്തിനു ശക്തി കൂടുന്നത്. ലോകത്തു നടക്കുന്ന ഏറ്റവും ഗൗരവമായ മനുഷ്യാവകാശ ലംഘനം കൂടിയാണ് വധശിക്ഷ. ഭരണകൂടം ഏറ്റവും നീതിരഹിതമായ കൊലപാതകത്തിനു വാൾ ഓങ്ങുന്നത് പ്രാകൃത യുഗത്തെയാണ് ഓർമ്മിപ്പിക്കുന്നത്.

മേമന്റെ കാര്യത്തിൽ നീതിന്യായവ്യവസ്ഥ കൂടുതൽ ഗൗരവമായ ചോദ്യങ്ങൾക്ക് ഉത്തരം കാണേണ്ടതുണ്ട്. എത്ര തിടുക്കത്തിലാണ് ഉന്നതനീതിപീഠം ഒരു മനുഷ്യജീവന്റെ എടുക്കുന്നതിനുള്ള നടപടികൾ സ്വീകരിച്ചത്. ആയിരം കുറ്റവാളികൾ രക്ഷപ്പെട്ടാലും ഒരു നിരപരാധിപോലും ശിക്ഷിക്കപ്പെടരുതെന്നതാണ് നമ്മുടെ നീതിസംഹിതയുടെ അടിസ്ഥാനതത്വം. ആകാശം ഇടിഞ്ഞുവീണാലും നീതി സംരക്ഷിക്കപ്പെടുമെന്നതാണ് ആപ്തവാക്യം. ഇവിടെ നീതിദേവത മരണദൂതന്റെ വേഷത്തിലായിരിന്നു. രാഷ്ട്രപതി തള്ളിയ ദയാഹർജിക്കുശേഷവും ജീവന്റെ യാചനക്കായി നൽകുമെന്ന് കോടതി പറഞ്ഞ

സമയം പോലും കാത്തുനിൽക്കാൻ ഉന്നതനീതി പീഠം തയ്യാറായില്ല. പാതിരാത്രിയിൽ കോടതിയുടെ വാതിലുകൾ അപൂർവ്വമായി തുറന്നപ്പോൾ അത് ജീവൻ എടുക്കുന്നതിനുള്ള ഉത്തരവിൽ ഒപ്പുവെയ്ക്കാനായിരിക്കുമെന്ന് ആരും കരുതിയിരുന്നില്ല. എപ്പോൾ വേണമെങ്കിലും കോടതിക്ക് വധശിക്ഷ നടപ്പിലാക്കാം. എന്നാൽ, ഇവിടെ ശിക്ഷ നടപ്പിലാക്കി കഴിഞ്ഞാൽ പിന്നെ പുനരാലോചനയുടെ സമയമില്ല. അതുകൊണ്ട് നീതിക്കായി നൽകേണ്ട സമയവും സന്ദർഭവും ഉറപ്പാക്കുകയെന്നതാണ് നീതിപീഠത്തിന്റെ ഉത്തരവാദിത്തം. എന്നാൽ, സംഭവിച്ചത് മറിച്ചാണ്.

കൊല്ലപ്പെടുന്നതിനു മുമ്പ് എന്തുകൊണ്ടാണ് തനിക്ക് ദയ ലഭിക്കാതിരുന്നതെന്ന് അറിയാൻ ഒരു പൗരന് അവകാശമില്ലെന്ന് കോടതി മേമന്റെ കാര്യത്തിൽ തെളിയിച്ചു. ഭരണകൂടം ഒരാളുടെ ജീവൻ എടുക്കുമ്പോൾ അയാൾക്ക് അതിന്റെ കാരണങ്ങൾ അറിയുന്നതിന് അവകാശമുണ്ട്. അല്ലെങ്കിൽ ക്വട്ടേഷൻ സംഘങ്ങളുടെ കൊലപാതകവും ഇതും തമ്മിൽ എന്താണ് വ്യത്യാസം? ദയാഹർജി തള്ളിയതിന്റേയോ തന്റെ അവസാന അപേക്ഷ സുപ്രീംകോടതി തള്ളിയതിന്റേയോ കോപ്പികൾ ഒന്നും മേമന് ലഭിച്ചില്ല. അതൊന്നും അറിയാതെ കൊലക്കയറിലേക്ക് കഴുത്ത് നീട്ടികൊടുക്കാൻ ഒരു പൗരൻ നിർബന്ധിതനാകുമ്പോൾ നീതി മരിച്ചുവീഴുന്നു. 22 കൊല്ലം ജയിലിനകത്ത് മാത്രം ചെലവഴിച്ച ഒരാൾക്കാണ് ഇങ്ങനെ കൊല്ലപ്പെടേണ്ടിവന്നത്. അതിൽ ഒരു ദിവസം പോലും പരോളിന്റെ ആനുകൂല്യത്തിൽ സ്വാതന്ത്ര്യത്തിന്റെ വെളിച്ചം കാണാതിരുന്നയാളു കൂടിയാണ് മേമൻ.

നീതി എപ്പോഴും ഒരേ പോലെ പ്രവർത്തിക്കണം. രാജീവ് ഗാന്ധിയുടെ കൊലപാതകികൾക്ക് ലഭിച്ച ദയ, സംഭവത്തിൽ നേരിട്ട് പങ്കില്ലെന്ന് വിചാരണകോടതി കണ്ടെത്തിയ മേമന് ലഭിച്ചില്ലെന്ന ചോദ്യവും പ്രസക്തം. എത്ര വേഗമാണ് സൽമാഖാനുവേണ്ടി കോടതി അപ്പീൽ പരിഗണിച്ച് ജയിൽജീവിതത്തിൽനിന്നും താൽക്കാലികമായ മോചനം നൽകിയത്. കോടതിക്ക് പോലും കൂട്ടി ഒപ്പിക്കാൻ പറ്റാതെ പോയ കണക്കിന്റെ പിൻബലത്തിൽ കുറ്റവിമുക്തയായി വീണ്ടും മുഖ്യമന്ത്രിയാകാൻ ജയലളിതക്ക് വഴി തുറന്നുകൊടുക്കുമ്പോഴും ജനം അത്ഭുതപ്പെട്ടു. ഇവിടെ നീതിന്യായ വ്യവസ്ഥയിലുള്ള സാധാരണക്കാരന്റെ വിശ്വാസം ദുർബലമാകുന്നു.

പ്രാകൃത സമൂഹത്തിലെ ശിക്ഷ നിർത്തലാക്കണമെന്ന ആവശ്യം ഭീകരവാദത്തെ പിന്തുണക്കുന്നതാണെന്ന അപകടകരമായ വ്യാഖ്യാനം നൽകാൻ ചിലർ ശ്രമിക്കുന്നുണ്ട്. ഏതു മതത്തിന്റെ പേരിലുള്ള ഭീകരവാദത്തെയും ഒറ്റക്കെട്ടായി എതിർക്കേണ്ടതും ചെറുത്തുതോൽപ്പിക്കേണ്ടതുമാണ്. അതിന്റെ അടിവേരു തകർക്കുന്നതിന് രാജ്യം ഒറ്റക്കെട്ടായി അണിനിരക്കുകയും വേണം. അതിനു രാഷ്ട്രീയവും ഭരണപരവുമായ പരിഹാരമാർഗങ്ങൾ കൂടി വേണം.. മനുഷ്യജീവന് ഒട്ടും വിലകൊടുക്കാത്തവരെ നിയമം ശരിയായ രൂപത്തിൽ നേരിടുകയും വേണം. എന്നാൽ, അതിനു പകരം ഭരണകൂട ഭീകരതയാണെന്നു വരുന്നത് പരിഷ്കൃത രാജ്യത്തിന് ഭൂഷണമല്ല.

വിയോജിപ്പ് ഒരു അവകാശം

അഭിപ്രായ സ്വതന്ത്ര്യം പരിമിതപ്പെടുത്തുന്ന നിയമനിർമാണം നടത്തുന്നതിന് പാർലമെണ്ടിന് അധികാരമില്ലെന്ന പ്രഖ്യാപനമാണ് ഐടി നിയമത്തിലെ 66 എ വകുപ്പ് റദ്ദാക്കിയതിലൂടെ സുപ്രീംകോടതി നടത്തിയത്. ഈ കാടൻ നിയമത്തിനെതിരെ സാധ്യമാകുന്ന ഇടപ്പെടലുകൾ പാർലമെണ്ടിൽ നടത്താൻ ശ്രമിച്ച ഒരാളെന്ന നിലയിൽ വ്യക്തിപരമായി സന്തോഷം നൽകുന്നതാണ് ഈ വിധി. ഭരണഘടന അനുസരിച്ച് പാർലമെണ്ടിനാണ് നിയമനിർമാണത്തിനുള്ള അധികാരം. ഇന്നത്തെ ഇന്ത്യയിൽ ഭരണഘടനയാണ് പരമോന്നതം. എന്നാൽ, ഭരണഘടന പോലും ഭേദഗതി ചെയ്യുന്നതിന് അധികാരം പാർലമെണ്ടിനുണ്ട്. എന്നാൽ, അടിസ്ഥാനചട്ടക്കൂട് ലംഘിക്കുന്ന ഭേദഗതികൾ നിലനിൽക്കുകയില്ല. മറ്റു പല രാജ്യങ്ങളിലും നിന്നും വ്യത്യസ്തമായി ജുഡീഷ്യൽ റിവ്യൂവിനുള്ള വകുപ്പുകളുള്ളതാണ് നമ്മുടെ ഭരണഘടനം. അതുകൊണ്ട് നിയമങ്ങൾ ഭരണഘടന അനുസരിച്ചാണോ എന്ന് പരിശോധിക്കുന്നതിനും അങ്ങനെയല്ലെങ്കിൽ അത് റദ്ദ് ചെയ്യുന്നതിനും കോടതിക്ക് അധികാരമുണ്ട്.

ഒരു നിയമനിർമാണത്തിന് പാർലമെണ്ടിന് അധികാരമുണ്ടോയെന്ന തർക്കവിഷയം വന്നാൽ, അതിനും കോടതിക്ക് തീർപ്പു കൽപ്പിക്കാം. എന്നാൽ, നിയമമായതിനുശേഷം മാത്രമേ അതിന് കോടതിക്ക് അവകാശമുണ്ടായിരിക്കുകയുള്ളൂ. എല്ലാ നിയമങ്ങളും പാസാക്കാൻ പാർലമെണ്ടിന് അധികാരമില്ല. യൂണിയൻ ലിസ്റ്റിൽ ഭരണഘടന പ്രകാരം ഉൾപ്പെട്ടിട്ടുള്ള കാര്യങ്ങളിൽ മാത്രമേ പാർലമെണ്ടിന് അധികാരമുള്ളൂ. എന്നാൽ, പലപ്പോഴും സംസ്ഥാന നിയമസഭകളുടെ അധികാരങ്ങൾ പാർലമെണ്ട് കവർന്നെടുക്കാറുണ്ട്. കഴിഞ്ഞ യുപിഎ സർക്കാർ ബുന്ദൽഖണ്ഡിൽ കാർഷിക സർവ്വകലാശാല തുടങ്ങുന്നതിനായുള്ള ബിൽ പാർലമെണ്ടിൽ അവതരിപ്പിക്കാൻ ശ്രമിച്ചപ്പോൾ ഞങ്ങൾ അതിന്റെ സാധുതയെ എതിർക്കുകയുണ്ടായി. ഭരണഘടനാപ്രകാരം സർവ്വകലാശാലകളുടെ നിയമനിർമാണം സംസ്ഥാനത്തിന്റെ അധികാരപരിധിയിൽപ്പെട്ടതാണ്. ദേശീയ പ്രാധാന്യമുള്ളതാണെന്ന് ബില്ലിൽ വ്യവസ്ഥയുള്ള സർവ്വകലാശാലകൾ മാത്രമേ പാർലമെണ്ടിന്റെ അധികാരപരിധിയിൽ ഉൾപ്പെടുകയുള്ളൂ. അതിനു അന്നത്തെ കൃഷി മന്ത്രി ശരദ്പവാറും നിയമമന്ത്രി കപിൽ സിബലും നൽകിയ മറുപടി പാർലമെണ്ട് ഇതിനു മുമ്പും പല സർവ്വകലാശാലകളുടെ നിയമനിർമാണവും നടത്തിയിട്ടുണ്ട് എന്നായിരുന്നു. ഭരണഘടനാതത്വങ്ങളെ കീഴ്വഴക്കങ്ങൾ കൊണ്ട് മറിക്കടക്കാൻ കഴിയില്ലെന്ന്, വിയോജനം ഉന്നയിച്ചയാളെന്ന നിലയിൽ ഞാൻ ഉയർത്തിയ വാദം അന്ന് പാർലമെണ്ട് അംഗീകരിച്ചു. ആ സർവ്വകലാശാലയെ ദേശീയ പ്രാധാന്യമുള്ള സർവ്വകലാശാലയാണെന്ന് പ്രഖ്യാപിക്കുന്ന വകുപ്പുകളോടെയാണ് പിന്നീട് ബിൽ അവതരിപ്പിച്ചത്.

ഐടി നിയമത്തിന്റെ ഭേദഗതി പാർലമെണ്ട് പാസാക്കിയത് ചർച്ചകളൊന്നുമില്ലാതെയാണ്. 2008ലെ ശീതകാല സമ്മേളനത്തിന്റെ അവസാനദിവസം ഏഴു ബില്ലുകൾ ഏഴുമിനിറ്റുകൊണ്ട് പാസാക്കി. അക്കൂട്ടത്തിൽ ഒന്നാണ് ഈ കാടൻ നിയമവും. 2009ൽ പാർലമെണ്ട് അംഗമായ സമയം മുതൽ ഇതുമായി ബന്ധപ്പെട്ട ചില പ്രശ്നങ്ങൾ പല സുഹൃത്തുക്കളും ശ്രദ്ധയിൽ കൊണ്ടുവരികയുണ്ടായി. ഈ നിയമം ഉപയോഗിച്ച് പലരെയും അറസ്റ്റ് ചെയ്യാൻ തുടങ്ങിയതോടെയാണ് മാധ്യമങ്ങൾ പ്രശ്നം ഗൗരവമായി ഏറ്റെടുത്തത്. എങ്ങനെയും വ്യാഖ്യാനിക്കാൻ കഴിയുംവിധം അമൂർത്തമായ കാര്യങ്ങളാണ് ഈ വകുപ്പിലുള്ളത്. കൈകാര്യം ചെയ്യുന്ന പോലീസ്

ഉദ്യോഗസ്ഥന്റെ മനോവിചാരമനുസരിച്ച് കേസെടുക്കുകയോ ജയിലിടക്കുകയോ ചെയ്യാം.

പാർലമെന്റ് നിയമം പാസാക്കി കഴിഞ്ഞാൽ കോടതിക്കേ സാധാരണഗതിയിൽ അത് റദ്ദ് ചെയ്യുന്നതിന് അവകാശമുള്ളൂ. എന്നാൽ, പാർലമെണ്ട് ചട്ടങ്ങൾ ചില പരിമിതമായ സാധ്യതകൾ തുറന്നിട്ടുന്നുണ്ട്. അതുപയോഗിച്ച് രണ്ടു ശ്രമങ്ങൾ ഈ നിയമത്തിനെതിരെ നടത്തുകയുണ്ടായി. അതിൽ ആദ്യത്തെ ഐടി നിയമത്തിന്റെ ഭാഗമായ ചട്ടങ്ങൾ റദ്ദാക്കണമെന്ന സ്റ്റാറ്റിയട്ടറി മോഷനായിരുന്നു. ഒരു ചട്ടം റദ്ദാക്കണമെന്ന് ആവശ്യപ്പെടുന്ന പ്രമേയം പാർലമെണ്ട് ചർച്ച ചെയ്യുന്ന ആദ്യസന്ദർഭമായിരുന്നു അത്. പാർലമെണ്ടിന് ഇങ്ങനെയൊരു അധികാരമുണ്ടെന്നത് പുതിയ അറിവാണെന്ന പരാമർശത്തോടെയായിരുന്നു അന്നത്തെ പ്രതിപക്ഷ നേതാവായിരുന്ന അരുൺ ജെറ്റ്‌ലി പ്രമേയത്തെ പിന്തുണച്ച പ്രസംഗം തുടങ്ങുന്നത്. ഇന്ത്യൻ എക്സ്പ്രസ് പത്രം (ന്യൂ ഇന്ത്യൻ എക്സ്പ്രസല്ല) രണ്ടു പ്രസംഗങ്ങളുടേയും പ്രസക്തഭാഗങ്ങൾ പ്രസിദ്ധീകരിക്കുകയുണ്ടായി. ഈ ചട്ടനിരാകരണപ്രമേയത്തിൽ പറയുന്ന കാര്യങ്ങൾ പരിശോധിക്കുന്നതിനും ആവശ്യമായ മാറ്റങ്ങൾ നിർദ്ദേശിക്കുന്നതിനുമായുള്ള സംവിധാനമുണ്ടാക്കാമെന്ന ഉറപ്പാണ് അന്ന് സർക്കാർ നൽകിയത്. എന്നാൽ, അതിന് അനുസൃതമായ നടപടികൾ ഒന്നും തന്നെയുണ്ടായില്ല.

പിന്നീട് ഐടി നിയമത്തിലെ 66ാം വകുപ്പ് ഭരണഘടനയുടെ 19(2) പ്രകാരം ഭേദഗതി ചെയ്യണമെന്ന് ആവശ്യപ്പെടുന്ന സ്വകാര്യ പ്രമേയം 2012 ഡിസംബർ 14ന് പാർലമെണ്ടിൽ അവതരിപ്പിക്കുകയുണ്ടായി. അതു സംബന്ധിച്ച ചർച്ച രണ്ടു ദിവസം നീണ്ടുനിന്നു. ഭരണഘടന ഉറപ്പുനൽകുന്ന അഭിപ്രായസ്വാതന്ത്ര്യം അതിരുകളില്ലാത്തതല്ല. അത് ഏതറ്റംവരെ പോകുമെന്നതാണ് 19(2) അനുച്ഛേദം പറയുന്നത്. പക്ഷേ, ഈ നിയമം അതിന്റെ അതിരുകൾക്കും അപ്പുറത്താണ്. പത്രത്തിലോ ചാനലിലോ പ്രസിദ്ധീകരിക്കുന്ന ഒരു കാർട്ടൂൺ ഫേസ്ബുക്കിലിട്ടാൽ ഈ നിയമപ്രകാരം കുറ്റകരമാണ്. അതിനു അന്ന് കപിൽ സിബൽ പറഞ്ഞ ന്യായം ഭരണഘടന നിർമ്മിക്കുമ്പോൾ സോഷ്യൽ മീഡിയ ഉണ്ടായിരുന്നില്ലെന്നതാണ്. അങ്ങനെയാണ് ന്യായമെങ്കിൽ നിങ്ങൾ ഭരണഘടന ഭേദഗതിചെയ്യുകയാണ് വേണ്ടതെന്നും അല്ലാതെ ഭരണഘടനയുടെ ചട്ടങ്ങൾക്ക് എതിരായ നിയമം നിർമ്മിക്കുകയല്ല ചെയ്യേണ്ടതെന്നും സഭയിൽ

പറയുകയുണ്ടായി. അന്ന് കപിൽ സിബൽ ഉന്നയിച്ച വാദങ്ങൾക്കുള്ള മറുപടിയെല്ലാം ഇപ്പോൾ വിധിയിൽ കാണാൻ കഴിയും.

നിർവചിക്കാൻ കഴിയാത്ത കാര്യങ്ങൾ നിർവചിക്കണമെന്ന് പറഞ്ഞ് ഞങ്ങളെ ബുദ്ധിമുട്ടിക്കരുതെന്ന് കപിൽ സിബൽ അൽപ്പം പരിഹാസത്തോടെ സഭയിൽ പറഞ്ഞ കാര്യം ഓർക്കുകയാണ്. ഇപ്പോൾ സുപ്രീംകോടതി ആ വാദം തെറ്റാണെന്ന് ആധികാരികമായി പ്രഖ്യാപിച്ചു. ഈ നിയമം റദ്ദാക്കിയതോടെ സൈബർ മണ്ഡലത്തിനു നിയന്ത്രണങ്ങൾ ഇല്ലാതായെന്ന് ചിലർ വാദിക്കുന്നുണ്ട്. അത് തെറ്റാണ്. ഇന്ത്യൻ ശിക്ഷാനിയമത്തിലെ വകുപ്പുകൾ കമ്പ്യൂട്ടർ വഴി കുറ്റകൃത്യം ചെയ്താലും ബാധകമാണ്. പ്രോണോഗ്രഫി പോലുള്ള കാര്യങ്ങൾ ഗൗരവമായ കുറ്റമായി കാണുന്ന വകുപ്പുകൾ ഇപ്പോഴും ഐടി നിയമത്തിൽ ഇപ്പോഴുമുണ്ട്. വിയോജിക്കുന്നതിനുള്ള അവകാശവും അഭിപ്രായസ്വാതന്ത്ര്യത്തിന്റെ അവിഭാജ്യഭാഗമാണെന്ന പ്രഖ്യാപനമാണ് യഥാർഥത്തിൽ സുപ്രീംകോടതി നടത്തിയത്.

കാവിയുടെ
പുതിയ പാതകൾ

ലോക പ്രശസ്തമായ പൂന ഫിലിം ഇൻസ്റ്റിറ്റ്യൂട്ടിന്റെ തലപ്പത്ത് സീരിയൽ നടനും ബിജെപിയുടെ സാംസ്കാരിക വിഭാഗം ജോയിന്റ് കൺവീനറുമായ ഗജേന്ദ്രചൗഹാനെ നിയമിച്ച നടപടി നരേന്ദ്രമോദി നയിക്കുന്ന സർക്കാരിന്റെ കാവിവൽക്കരണ അജണ്ടയുടെ ഉദാഹരണങ്ങളിലൊന്നായിരുന്നു. മഹാഭാരതം സീരീയലിൽ യുധിഷ്ഠരന്റെ വേഷം അഭിനയിച്ചിട്ടുണ്ടെന്നതാണ് ഗജേന്ദ്രചൗഹാന്റെ യോഗ്യത. കുറെക്കാലമായി അദ്ദേഹം ബിജെപിയുടെ സാംസ്കാരിക മേഖലയുടെ പ്രവർത്തനങ്ങളിൽ സജീവമായി പങ്കെടുക്കുന്നു. സെൻസർ ബോർഡിന്റെ തലപ്പത്ത് ചൗഹാൻ വരുമെന്നായിരുന്നു ആദ്യം കേട്ടിരുന്നത്. എന്നാൽ, മറ്റൊരു ബിജെപി നേതാവായ നടൻ നിഹലാനിയെയാണ് ആ സ്ഥാനത്തേക്ക് തെരഞ്ഞെടുത്തത്. സിനിമക്ക് സർട്ടിഫിക്കറ്റ് നൽകുന്ന സമിതിയെ നയിക്കാൻ പറ്റിയില്ലെങ്കിൽ പിന്നെ പ്രതിഭാശാലികളായ സിനിമാപ്രവർത്തകരെ രൂപപ്പെടുത്തിയെടുക്കുന്ന സ്ഥാപനത്തിന്റെ തലപ്പത്ത് കയറാനായി ശ്രമം. മന്ത്രാലയം തയ്യാറാക്കിയെന്ന് പറയപ്പെടുന്ന ചുരുക്കപെട്ടികയിൽ ഗുൽസാറിന്റേയും അടൂർ ഗോപാലകൃഷ്ണന്റെയുമൊക്കെ പേരാണ് ഉണ്ടായിരുന്നതത്രേ.

എന്നാൽ, സംഘപരിവാരം ആ പേരുകളെല്ലാം വെട്ടി ചൗഹാനെ ചെയർമാനാക്കാൻ നിർദ്ദേശിച്ചു. അത് അപ്പടി നടപ്പിലാക്കുകയാണ് അരുൺ ജെറ്റ്‌ലി നയിക്കുന്ന വാർത്താ വിതരണ മന്ത്രാലയം ചെയ്തത്.

പൂന ഫിലിം ഇൻസ്റ്റിറ്റ്യൂട്ട് സ്വയംഭരണസ്ഥാപനമായാണ് പരിഗണിക്കപ്പെടുന്നത്. 1960ൽ സ്ഥാപിതമായ ഇൻസ്റ്റിറ്റ്യൂട്ട് ലോകപ്രശസ്തരായ നിരവധി പ്രതിഭകളെ സംഭാവന ചെയ്തിട്ടുണ്ട്. അടൂർ ഗോപാലകൃഷ്ണൻ മുതൽ രാജീവ് രവി വരെയുള്ള വളരെ പ്രശസ്തരായ മലയാളികളും ഇക്കൂട്ടത്തിലുണ്ട്. ആരു ഭരണത്തിലിരുന്നാലും യോഗ്യരായവരെ സ്ഥാപനത്തിന്റെ നടത്തിപ്പിനായി നിയമിക്കുകയെന്നതാണ് പൊതുവായ കീഴ്‌വഴക്കം. അപൂർവ്വം അപവാദങ്ങൾ കണ്ടെത്താമെന്നു മാത്രം. സയ്യദ് മിർസയായിരുന്നു ചെയർമാൻ സ്ഥാനത്ത് പ്രവർത്തിച്ചുകൊണ്ടിരുന്നത്. അദ്ദേഹത്തിന്റെ കാലാവധി കഴിഞ്ഞപ്പോഴാണ് ചൗഹാനെ സർക്കാർ പ്രതിഷ്ഠിച്ചത്.

രാജ്യത്തെ പ്രധാന സ്ഥാപനങ്ങളിലെല്ലാം സംഘപരിവാരത്തിന്റെ നോമിനികളെ നിയമിക്കുന്ന പ്രക്രിയ മോദി സർക്കാർ ശക്തമായി മുന്നോട്ടു കൊണ്ടുപോവുകയാണ്. പല മാറ്റങ്ങളും വേണ്ടത്ര ചർച്ച ചെയ്യപ്പെടുന്നില്ല. ചില കാര്യങ്ങളിൽ കുറ്റകരമായ നിശബ്ദതയും സാംസ്കാരിക ലോകവും സ്വീകരിക്കുന്നുണ്ട്. നാഷണൽ ബുക് ട്രസ്റ്റിന്റെ ചെയർമാൻ സ്ഥാനത്തുനിന്നും ആറുമാസം കൂടി അവശേഷിക്കുമ്പോഴാണ് പ്രശസ്ത എഴുത്തുകാരൻ സേതുവിനെ മാറ്റി ആർഎസ്എസ് പ്രസിദ്ധീകരണമായ പാഞ്ചജന്യയുടെ എഡിറ്ററായിരുന്ന ബൽദേവ് ശർമ്മയെ നിയമിച്ചത്. മന്ത്രാലയത്തിലെ ജോയിന്റ് സെക്രട്ടറി വിളിച്ചുവരുത്തി സേതുവിന്റെ രാജി എഴുതി വാങ്ങുകയായിരുന്നു. മാനവവിഭവശേഷി മന്ത്രാലയമാണ് കാവിവൽക്കരണത്തിൽ മുൻപന്തിയിൽ നിൽക്കുന്നത്. മുംബൈ ഐഐടിയുടെ ചെയർമാൻ സ്ഥാനത്തുനിന്നും പ്രശസ്ത ആണവശാസ്ത്രജ്ഞനായ അനിൽ കകോദ്കർ രാജിവെച്ചതും മന്ത്രാലയത്തിന്റെ സമ്മർദ്ദം സഹിക്കാൻ കഴിയാതെയാണ്. ആർഎസ്എസുകാരനാണെന്ന ഒറ്റ യോഗ്യതയിൽ മാത്രം എൻഐടിയുടെ ചെയർമാൻ സ്ഥാനത്ത് നിയമിക്കപ്പെട്ടവരുമുണ്ട്.

ചരിത്ര ഗവേഷണ കൗൺസിലിൽ ചെയർമാനായി സുദർശന റാവുവിനെ നിയമിച്ചത് വലിയ വിവാദമായിരുന്നു. മഹാഭാരതവും രാമായണവും ആധികാരിക ചരിത്രഗ്രന്ഥങ്ങളാണെന്ന് സ്ഥാപിക്കാൻ ശ്രമിക്കുന്നതു മാത്രം ചരിത്രമേഖലയിലെ ഇടപ്പെടലായി കരുതുന്ന വ്യക്തിയാണ് സുദശർന റാവു. ജാതിവ്യവസ്ഥയെ പിന്തുണക്കുന്ന അദ്ദേഹം പല അനാചാരങ്ങളും ശാസ്ത്രീയമാണെന്ന് സ്ഥാപിക്കുന്നതിനു ശ്രമിക്കുകയും ചെയ്യുന്നു. ആർഎസ്എസിന്റെ ചരിത്ര വിഭാഗമായ എബിഐഎസ്‌വൈയുടെ ജനറൽ സെക്രട്ടറിയായ ഈശ്വർ ശരൺ വിശ്വകർമ്മയെയും വൈസ് പ്രസിഡണ്ടായ നാരായൺ റാവുവിനെയും ബംഗാൾ വിഭാഗത്തിന്റെ തലവനായ നിഖിലേഷ് ഗുപ്തയെയും ഐസിഎച്ച് ആറിന്റെ ഗവേണിംഗ് കൗൺസിലിലും നിയമിച്ചു. രാജ്യത്തിന്റെ ചരിത്രം മാറ്റിയെഴുതുന്നതിനുള്ള ശ്രമം അധികാരം ലഭിച്ചപ്പോഴെല്ലാം ബിജെപി നടത്തിയിട്ടുണ്ട്.

കേന്ദ്രീയ വിദ്യാലയങ്ങളിൽ സംസ്കൃതം നിർബന്ധമായും പഠിപ്പിക്കണമെന്ന ഉത്തരവും വാജ്പേയിയുടെ ജന്മദിനാഘോഷം സ്കൂകളുകളിൽ സംഘടിപ്പിച്ചതും ഇതിന്റെ മറ്റൊരു ഭാഗമാണ്. ക്രിസ്തുമസ് അവധി ദിനമാണോ അല്ലയോ എന്ന തർക്കത്തിനകത്ത് മാത്രം പരിമിതപ്പെടുന്നതല്ല വാജ്പേയ് ജന്മദിനാഘോഷമെന്നത്. പാകിസ്ഥാനിൽ കുട്ടികളോട് ഡിസംബർ 25 ന്റെ പ്രത്യേകത ചോദിച്ചാൽ ജിന്നയുടെ ജന്മദിനമെന്ന മറുപടിയായിരിക്കും ലഭിക്കുക. ഏറെക്കാലം സ്കൂളുകളിൽ സംഘടിപ്പിച്ച പരിപാടികളിലൂടെ ഒരു തലമുറയിലേക്ക് പകർന്നു നൽകിയ അവബോധമാണിത്. ഡിസംബർ 25ന് ചിത്രരചനയിലും ഉപന്യാസ മത്സരത്തിലുമൊക്ക പങ്കെടുക്കുന്ന നമ്മുടെ രാജ്യത്തിലെ കുട്ടികളുടെ തലച്ചോറിലേക്കും പതുക്കെ ഈ ചിന്തയാണ് പകർന്നുകൊടുക്കാൻ ശ്രമിക്കുന്നത്.

എപ്പോഴൊക്കെ അധികാരത്തിൽ വരുന്നതിന് ബിജെപിക്ക് അവസരം ലഭിച്ചിട്ടുണ്ടോ അപ്പോഴൊക്കെ വിദ്യാഭ്യാസം, വാർത്താവിനിമയം, സംസ്കാരം എന്നിങ്ങനെയുള്ള വകുപ്പുകൾ കൈവിടാറില്ല. ആർഎസ്എസിന്റെ നോമിനികളാണ് ഈ വകുപ്പുകൾ ഭരിക്കുന്നത്. മോദിയുടെ വിദേശ സന്ദർശനങ്ങളുടെയും വികസനമന്ത്രങ്ങളുടേയും പ്രചാരവേലക്കിടയിലും തങ്ങളുടെ അജണ്ട നടപ്പിലാക്കുന്നതിന് മോദി സംഘം പ്രത്യേകം ശ്രദ്ധിക്കുന്നുണ്ട്. ഈ അജണ്ട നടപ്പിലാ

ക്കുന്നതിന് ആർഎസ്എസ് പ്രത്യേക സംഘത്തെ മന്ത്രാലയങ്ങളിൽ നിയമിച്ചിട്ടുണ്ട്.

എന്നാൽ, കാവിവൽക്കരണ പ്രക്രിയകൾ പൊതുമണ്ഡലത്തിൽ വേണ്ടത്ര പ്രാധാന്യത്തോടെ ചർച്ച ചെയ്യപ്പെടുന്നില്ല. അപൂർവ്വം മാധ്യമങ്ങൾ മാത്രമേ ഇത്തരം കാര്യങ്ങൾ വാർത്തയായി പോലും നൽകുന്നുള്ളൂ. അപ്പോൾ പിന്നെ തുടർ ചർച്ചകളുടേയോ പ്രചാരവേലകളുടെയോ കാര്യം പറയേണ്ടതില്ലല്ലോ. മതനിരപേക്ഷ ഇടപ്പെടലുകൾക്ക് മുമ്പിൽ നിൽക്കുന്ന സ്ഥലങ്ങളിലും പോലും പലതും അറിഞ്ഞില്ലെന്ന മട്ടിൽ പോകുന്നു. അതുകൊണ്ട് സംസ്കാരിക രാഷ്ട്രീയത്തിന്റെ പ്രാധാന്യം വർധിച്ചിരിക്കുന്ന കാലത്താണ് നമ്മൾ ജീവിക്കുകയും പ്രവർത്തിക്കുകയും ചെയ്യുന്നതെന്ന തിരിച്ചറിവ് പ്രധാനമാണ്.

നഷ്ടപ്പെട്ട ദിനങ്ങളുടെ പാട്ടുകാരൻ

'ഡിസംബർ 31
രാത്രി സത്രത്തിൻ ഗാനശാലയിൽ
ഗുലാം അലി പാടുന്നു.
നഷ്ടപ്പെട്ട ദിനങ്ങളുടെ പാട്ടുകാരൻ ഞാൻ'

മഹാരാഷ്ട്രയിൽ ഗുലാം അലിയുടെ കച്ചേരി നടത്താൻ അനുവദിച്ചില്ലെന്ന വാർത്തയറിഞ്ഞപ്പോൾ ഓർമ്മയുടെ ഏതോ അറയിൽനിന്നും ബാലചന്ദ്രൻ ചുള്ളിക്കാടിന്റെ ഗസൽ പെയ്തിറങ്ങി. 'ആത്മാവിൻ അല്പഭാഷ നഷ്ടപ്പെട്ട മൂകഗോത്രങ്ങളുടെ മുഖഗോഷ്ടികൾ നിറഞ്ഞ കാലത്തെയും" അത് ഓർമ്മിപ്പിച്ചു. എൺപതുകളിലാണ് ചുള്ളിക്കാട് ഗസൽ എഴുതുന്നത്. അന്നും ശിവസേന ഈ അനുഗ്രഹീത ഗസൽ ഗായകന്റെ പരിപാടി തടയുമെന്ന് പ്രഖ്യാപിച്ചിരുന്നു. ആ വാർത്തയിൽനിന്നാണ് ഗസൽ പിറക്കുന്നതെന്ന് ബാലചന്ദ്രൻ പറയുകയുണ്ടായി. ഒരു പക്ഷേ, ഗുലാം അലി ആദ്യമായിട്ടായിരിക്കാം കവിതയിലേക്ക് കടന്നുവന്നത്. മലയാളകവിതയിൽ ഗസൽ പ്രമേയമാകുന്നതും അന്നായിരിക്കും. ഗുലാം അലിയുടെ പരിപാടി

ശിവസേന വീണ്ടും തടഞ്ഞിരിക്കുന്നു. ആരു പാടണമെന്നും എന്തു പാടണമെന്നും വർഗീയ ശക്തികൾ നിശ്ചയിക്കുന്ന അരക്ഷിതമായ കാലത്തിലൂടെ രാജ്യം അപമാനകരമായി കടന്നുപോവുകയാണ്.

വല്ലാത്തൊരു ഭീതി എല്ലായിടത്തും തളംകെട്ടിനിൽക്കുന്നു. എപ്പോൾ വേണമെങ്കിലും തുറക്കുന്ന വാതിലിലൂടെ വർഗീയ വാദിയുടെ വെടിയുണ്ട നെഞ്ചകം പിളർത്തേക്കാമെന്ന് പലരും ഭയപ്പെടുന്നു. കല്ബർഗിയെ പോലെ സാംസ്കാരിക ഔന്നത്യമുള്ളൊരാൾ കൊലചെയ്യപ്പെടുമ്പോൾ ഭരണകൂടം നിശബ്ദമാകുന്നത് ബോധപൂർവ്വമാണ്. മറാത്തിഭാഷയിൽ എഴുതപ്പെട്ട ശിവജിയുടെ ജീവചരിത്രങ്ങളിൽ ഏറ്റവുമധികം വിറ്റഴിക്കപ്പെട്ടത് പൻസാരെ എഴുതിയ ജീവചരിത്രമാണ്. അദ്ദേഹത്തെയാണ് വർഗീയഭീകരർ വെടിവെച്ചുകൊന്നത്. ധാബോൽക്കറും പൻസാരെയും കല്ബർഗിയും കൊലചെയ്യപ്പെടുമ്പോൾ ഭരണത്തിലിരിക്കുന്നവർ അതിനെ നിശബ്ദതയിലൂടെ പരോക്ഷമായി ന്യായീകരിക്കുന്നു. കേന്ദ്രസാഹിത്യഅക്കാദമിയുടെ നിലപാടാണ് എല്ലാവരെയും അമ്പരപ്പിച്ചത്. അടുത്തകാലം വരെ അക്കാദമി ജനറൽ കൗൺസിൽ അംഗം കൂടിയായിരുന്ന കൽബർഗിയുടെ കൊലപാതകത്തിലെങ്കിലും പ്രതിഷേധത്തിന്റെ ഒരു മർമ്മരം ഉയർത്താൻ പോലും അക്കാദമി തയ്യാറായില്ല. കർണാടകസാഹിത്യ അക്കാദമി പുരസ്കാരത്തിന് അർഹനായ പ്രൊഫസർ കെ എസ് ഭഗവാന് നേരെ വധഭീഷണി ഉയർന്നതും ഇവർ അറിഞ്ഞമട്ട് നടിച്ചില്ല.

ബീഫ് കഴിച്ചെന്ന് ആരോപിച്ച പോലും ആരെ വേണമെങ്കിലും കൊല്ലാമെന്ന മട്ടിലേക്ക് ആധുനിക ഇന്ത്യ മാറി. നാൽപത്തിനാലു ശതമാനം കുട്ടികളും പോഷകാഹാരകുറവുള്ള രാജ്യത്ത് എന്തു കഴിക്കരുതെന്നല്ല ഭരണകടം ചിന്തിക്കേണ്ടത് മനുഷ്യൻ എന്തെങ്കിലും കഴിക്കുന്നുണ്ടോയെന്നാണ്. ബീഫ് നിരോധനത്തിനെതിരെ നിലപാട് സ്വീകരിക്കുന്നത് ബീഫ് പ്രചരിപ്പിക്കുന്നതിനാണെന്ന് ചിലർ വാദിക്കുന്നുണ്ട്. ഇഷ്ടപ്പെട്ട ഭക്ഷണം തെരഞ്ഞെടുക്കാനുള്ള മനുഷ്യന്റെ അവകാശം നിഷേധിക്കുന്നത് ഫാസിസത്തിന്റെ രൂപമാണ്. ഒരാൾ ബീഫ് കഴിക്കുന്നില്ലെങ്കിൽ അവരെ ആരും നിർബന്ധിപ്പിച്ച് കഴിപ്പിക്കാൻ പാടില്ല. ഒരാൾക്ക് ഒരു മാംസം വിശ്വാസപ്രകാരം കഴിക്കാൻ പാടില്ലെങ്കിൽ അതിന് ആരും അവരെ നിർബന്ധിക്കാനും പാടില്ല. എന്നാൽ, മറ്റുള്ളവരും അത് കഴിക്കാൻ പാടില്ലെന്ന് അവരും ശാഠ്യം

ഗുലാം അലി

പിടിക്കാൻ പാടില്ല. ഉത്തർപ്രദേശിലെ കൊലപാതകത്തിൽ പ്രതികരിക്കാൻ മോദി 12 ദിവസമെടുത്തു. ഒരിക്കൽ പോലും 145 വാക്കുകൾ ട്വിറ്ററിനായി തെരഞ്ഞെടുക്കാൻ അദ്ദേഹത്തിന്ന സമയമുണ്ടായില്ല. ഔട്ട ലുക്ക് ചൂണ്ടി കാട്ടിയതുപോലെ ലതമഹേഷ്കർക്ക് പിറന്നാൾ ആശംസകളും ചൈനക്കാർക്ക് ദേശീയ ദിനത്തിന്റെ ആശംസകളും ഉൾപ്പെടെ നിരവധി ട്വിറ്ററുകൾക്ക് സമയം കണ്ടെത്തിയ പ്രധാനമന്ത്രിയുടെ മൗനം മാപ്പർഹിക്കാത്ത കുറ്റമാണ്.

ഇവിടെ നിശബ്ദനായിരിക്കാൻ നിങ്ങൾക്ക് എന്ത് അവകാശമെന്ന എന്ന ചോദ്യം വീണ്ടും ഉയരുകയാണ്. ഇപ്പോഴില്ലെങ്കിൽ പിന്നെ എപ്പോൾ എന്നതു മാത്രമല്ല പ്രശ്നം, ഇപ്പോഴില്ലെങ്കിൽ പിന്നെ ഒരു എപ്പോഴുണ്ടാകുമോ എന്നതു കൂടിയാണ്. സാംസ്കാരിക, പ്രബുദ്ധ എന്നിങ്ങനെയുള്ള വിശേഷണങ്ങളാൽ സമ്പന്നമായ കേരളം പോലും ഗൗരവമായി ഈ പ്രശ്നത്തെ അഭിസംബോധന ചെയ്യുന്നുണ്ടോയെന്നതും പരിശോധിക്കപ്പെടേണ്ടതാണ്. സേതുവിനെ നാഷണൽ ബുക്ക് ട്രസ്റ്റിൽനിന്നും പുകച്ചുപുറത്തുചാടിച്ചപ്പോൾ കേരളത്തിലെ സാംസ്കാരിക ലോകം നിശബ്ദനായ കാഴ്ചക്കാരനായിരുന്നു. അങ്ങനെയൊന്നു സംഭവിച്ചതുപോലും അറിയാത്തവരും പ്രശസ്തരുടെ ഗണത്തിലുണ്ടാകാം! എംഎം ബഷീറിന് രാമായണത്തെ കുറിച്ച് എഴുതാൻ അവകാശമില്ലെന്ന് ഹാലിളക്കത്തിലും അപകടകരമായ നിശബ്ദത കേരളത്തിലുണ്ടായി.

സാംസ്കാരിക രാഷ്ട്രീയവും മാധ്യമവും

സാംസ്കാരിക രാഷ്ട്രീയം ഗൗരവമായ ചർച്ചക്ക് വിധേയമാക്കേണ്ട കാലത്താണ് നമ്മൾ ജീവിക്കുന്നത്. ഭരണവർഗം സമൂഹത്തിൽ ആധിപത്യം സ്ഥാപിക്കുന്നത് ഭരണകൂടത്തിന്റെ അടിച്ചമർത്തൽ ഉപകരണങ്ങളിലൂടെ മാത്രമല്ല. ഏകാധിപത്യ മർദ്ദന ഉപകരണങ്ങൾ കൊണ്ടു മാത്രം ദീർഘകാലത്തേക്ക് അധീശത്വം സ്ഥാപിക്കാൻ കഴിയില്ലെന്ന് അന്റോണിയോ ഗ്രാംഷി വ്യക്തമാക്കുകയുണ്ടായി. സാംസ്കാരിക ഇടപെടലുകളിലൂടെ എങ്ങനെയാണ് ഭരണവർഗ ബോധം പൊതുബോധമാക്കി മാറ്റിതീർക്കുന്നതെന്ന വിഷയം പ്രത്യേകം പഠന വിഷയമാക്കുകയുണ്ടായി. പൊതുബോധ നിർമാണത്തിന്റെ ഉപകരണങ്ങൾ ഭരണകൂടത്തിന്റെ പ്രത്യയശാസ്ത്ര ഉപകരണങ്ങളാണെന്ന നിഗമനമാണ് ലൂയി അൾത്തൂസർ നടത്തിയത്.

മതം മുതൽ ഭരണവർഗ ട്രേഡ് യൂണിയനുകൾ വരെ ഈ ഗണത്തിൽപ്പെടുന്നതാണ്. ഭരണവർഗ താൽപര്യത്തെ സമൂഹത്തിൽ ആധിപത്യമുള്ള ആശയമാക്കി മാറ്റിയെടുക്കുന്ന പണിയാണ് ഇവ നിർവഹിക്കുന്നത്. വിദ്യാഭ്യാസം ഭാവി തലമുറയെ വാർത്തെടുക്കുന്ന

വെന്ന് പറയുമ്പോൾ അതിനായി ഉപയോഗിക്കുന്നത് ഭരണവർഗ ത്തിന്റെ താൽപര്യങ്ങളുടെ വാർപ്പാണെന്ന് പ്രത്യേകം പറയേണ്ടതില്ല. വിനീത വിധേയ സംസ്കരണത്തെ പരുവപ്പെടുത്തിയെടുക്കുന്ന പണി കൂടിയാണ് വിദ്യാഭ്യാസം ചെയ്യുന്നത്. ഇക്കാലത്ത് ഏറ്റവും പ്രാ മുഖ്യമുള്ള പ്രത്യയശാസ്ത്ര ഉപകരണമായി മാധ്യമം മാറിയിരിക്കുന്നു. നാമറിയാതെ നമ്മളെ സ്വാധീനിക്കുകയും ഭരണവർഗ ബോധത്തെ പൊതുബോധമാക്കുകയുമാണ് ഇന്ന് മാധ്യമങ്ങൾ ചെയ്യുന്നത്.

ആഗോളവൽക്കരണകാലം മാധ്യമത്തിന്റെ നിർവചനത്തെയും രൂപത്തെയും ഉള്ളടക്കത്തെയും പുതുക്കി പണിതിരിക്കുന്നു. അച്ചടി, ശ്രവ്യ, ദൃശ്യ മാധ്യമം മാത്രമല്ല ഇന്നുള്ളത്. നവമാധ്യമങ്ങൾ സമൂ ഹത്തിന്റെ ആശയരൂപികരണ പ്രക്രിയയിൽ പ്രധാന പങ്കു വഹി ക്കുന്നുണ്ട്. സാങ്കേതിക വിദ്യയുടെ കുതിച്ചുചാട്ടം മാധ്യമ മേഖലയെ ഇളക്കി മറിച്ചു. അച്ചടിച്ച് പ്രസിദ്ധീകരിക്കുന്നവയാണ് അച്ചടി മാധ്യമങ്ങൾ. എന്നാൽ, ഇന്ന് അച്ചടിക്കാതെയും അച്ചടി മാധ്യമം വായിക്കാം. അതിന് ഇന്റർനെറ്റ് കണക്ഷകനുള്ള മൊബൈൽ ഫോണോ ടാബ്‌ലറ്റോ, ലാപ് ടോപോ മതിയാകും. സ്വന്തം നാട്ടിൽ അച്ചടിക്കുന്ന സ്വന്തം ഭാഷയിലുള്ള മാധ്യമം മാത്രമല്ല ലോകത്തിലെ ഏതു കോണിലുള്ള മാധ്യമവും ഇന്റർ നെറ്റിൽ ലഭ്യമാണ്. അച്ചടി ക്കുന്ന രൂപകൽപ്പനയിൽ ലഭിക്കുന്ന ഇ പേപ്പറുകളും ഇന്റർനെറ്റിൽ ലഭ്യമാണ്..

സാങ്കേതികവിദ്യ പുനർജീവൻ നൽകിയ മാധ്യമങ്ങളിൽ പ്ര ധാനമാണ് ശ്രവ്യമാധ്യമം. റേഡിയോ പുരാവസ്തുവായി മാറുമെന്ന് കരുതിയിരുന്ന കാലമാണ് എൺപതുകൾ. എന്നാൽ, എതുസമ യത്തും എവിടെവെച്ചും കേൾക്കാവുന്ന മാധ്യമമാണ് റേഡിയോ എന്ന സാധ്യത ശക്തിപ്പെടുത്തിയത് മൊബൈലിന്റെ വരവോ ടെയാണ്. മൊബൈലിൽ എതു എഫ് എം ചാനലും കേൾക്കാൻ കഴിയും. റേഡിയോ ഇല്ലാതെ റേഡിയോ കേൾക്കാമെന്ന പുതിയ കാലം അസാധാരണമായ രൂപാന്തരീകരണത്തിന്റേതാണ്. ഇതു തന്നെയാണ് ദൃശ്യമാധ്യമത്തിന്റേതും. ടെലിവിഷൻ ഇല്ലാതെ ഏതു ചാനലും ഇന്ന് കാണാം. യാത്രകളിൽ ഉൾപ്പെടെ മൊബൈലിലൂടെ ഏതു ചാനലും കാണാവുന്ന കാലത്താണ് നമ്മൾ ജീവിക്കുന്നത്. ഇതെല്ലാം കണക്കിലെടുത്താണ് ലോകത്തിലെ ഏറ്റവും വലിയ യന്ത്രമാണ് മൊബൈൽ എന്ന് ലോകബാങ്ക് പറഞ്ഞത്. മാർട്ടിൻ

ക്കുപ്പർ കണ്ടെത്തിയതിൽ നിന്നും മൊബൈൽ ആകെ മാറിയിരിക്കു ന്നു. ജീവിതത്തിന്റെ എല്ലാ തലങ്ങളെയും അത് സ്വാധീനിക്കുന്നുണ്ട്. പഴയ പലതിനെയും അപ്രസക്തമാക്കുന്നു. നേരത്തെ ആളുകൾ വാച്ച് ധരിക്കുന്നത് സമയം അറിയുന്നതിനാണ്. ചില വാച്ചുകളിൽ അലാറാം കൂടിയുണ്ടായിരിക്കാം. എന്നാൽ മൊബൈൽ, വാച്ചിന്റെ അടിസ്ഥാന ദൗത്യങ്ങളെ അപ്രസക്തമാക്കി. സമയമറിയുന്നതിന് മൊബൈൽ മതി. വാച്ചിലെ അലാറം ഏതെങ്കിലും ഒരു ശബ്ദത്തിൽ മാത്രം നമ്മളെ വിളിച്ച് എഴുന്നേൽപ്പിക്കുന്ന അലാറാമുള്ളവയാണ്. എന്നാൽ, മൊബൈലിലെ അലാറത്തിൽ ഇഷ്ടമുള്ള ശബ്ദത്തിൽ അലാറാം കേൾക്കാം. കോഴി കൂവുന്നത് കേട്ട് എണീറ്റ് ശീലമുള്ള വർക്ക് അങ്ങനെയാകാം. സുബലക്ഷ്മിയുടെ ശബ്ദം കേട്ടാൽ മാത്രം എഴുന്നേൽക്കുന്നവർക്ക് അത് തെരഞ്ഞെടുക്കാം. പ്രിയപ്പെട്ട ആരു ടെയെങ്കിലും വിളികേൾക്കണമെന്നുള്ളവർക്ക് അതും റെക്കാർഡ് ചെയ്ത് അലാറാമിന്റെ ശബ്ദമാക്കാം. അതുകൊണ്ട് മൊബൈൽ ഉള്ളയാൾ കൈയിൽ കെട്ടിയ വാച്ച് വളപോലെ അലങ്കാരത്തിനു ള്ളതു മാത്രമാണ്.

മൊബൈൽ സാങ്കേതിക വൈദഗ്ദ്യം ആവശ്യപ്പെടുന്ന തൊഴിലുക ളുടെ സ്വഭാവത്തെയും അട്ടിമറിച്ചു. പത്രത്തിൽ ഒരു ചിത്രം അച്ചടിച്ച് വരുന്നതിനു മുമ്പ് നിരവധി സാങ്കേതിക വൈദഗ്ദ്യങ്ങളുടെ സങ്കലനം ആവശ്യമായിരുന്നു. ക്യാമറമാന് തന്റെ ഉപകരണത്തെ സംബന്ധിച്ച നല്ല ധാരണകൾ വേണം. ഫോക്കസ് ചെയ്യുന്നതിലെ വൈദഗ്ദ്യം തുടങ്ങി പല ഘടകങ്ങളും പ്രധാനമാണ്. സ്റ്റുഡിയോയിലെ ഇരുട്ടുമു റിയിൽ കഴുകിയെടുക്കുന്നതിന്റെ സമയം തുടങ്ങി ഫിലിമിന്റെ ഗുണ നിലവാരം വരെ പ്രധാനമാണ്. എന്നാൽ, ക്യാമറയുള്ള മൊബൈൽ വന്നതോടെ ഈ പ്രശ്നങ്ങൾക്ക് പരിഹാരമായി. മാധ്യമത്തിൽ അച്ചടിച്ചുവരുന്ന ചിത്രങ്ങൾ ഗുണനിലവാരത്താൽ വാർത്താപ്രാധാ ന്യത്തിന് പരിഗണന നൽകുന്നതാണ്. ഒരു സംഭവം കാണുന്നയാൾ നേരത്തെ പത്ര ഓഫീസിൽ വിളിച്ച് പറഞ്ഞ് ക്യാമറമാനെ വരുത്തി ചിത്രമെടുക്കാൻ ശ്രമിച്ചാൽ സംഭവം മിക്കവാറും കഴിഞ്ഞിട്ടുണ്ടാകും. എന്നാൽ, കാണുന്നയാൾക്ക് മൊബൈലിൽ ചിത്രമെടുക്കാമെന്നു മാത്രമല്ല, അതേ സമയം അത് ആർക്കുവേണമെങ്കിലും അയച്ചു നൽകാനും കഴിയും. നേരത്തെ അവനവന്റെ ചിത്രമെടുക്കുന്നതിന് മറ്റാരെയെങ്കിലും ആശ്രയിക്കേണ്ടി വന്നുവെങ്കിൽ മുൻക്യാമറകളു

ള്ള മൊബൈലിന്റെ വരവ് ആ ബുദ്ധിമുട്ടും പരിഹരിച്ചു തന്നു. ഇതു തന്നെയാണ് ദൃശ്യമാധ്യമങ്ങളുടെ സ്ഥിതിയും. ആർക്കും വീഡിയോ മോഡിൽ ഏതു സംഭവവും തത്സമയം അയച്ചു നൽകാൻ കഴിയും. ലണ്ടനിലെ മെട്രോയിൽ സ്ഫോടനം നടന്നപ്പോൾ ബിബിസി ഉൾപ്പെടെ ഉപയോഗിച്ച ദൃശ്യങ്ങൾ യാത്രക്കാർ മൊബൈൽ ക്യാമറയിൽ പകർത്തിയവയായിരുന്നു.

മൊബൈൽ ഫാക്സ് മെഷീനെയും പുരാവസ്തുവാക്കി മാറ്റി. എഴുതിയ ഒരു കാര്യം മൊബൈൽ ക്യാമറയിൽ പകർത്തിയാൽ അടുത്ത നിമിഷം വാട്ട്സ്അപ്പ് വഴി പണച്ചെലവില്ലാതെ ലോകത്തിന്റെ ഏതു ഭാഗത്തേക്കും അയക്കാൻ കഴിയും. ഫാക്സ് മെഷീൻ ഓൺ ചെയ്യുന്ന സമയം കൊണ്ട് മാറ്റർ ഉദ്ദേശിക്കുന്ന സ്ഥലത്ത് എത്തിച്ചേരും. നവമാധ്യമം പല രൂപങ്ങളിലേക്ക് ഇന്ന് വികസിച്ചിരിക്കുന്നു. അറബ് വസന്തത്തിന്റെ കാലത്താണ് ഇത് ഏറെ ചർച്ച ചെയ്യപ്പെട്ടത്. പത്രം പ്രചാരകനും പ്രക്ഷോഭകാരിയും സംഘാടകനുമാണെന്ന് പറഞ്ഞത് ലെനിനാണ്. ഈ വിവരണത്തെ പൂർണ്ണമായും ശരിവെയ്ക്കുന്ന ഇടപ്പെടലുകളാണ് യഥാർഥത്തിൽ സാമൂഹ്യമാധ്യമം മുല്ലപ്പൂ വിപ്ലവ കാലത്ത് നടത്തിയത്. ഫേസ് ബുക്കും ട്വിറ്ററും ഏറ്റവും ശക്തമായ രൂപങ്ങളായി മാറി. ആശയം പ്രചരിപ്പിക്കുന്നതോടൊപ്പം പരിപാടികളുടെ സംഘാടന രൂപവും ഇതായി മാറി. സംഘടനകൾ മാനവവിഭവശേഷി ഉപയോഗിച്ചു നടത്തുന്ന പ്രചാരണ സംഘാടന പ്രവർത്തനങ്ങൾക്ക് ഭൂമിശാസ്ത്രപരമായ പരിമിതികളുണ്ട്. എന്നാൽ, നവമാധ്യമങ്ങൾക്ക് അത്തരം പരിമിതികളില്ല. സാർവ്വദേശീയ സംഘാടന സാധ്യതകൾ അവ തുറന്നുതരുന്നു.

അച്ചടി, ദൃശ്യ, ശ്രവ്യ മാധ്യമങ്ങളെ കൂടാതെ വിനോദമാധ്യമങ്ങളുടെ രൂപത്തെയും മൊബൈൽ മാറ്റിമറിച്ചു. ടേപ്പ് റെക്കോർഡറോ, സിഡി പ്ലേയറോ ഒന്നുമില്ലാതെ ആയിരിക്കണക്കിന് പാട്ടുകൾ ശേഖരിക്കാനും അത് കേൾക്കാനും മൊബൈൽ മതിയാകും. ഇഷ്ടപ്പെട്ട സിനിമ കാണാനും മൊബൈൽ മതി. ഈ സാധ്യത മാധ്യമത്തിന്റെ പ്രാപ്യതയെ വിപുലപ്പെടുത്തുകയും ശക്തിപ്പെടുത്തുകയും ചെയ്യുന്നു. ട്രായിയുടെ കണക്ക് അനുസരിച്ച് 90 കോടി മൊബൈൽ കണക്ഷനുകളാണ് ഇന്ത്യയിലുള്ളത്. അതിൽ ഇരട്ട കണക്ഷനുകളും ഉപയോഗത്തില്ലാത്തവയും മറ്റും കുറച്ചാൽ പോലും 60 കോടി മൊബൈൽ കണക്ഷനുകൾ ഉണ്ടാകും. അതായത് രണ്ട് ഇന്ത്യക്കാർ

ക്ക് ഒരു മൊബൈൽ ഫോൺ ഉണ്ടെന്ന ചുരുക്കം. അതിൽ 40 ലക്ഷം ഫോണുകൾക്ക് ഇന്റർനെറ്റ് കണക്ഷനുണ്ട്. അത്ര മാത്രം വിപുലമായ പ്രാപ്യതയാണ് ഇന്ന് മാധ്യമത്തിനുള്ളത്. ഓരോ വാർത്തയും ചൂടാറുംമുമ്പ് ജനങ്ങളിലേക്ക് എത്തുന്നത്. തങ്ങൾക്ക് ഇഷ്ടമുള്ള വീക്ഷണകോണിൽ ഏതു കാര്യവും ജനങ്ങളിലേക്ക് എത്തിക്കുന്നതിന് മാധ്യമങ്ങൾക്ക് കഴിയുന്നു.

മാധ്യമങ്ങൾ സമ്മതങ്ങൾ നിർമ്മിക്കുന്നുവെന്ന തലക്കെട്ടിൽ പുസ്തകം എഴുതിയത് നോം ചോംസ്കിയും ഹെർമ്മനും ചേർന്നാണ്. എന്നാൽ, തലക്കെട്ട് അമേരിക്കയുടെ പ്രത്യേക പദ്ധതിയുടേതാണ്. രണ്ടാം ലോകമഹായുദ്ധത്തിൽ മനസ്സുകളെ എങ്ങനെ സ്വാധീനിക്കാമെന്ന് പഠിച്ച കമീഷന്റെ പദ്ധതിരേഖയുടെ തലക്കെട്ടായിരുന്നു സമ്മത നിർമാണം. ചോംസ്കി സമ്മതനിർമാണത്തിലേക്ക് എത്തിക്കുന്ന അരിപ്പകളെ വിശകലനം ചെയ്യുകയുണ്ടായി. അതിൽ പ്രധാനം മാധ്യമങ്ങളുടെ ഉടമസ്ഥതയാണ്. മാധ്യമ പ്രാപ്യത വല്ലാതെ വർധിച്ച ഈ ഘട്ടത്തിൽ മാധ്യമ ഉടമസ്ഥത വളരെ പ്രധാനമാണ്. കൂടുതൽ മുതൽ മുടക്ക് ആവശ്യമുള്ള സാങ്കേതികവിദ്യയുടെ പ്രയോഗത്തിലൂടെ മാത്രമേ അച്ചടി, ദൃശ്യമാധ്യമങ്ങൾക്ക് അതിജീവിക്കാൻ കഴിയുകയുള്ളൂ. ഇത് മാധ്യമങ്ങളുടെ ഉടമസ്ഥതയെ കുത്തകകളിലേക്ക് കേന്ദ്രീകരിക്കുന്നുവെന്നതാണ് യാഥാർഥ്യം. അമേരിക്കയിലെ മാധ്യമങ്ങളുടെ കുത്തകവൽക്കരണം സംബന്ധിച്ച് ഗൗരവമായ വിശകലം നടത്തിയത് ബെൻഗഡ്ഡി ക്യാനാണ്. മാധ്യമരംഗത്തെ കുത്തകകൾ എന്ന പുസ്തകത്തിന്റെ ആദ്യപതിപ്പ് 1983 ൽ പ്രസിദ്ധീകരിക്കുമ്പോൾ അമ്പതു കുത്തകകളാണ് അമേരിക്കയിലെ മാധ്യമരംഗത്തെ നിയന്ത്രിച്ചിരുന്നത്. എന്നാൽ, 2003 ആയപ്പോഴെക്കും അത് അഞ്ചു കുത്തകളായി കേന്ദ്രീകരിക്കപ്പെട്ടു.

മാധ്യമരംഗം മൂന്നു തരത്തിലുള്ള വിപുലപ്പെടലിലൂടെയാണ് മുന്നോട്ടു പോകുന്നത്. ഒന്നാമത്തേത് തിരശ്ചീന തലത്തിലുള്ള വികാസമാണ്. ഒരേ സ്വഭാവത്തിലുള്ള മാധ്യമങ്ങൾ ഏറ്റെടുത്ത് വിപുലപ്പെടലാണത്. ഒരു അച്ചടി മാധ്യമം മറ്റൊരു അച്ചടി മാധ്യമത്തെയോ ഒരു ദൃശ്യമാധ്യമം മറ്റൊരു ദൃശ്യമാധ്യമത്തെയോ ഏറ്റെടുക്കുന്നത് ഉദാഹരണമാണ്. രണ്ടാമത്തേത് തിരശ്ചീനമാണ്. മുമ്പോട്ടും പുറകോട്ടുമുള്ള വികാസതലങ്ങളെ ഒരു കുത്തക തന്നെ നിയന്ത്രിക്കുന്നു. ഒരു ടെലിവിഷൻ ചാനൽ അവർക്കാവശ്യമായ

ഉൽപ്പന്നങ്ങൾ സ്വയം നിർമ്മിക്കുന്നു. അത് സിനിമയാകാം, സീരിയലാകാം എന്തുമാകാം. അത് പിന്നോട്ടുള്ള വികാസ നിയന്ത്രണമാണ് (backward extension). നിർമ്മിക്കുന്നത് കാണികളിലേക്ക് എത്തിക്കുന്ന വിതരണശൃംഖലയുടെ നിയന്ത്രണവും അതേ കുത്തക തന്നെ നിർവഹിക്കുന്നു. ഇത് മുന്നോട്ടുള്ള വിപുലപ്പെടലിന്റെ നിയന്ത്രണമാണ്. (up ward extension)എല്ലാ തലങ്ങളിലുമുള്ള മാധ്യമ പ്രവർത്തനം ഒരു കുത്തക തന്നെ നിയന്ത്രിക്കുകയെന്ന അങ്ങേയറ്റം അപകടകരമായ അവസ്ഥയിലേക്ക് എത്തുന്നു. മൂന്നാമത്തേത് വികർണാവസ്ഥയിലുള്ള വികാസമാണ്. ടെലികമ്യൂണിക്കേഷൻ സ്ഥാപനം ടെലിവിഷൻ ചാനൽ നടത്തുന്നത് അതിന്റെ ഉദാഹരണമാണ്. പത്രം തന്നെ ചാനലും റേഡിയോയും നടത്തുന്നതും മറ്റൊരു ഉദാഹരണം. പല രാജ്യങ്ങളിലും ഇത്തരത്തിലുള്ള ക്രോസ് മീഡിയ ഉടമസ്ഥത അനുവദിച്ചിട്ടില്ല. എന്നാൽ, ഇന്ത്യ അതിന്റെ ഭൂമികയാണ്. ഏറ്റെടുക്കലിലൂടെയും സംയോജനങ്ങളിലൂടെയും മാധ്യമ കുത്തകകളുടെ മേഖല വിപുലപ്പെടുന്നതിന്റെ ഉദാഹരണങ്ങളാൽ സമ്പന്നമാണ് സമീപകാല ചരിത്രം.

അമേരിക്ക കേന്ദ്രമായുള്ള അച്ചടി മാധ്യമരംഗത്തെ ആഗോള സ്ഥാപനമായിരുന്നു ടൈം. ഇവരുടെ വാരികയുടെ മുഖചിത്രമായി അച്ചടിച്ചു വരുന്നത് വൻ അംഗീകാരമായാണ് പരിഗണിക്കപ്പെടുന്നത്. ഹോളിവുഡ് സിനിമാരംഗത്തെ വൻകുത്തകയാണ് വാർണർ. ഈ രണ്ടു സ്ഥാപനങ്ങളും സംയോജനം നടത്തി ഒന്നായി മാറി. ഇന്റർനെറ്റ് രംഗത്തെ പ്രധാന കുത്തകയാണ് അമേരിക്ക ഓൺ ലൈൻ. ടൈം വാർണർ- അമേരിക്ക ഓൺ ലൈൻ ഈ സഹസ്രാബ്ദത്തിലെ മഹാസംയോജനമെന്നാണ് അറിയപ്പെട്ടിരുന്നത്. 163 ശലക്ഷം ഡോളറിന്റേ സംയോജനമായിരുന്നു അത് മാധ്യമരംഗത്തെ അന്തർദ്ദേശീയ കുത്തകയായി അറിയപ്പെടുന്ന മർഡോക്കിന്റെ സാമ്രാജ്യം പല തലങ്ങളിലേക്ക് വികസിച്ചിരിക്കുന്നു. 68 ശലക്ഷം ഡോളറിന്റെ ആസ്തിയുള്ള വാർത്താ വിനോദ ഇന്റർനെറ്റ് രംഗങ്ങളിലാണ് മർഡോക്കിന്റെ മാധ്യമസാമ്രാജ്യം പ്രവർത്തിക്കുന്നത്. കുട്ടികൾക്ക് പ്രിയപ്പെട്ട വിനോദരൂപമാണ് ഡിസ്നി നൽകുന്നത്. അതുപോലെ അവർക്ക് പ്രിയപ്പെട്ടതാണ് സ്പൈഡർമാൻ. അടുത്തിടെ ഇവ രണ്ടും ഒന്നായി. നമ്മുടെ കാഴ്ചയെയും കേൾവിയെയും നിയന്ത്രിക്കുക വഴി അഭിപ്രായം, സംസ്കാരം തുടങ്ങി എല്ലാം നിർണയിക്കാൻ കഴിയുന്ന

രൂപത്തിലേക്ക് മാധ്യമരംഗത്തെ കുത്തകവൽക്കരണം മാറിയെന്നതിന്റെ നിരവധി ഉദാഹരണങ്ങൾ ഇനിയും കണ്ടെത്താൻ കഴിയും.

നമ്മുടെ രാജ്യത്ത് മറ്റൊരു അപകടം കൂടിയുണ്ട്. ഇന്ത്യയിലെ ഒന്നാമത്തെ കുത്തക തന്നെയാണ് മാധ്യമരംഗത്തെ ഒന്നാമത്തെ കുത്തകയും. ഉള്ളടക്ക നിർമാണം, വിതരണം, വിനോദം എന്നിങ്ങനെ എല്ലാ തലങ്ങളിലും ആധിപത്യം സ്ഥാപിച്ചിരിക്കുകയാണ് റിലയൻസ്. ടിവി 18 ശൃംഖലയെ ഏറ്റെടുക്കുക വഴി ടെലിവിഷൻ മാധ്യമരംഗത്ത് അവരുടെ ആധിപത്യം ഉറപ്പിച്ചു. നേരത്തെ ഇടിവിയിൽ വലിയ നിക്ഷേപം നടത്തുക വഴി പ്രാദേശിക ചാനൽ രംഗത്ത് റിലയൻസ് സ്വാധീനം ഉറപ്പിച്ചിരുന്നു. വിതരണതലങ്ങളുടെ പൂർണ്ണ നിയന്ത്രണം ഇവരുടെ കൈയിലേക്ക് വന്നു. ഡയറക്ട് ഹോം സംവിധാനമായാലും മൊബൈൽ ടിവിയായാലും പ്രധാന കളിക്കാരൻ റിലയൻസാണ്. സിനിമാ നിർമാണരംഗത്തെ പ്രധാന കുത്തകയായ ബിഗ് സിനിമ റിലയൻസിന്റേത്. ഏറ്റവും കൂടുതൽ സ്ക്രീനുകളുള്ള ബിഗ് സിനിമയും ഇവരുടെ തന്നെ. അമ്പതോളം സ്റ്റേഷനുകളുള്ള 92.7 എഫ്എമ്മും ഉടമസ്ഥത റിലയൻസിനാണ്. വീഡിയോ വാടക സംവിധാനത്തിന്റെ വിപണന സാധ്യത കൂടി തിരിച്ചറിഞ്ഞാണ് ബിഗ് ഫിക്സ് ഏറ്റെടുത്ത് ആ മേഖലയിലേക്കും ഇവർ കടന്നത്. മൊബൈൽ വഴി ലഭിക്കുന്ന ഗെയിമുകൾ നിർമ്മിക്കുന്ന മേഖലയിലും ഇവരുടെ സ്വാധീനം പ്രകടം. ഹോളിവുഡ് സിനിമകളുടെ സാങ്കേതിക വിദ്യ നൽകുന്ന പ്രധാന സ്ഥാപനമായ ഡിടിഎസും റിലയൻസ് അടുത്തകാലത്ത് ഏറ്റെടുത്തു. മൂന്നാം തലമുറയും നാലാം തലമുറയും സ്പെക്ട്രവും ഭൂരിഭാഗമേഖലകളിലും റിലയൻസാണ് നിയന്ത്രിക്കുന്നത്. ഇതൊരു അസാധാരണമായ സാഹചര്യമാണ്. മാധ്യമത്തിന്റെ എല്ലാ തലങ്ങളേയും രാജ്യത്തെ ഒന്നാമത്തെ കുത്തകതന്നെ നിയന്ത്രിക്കുമ്പോൾ വിയോജനത്തിന്റെയും ബഹുസ്വരതയുടേയും ശബ്ദം എവിടെ നിന്നാണ് പ്രതീക്ഷിക്കുന്നത്! മാധ്യമം കോർപ്പറേറ്റ് സ്ഥാപനമായി മാറുമ്പോൾ ജനാധിപത്യത്തിന്റെ നാലാം തൂണിന് എന്താണ് പ്രസക്തി?

മാധ്യമത്തിന്റെ ഉടമസ്ഥതയുടെ സ്വഭാവം നേരിട്ട് പ്രതിഫലിപ്പിക്കാതെ സമർഥമായാണ് അവർ തങ്ങളുടെ ദൗത്യം നിർവഹിക്കുന്നത്. അതിന്റെ ഏറ്റവും മികച്ച ഉദാഹരണങ്ങൾ സമീപകാല ഇന്ത്യയുടെ രാഷ്ട്രീയ ചിത്രത്തിൽനിന്നും ലഭ്യമാണ്. ഗുജറാത്ത്

വംശഹത്യ രാജ്യത്തെ പിടിച്ചുലച്ച സംഭവങ്ങളിലൊന്നാണ്. അതിൽ പ്രധാന പ്രതിസ്ഥാനത്ത് നിന്നിരുന്നത് അന്നത്തെ ഗുജറാത്ത് മുഖ്യമന്ത്രി നരേന്ദ്രമോദിയായിരുന്നു. എന്നാൽ, അന്നത്തെ മോദി തന്നെയാണോ ഇപ്പോഴഴെത്ത മോദിയെന്ന് തോന്നിപ്പിക്കുന്ന രീതിയിലേക്ക് ജനങ്ങളെ എത്തിക്കുന്നതിന് മാധ്യമപ്രചാരവേല സഹായിച്ചു. ഒരു കാലത്ത് വെറുക്കപ്പെട്ട പ്രദേശമായി കരുതപ്പെട്ടിരുന്ന ഗുജറാത്ത് ഇന്ന് രാജ്യം പിന്തുടരേണ്ട പ്രദേശമെന്ന പ്രതീതി സൃഷ്ടിക്കപ്പെട്ടു. മിഥ്യയേത് യാഥാർഥ്യമേത് എന്ന് തിരിച്ചറിയാത്ത ആശയകുഴപ്പത്തിന്റെ നിർമാണമാണ് ആദ്യം നടത്തിയത്. അത് തന്നയാണോ ഇതെന്ന ആശയക്കുഴപ്പം, ഒടുവിൽ അത് തന്നയല്ല ഇതെന്ന് സ്ഥാപിക്കുന്നതിലേക്ക് വികസിക്കുന്നു.

ലോകസഭാതെരഞ്ഞെടുപ്പിന് വളരെ മുമ്പ് ഗുജറാത്ത് സർക്കാർ പബ്ലിക് റിലേഷൻസ് പ്രവർത്തനം നടത്തിയതിനെ കുറിച്ച് ഓപ്പൺ മാഗസിൻ വിശദമായി അവതരിപ്പിച്ചിരുന്നു. സംസ്ഥാനസർക്കാരിന്റെ പിആർ ഏജൻസിക്ക് വേണ്ടി എന്തെല്ലാം യോഗ്യതകൾ വേണമെന്ന് പരസ്യത്തിൽ സൂചിപ്പിച്ചിരുന്നു. ദേശീയതലത്തിലെ പ്രധാന പത്രങ്ങളിൽ ആഴ്ചയിൽ ഒരു വാർത്തയെങ്കിലും അവർ നൽകുന്ന വിവരങ്ങളെ അടിസ്ഥാനമാക്കി പ്രസിദ്ധീകരിപ്പിക്കാൻ കഴിയണമെന്നതായിരുന്നു ഒരു യോഗ്യത. അതുപോലെ ചാനലുകളിലും ആഴ്ചയിൽ ഒരു വാർത്ത സംപ്രേഷണം ചെയ്യിപ്പിക്കണം. ആനുകാലികങ്ങളിലും ഇതേ രീതിയിൽ സ്റ്റോറികൾ പ്രസിദ്ധീകരിപ്പിക്കാനും കഴിയണം. ഇതിനായി നിയോഗിച്ച പിആർ ഏജൻസികളുടെ പ്രവർത്തനമാണ് ഏറ്റവും വിജയകരമായ ബ്രാൻഡ് എന്ന രീതിയിലേക്ക് നരേന്ദ്രമോദിയെ മാറ്റിയെടുത്ത്.

കേരള മാതൃക എന്നത് സ്വയം കണ്ടെത്തിയ ഒന്നല്ല. കേരളത്തിന്റെ വികസനരീതിയെ കുറിച്ച് പഠിച്ച വിദഗ്ദർ നൽകിയതാണ് ആ പ്രയോഗം. എന്നാൽ, ഗുജറാത്ത് മോഡൽ എന്നത് പർവ്വതീകരിപ്പിച്ച് പ്രചരിപ്പിച്ച് സ്ഥാപിച്ചെടുത്ത പ്രയോഗമാണ്. ഇതാണ് രണ്ടും തമ്മിലുള്ള വ്യത്യാസം. എന്നാൽ, അങ്ങനെയൊന്ന് തോന്നിപ്പിക്കാത്ത രീതിയിൽ ഒരു കാര്യം സ്ഥാപിച്ചെടുക്കലാണ് മാധ്യമങ്ങളുടെ വിജയം. വിഭ്രാന്തികളുടേതാണോ ലോകമെന്ന സംശയം പോലും ഉണർത്താതെ തങ്ങളുടെ താൽപര്യങ്ങൾക്ക് അനുസരിച്ച് അവർ എല്ലാം മാറ്റിതീർക്കുന്നു.

പർവ്വതീകരണവും തമസ്കരണവുമാണ് മാധ്യമങ്ങൾ സമ്മത നിർമാണത്തിനായി ഉപയോഗിക്കുന്ന രീതികളിലൊന്ന്. ചെറിയ കാര്യങ്ങളെ വല്ലാതെ പർവ്വതീകരിച്ച് അവതരിപ്പിക്കുന്ന മാധ്യമങ്ങൾ പ്രധാനപ്പെട്ട പലതിനെയും തമസ്കരിക്കും. ഗുജറാത്തിലെ മഹാഭൂരിപക്ഷം വരുന്ന ജനങ്ങളുടെ ജീവിതാവസ്ഥയെ കുറിച്ച് അവതരിപ്പിക്കുന്നതിൽ മാധ്യമങ്ങൾ ശ്രദ്ധിക്കുന്നില്ല എന്നു മാത്രമല്ല തെറ്റായ രൂപത്തിൽ അത് അവതരിപ്പിക്കുകയും ചെയ്യുന്നു.

മോദി ബിംബ നിർമാണത്തിന് സഹായകരമായ ഭൂമിക ഇന്ത്യയിൽ രൂപപ്പെട്ടിരുന്നു. അഴിമതിയിൽ മുങ്ങിക്കുളിച്ച കോൺഗ്രസ് നയിച്ച സർക്കാർ അധികാരത്തിൽനിന്നും എങ്ങനെയെങ്കിലും പോകണമെന്ന് ആഗ്രഹിച്ചവരാണ് മഹാഭൂരിപക്ഷം ജനങ്ങളും. അതിന് പകരം വെയ്ക്കാൻ കഴിയുന്നയൊന്നായി മാധ്യമങ്ങൾ മോദിയെന്ന ബിംബത്തെ നിർമ്മിച്ചെടുത്തു. കമ്പോളത്തിൽ പോകുന്നയൊരാളെ മാധ്യമങ്ങളിൽ കണ്ട ബ്രാൻഡ് വല്ലാതെ സ്വാധീനിച്ചെന്നുവരും. എന്നാൽ, തീരുമാനമെടുക്കുന്ന ഘട്ടത്തിൽ ലഭ്യമായ മറ്റു ഉൽപ്പന്നങ്ങളുമായുള്ള താരതമ്യം സാധാരണ ഉപഭോക്താവ് നടത്തും. ഇവിടെ ചീഞ്ഞളിഞ്ഞ ബ്രാൻഡിനടുത്താണ് മോദിയെന്ന ഊതിവീർപ്പിച്ച ബ്രാൻഡ് ജനങ്ങൾ കണ്ടത്. ഇങ്ങനെയുള്ള നിരവധി രീതികളിലൂടെയാണ് ഇന്ത്യയിലെ സമകാലിക രാഷ്ട്രീയത്തെ മാറ്റിതീർത്തത്.

സാംസ്കാരിക രാഷ്ട്രീയ രൂപീകരണത്തിൽ മാധ്യമങ്ങൾ പല തരത്തിലുള്ള രീതികൾ സ്വീകരിക്കുന്നുണ്ട്. അതിലൊന്ന് വാക്കിന്റെ രാഷ്ട്രീയമാണ്. മുസ്ലീം വിരുദ്ധത ശക്തിപ്പെടുത്തുന്ന രീതിയിലുള്ള വാർത്തകളുടെ അതിപ്രസരം സമീപകാല മാധ്യമ പ്രയോഗങ്ങളിൽ കാണാൻ കഴിയും. ഹിന്ദുത്വ രാഷ്ട്രീയത്തിന്റെ വ്യാപനത്തിനു സഹായകരമായ ഇടപ്പെടൽ വളരെ ശക്തമായാണ് മാധ്യമങ്ങൾ നിർവഹിക്കുന്നത്. അതുതന്നെയാണ് ആഗോളവൽക്കരണത്തിന് ആവശ്യമായ നിശബ്ദത വിധേയസംസ്കാരത്തെ രൂപപ്പെടുത്തുന്ന കാര്യത്തിലും നിർവഹിച്ചത്. അതിനായി ഏറ്റവുമധികം ഉപയോഗിച്ച വാക്കുകളാണ് വളർച്ചയും വികസനവും. രണ്ടും തീർത്തും വ്യത്യസ്തമായ അർഥതലങ്ങളുള്ള വാക്കുകളാണെന്ന യാഥാർഥ്യത്തെ സമർഥമായി മറച്ചുവെച്ച് വളർച്ചയുടെ പെരുപ്പിച്ച കണക്കുകൾ വികസനമാണെന്ന പ്രതീതി സൃഷ്ടിക്കുന്നതിൽ മാധ്യമങ്ങൾ കുറേയധികം വിജയിച്ചിരുന്നു. സാമ്പത്തിക വളർച്ചയുടെ സൂചകങ്ങളായി മാധ്യമ

ങ്ങൾ അവതരിപ്പിക്കുന്നത് സ്റ്റോക്ക് എക്സ്ചേഞ്ചുകളിലെ കുതിച്ചു ചാട്ടങ്ങളാണ്. ജനങ്ങളുടെ ജീവിതവുമായി ഇതിന് വലിയ ബന്ധമില്ലെന്ന കാര്യം അവർ സമർത്ഥമായി മറച്ചുവെയ്ക്കുന്നു.

വർഗീയ അജണ്ടയുടെ പ്രയോഗത്തിനായി അവർ ജനതയുടെ ബോധമണ്ഡലത്തിൽ ഉറച്ചുന്ന പല മിത്തുകളെയും തെറ്റായ രൂപത്തിൽ പ്രയോഗിക്കുന്നു. ടെലിവിഷനിലെ രാമായണ പരമ്പര രാമനെ ഇന്ത്യയിലെ ദേശീയ ദൈവമെന്ന രൂപത്തിലുള്ള ബോധത്തെ സൃഷ്ടിക്കുന്നതിനായി സമർത്ഥമായി ഉപയോഗിച്ച ഒന്നാണ്. അതിന്റെ തുടർച്ചയായി എല്ലാതലങ്ങളിലുള്ള മാധ്യമങ്ങളെയും ഉപയോഗിച്ച് നടത്തിയ ശക്തമായ പ്രചാരവേലയുടെ ഭാഗമായാണ് ബാബറി പള്ളി തകർത്തത്. ഗുജറാത്ത് വംശഹത്യയുടെ സന്ദർഭത്തിലും ഇതേ രീതിയിലുള്ള പ്രചാരവേലകൾ മാധ്യമങ്ങൾ നടത്തിയതിനെ കുറിച്ച് പല പഠനങ്ങളും പുറത്തുവരികയുണ്ടായി. സമകാലിക ഇന്ത്യയിലും ഇതേ രീതി കാണാൻ കഴിയും. ഹിന്ദു വിഭാഗമെന്നു വിളിക്കപ്പെടുന്നതിനുള്ളിലെ എല്ലാ ജാതി മത വിഭാഗങ്ങൾക്കും ഒരേ ജീവിത രീതികളോ വിശ്വാസ പ്രമാണങ്ങളോ അല്ല ഉള്ളത്. എന്നാൽ, ഏകമാനം നൽകുന്നതിന് എല്ലാ മാധ്യമങ്ങളെയും സംഘപരിവാര ചിന്തകൾ സമർത്ഥമായി ഉപയോഗിക്കുന്നുണ്ട്. അതിൽ വിനോദ മാധ്യമങ്ങളും ഉൾപ്പെടും. കുട്ടികൾ കളിക്കുന്ന പല വീഡിയോ ഗെയിമുകളും ഇത്തരം ആശയങ്ങളാൽ സമ്പന്നമാണ്.

മാധ്യമരംഗത്തെ മാറ്റങ്ങളെ സൂക്ഷ്മമമായി വിലയിരുത്തുന്നവർ മൂന്നു രീതികളെ പറ്റി പറയുന്നുണ്ട്. അതിലൊന്ന് അഡ്വറ്റോറിയലാണ്. വാർത്തയേത് പരസ്യമേത് എന്ന വ്യക്തമാക്കാത്ത രീതിയിൽ കാര്യങ്ങൾ അവതരിപ്പിക്കുകയാണ്. വായനക്കാരെ കമ്പളിപ്പിക്കുന്ന ഈ രീതി പല പത്രങ്ങളുടേയും ഒന്നാം പേജുകളിൽ പോലും കാണാം. രണ്ടാമത്തേത് പെയ്ഡ് ന്യൂസാണ്. പണം നൽകി വാർത്ത പ്രസിദ്ധീകരിപ്പിക്കുക. തെരഞ്ഞെടുപ്പ് ഘട്ടത്തിൽ ഇന്ത്യയിൽ ഇത് വ്യാപകമാണ്. പലരും പാക്കേജുകൾ പോലും ഓഫർ ചെയ്യുന്നു. മാധ്യമത്തിന്റെ ഈ വഴിപിഴച്ച പോക്ക് ജനാധിപത്യ സംവിധാനത്തെ തന്നെ ദുർബലപ്പെടുത്തുന്നതാണ്. 2014ലെ ലോകസഭാതെരഞ്ഞെടുപ്പ് പെയ്ഡ് ന്യൂസിന്റെ ഏറ്റവും മികച്ച ഉദാഹരണമാണ്. പതിനായിരം കോടി രൂപയാണ് ബിജെപി ദേശീയതലത്തിൽ പ്രചാരണത്തിനായി മുടക്കിയതെന്ന് പറയുന്നു. പണം

നൽകാൻ കഴിവില്ലാത്തവൻ തെരഞ്ഞെടുപ്പിൽ മത്സരിക്കുന്ന കാര്യം പോലും വോട്ടർമാർ അറിയാതെ പോകുന്ന കാലത്തിലേക്കാണ് ഇത് നമ്മളെ നയിക്കുന്നത്.

മൂന്നാമത്തെ പ്രവണത പ്രൈവറ്റ് ട്രീറ്റിയാണ്. ചില പത്രങ്ങൾക്ക് സ്വകാര്യ സ്ഥാപനങ്ങളിൽ ഓഹരികളുണ്ട്. ടൈംസ് ഓഫ് ഇന്ത്യയാണ് ഏറ്റവും കൂടുതൽ സ്ഥാപനങ്ങളിൽ ഓഹരികളുള്ള മാധ്യമസ്ഥാപനം. ഈ കമ്പനികളുമായുള്ള സ്വകാര്യ കരാർ പ്രകാരം അവർക്കെതിരായ വാർത്തകൾ ഒന്നും പത്രത്തിൽനിന്നോ അവരുടെ ഉടമസ്ഥതയിലുള്ള ചാനലിൽ നിന്നോ പ്രതീക്ഷിക്കേണ്ടതില്ല. സ്വതന്ത്ര മാധ്യമ പ്രവർത്തനം അസാധ്യമാകുന്ന രൂപത്തിൽ കുത്തകവൽക്കരണം വ്യാപകമായിരിക്കുന്നു. മറുവശത്ത് ജനതയുടെ അഭിപ്രായ രൂപികരണത്തിൽ മാധ്യമസ്വാധീനം ശക്തിപ്പെടുകയും ചെയ്യുന്നു. ചുരുക്കിപറഞ്ഞാൽ മാധ്യമനിർമ്മിത സമൂഹത്തിലാണ് നമ്മൾ ജീവിക്കുന്നത്. സാംസ്കാരിക രാഷ്ട്രീയ മണ്ഡലത്തെ രൂപപ്പെടുത്തുന്നതിലും മാറ്റിതീർക്കുന്നതിലും മാധ്യമം വഹിക്കുന്ന പങ്ക് വിവരണാതീതാണ്. ഇടക്കാലത്ത് പ്രതീക്ഷ നൽകിയ രൂപം നവമാധ്യമമായിരുന്നു. എന്നാൽ, അറബ് മുന്നേറ്റത്തിനുശേഷം ഫേസ് ബുക്കിൽ ഏറ്റവും കുടുതൽ ഓഹരികൾ വാങ്ങിയത് സൗദി രാജകുമാരനാണ്. എല്ലാ പ്രധാന സാമൂഹ്യമാധ്യമങ്ങളും കുത്തകകളുടെ ഉടമസ്ഥതയിൽ തന്നെയാണ്. ഇങ്ങനെയുള്ള ഒരു കാലത്തെ സാംസ്കാരിക ഇടപ്പെടലിന്റെ ജനകീയ രൂപങ്ങൾ കണ്ടെത്തുകയെന്നത് വളരെ ഗൗരവമേറിയ പ്രക്രിയയാണ്.

ഭാഗം രണ്ട്

വിശ്വാസവും കമ്യൂണിസ്റ്റ് പാർടിയും

സിപിഐഎം മൂവാറ്റുപുഴ മണ്ഡലം ജാഥയുടെ സമാപന സമ്മേളനം ഉദ്ഘാടനം ചെയ്യുന്നതിന് ചെല്ലുമ്പോൾ വേദിയിൽ രണ്ടു പുരോഹിതൻമാരെ കണ്ടു. അതിഥികളായി വന്നതായിരിക്കുമെന്നാണ് ആദ്യം കരുതിയത്. എന്നാൽ, അവർ രണ്ടുപേരും ജാഥയിലെ സ്ഥിരം അംഗങ്ങളാണെന്ന് പരിചയപ്പെട്ടപ്പോൾ പറഞ്ഞു. ഫാദർ പോൾ തോമസ് പീച്ചിയിലും ഫാദർ ബിജു തോമസ് ചക്രവേലിലും കുത്താട്ടുകുളം ഏരിയായിലെ പാലക്കുഴ ലോക്കലിലെ പാർടി അംഗങ്ങളാണ്. പുരോഹിതൻമാർ പാർടി അംഗങ്ങളാണെന്നത് പലർക്കും അത്ഭുതമായിരുന്നു. ന്യൂനപക്ഷങ്ങളുടെ കാര്യത്തിൽ പാർടി സ്വീകരിക്കുന്ന അയവേറിയ സമീപനമാകാമിതെന്ന് ചിലർ സൂചിപ്പിക്കുന്നത് കേട്ടു. എന്നാൽ, പാലക്കുഴക്ക് അടുത്തുള്ള കോലഞ്ചേരി ഏരിയയിലെ വെണ്ണിക്കുളം ലോക്കൽ സെക്രട്ടറിയായ സനൽകുമാർ, ആ ചുമതല ഏറ്റെടുത്ത് മുഴുവൻസമയ പ്രവർത്തകനാകുന്നതുവരെ തൊഴിലെടുത്തിരുന്നത് പൂജാരിയായാണ്. സംസ്കൃത കോളേജിൽ എംഎ സംസ്കൃതം പഠിക്കുന്ന കാലത്ത് എസ്എഫ്ഐ ജില്ലാകമ്മിറ്റി അംഗമായിരുന്ന സനൽ അന്നും പൂജ നടത്തിയാണ് കുടുംബത്തിനും തനിക്കും ആവശ്യമായ വരുമാനം കണ്ടെത്തിയിരുന്നത്.

പുരോഹിതനും പൂജാരിക്കും പാർടി അംഗമാകാമോ എന്ന ചോദ്യം വളരെ പഴക്കമുള്ളതാണ്. ഇഎംഎസ് ചിന്തയിലെ ചോദ്യോത്തര പംക്തിയിൽ പല തവണ ഇതിനു മറുപടിയും നൽകിയിട്ടുണ്ട്. the attitude of workers party to religion എന്ന ലേഖനത്തിൽ ലെനിൻ ഇതേ ചോദ്യത്തെ അഭിസംബോധാന ചെയ്യുന്നുണ്ട്. ഒരു പുരോഹിതൻ പൊതുവായ രാഷ്ട്രീയ പ്രവർത്തനങ്ങളിൽ പങ്കെടുക്കുകയും ബോധപൂർവ്വം പാർടി ചുമതലകൾ നിർവഹിക്കുകയും പാർടി പരിപാടി അംഗീകരിക്കുകയും ചെയ്താൽ ഏതു പുരോഹിതനും പാർടി അംഗമാകാമെന്ന് അദ്ദേഹം ഉത്തരം നൽകി. (ലെനിൻ സമാഹൃതകൃതികൾ വോള്യം 15) മതത്തെ സമരം ചെയ്ത് ഇല്ലാതാക്കാൻ കഴിയില്ലെന്നും അതിന്റെ വേരുകളെ കാണാതെ സമീപിക്കുകയും മതനിരാസ നിലപാടും നിരീശ്വരവാദവും മുദ്രവാക്യമായി സ്വീകരിക്കുന്നതുമായ രീതി തൊഴിലാളി വർഗപാർടിക്കില്ലെന്ന നിലപാടും ലെനിൻ വ്യക്തമാക്കുകയുണ്ടായി. മതം നശിക്കട്ടെ, നിരീശ്വരവാദം നീണാൾ വാഴട്ടെ എന്നത് ഉപരിപ്ലവകരമായ നിലപാടാണെന്നും വ്യക്തമാക്കുകയുണ്ടായി.

മതത്തെ കുറിച്ചുള്ള സമീപനം വ്യക്തമാക്കുന്ന രേഖ 1980 ഒക്ടോബറിൽ ക്യൂബൻ കമ്യൂണിസ്റ്റ് പാർടി പ്രസിദ്ധപ്പെടുത്തി. ചരിത്രത്തിൽ ആദ്യമായാണ് അധികാരത്തിലിരിക്കുന്ന കമ്യൂണിസ്റ്റ് പാർടി മതത്തെ സംബന്ധിച്ച് ഒരു രേഖ ഔദ്യോഗികമായി പ്രസിദ്ധപ്പെടുത്തിയത്. അതിൽ ക്യൂബൻ കമ്യൂണിസ്റ്റ് പാർടി ഇപ്രകാരം വ്യക്തമാക്കി. " മതം മനുഷ്യനെ അന്യവൽക്കരിക്കുന്നതും ഒരു വർഗത്തിനു മറ്റൊന്നിനെ ചൂഷണം ചെയ്യുന്നതിന് ന്യായീകരിക്കുന്ന സംവിധാനവുമാണെന്ന് ഒരു വിഭാഗം വിശദീകരിക്കുന്നുണ്ട്. ചരിത്രപരമായി അത് ശരിയാണ്. ചില ഘട്ടങ്ങളിൽ മതം രാഷ്ട്രീയ ആധിപത്യത്തിന്റെ പ്രത്യയശാസ്ത്ര ഉപകരണമായിരുന്നു. ഇന്ന്, ഞങ്ങളുടെ അനുഭവം വിശ്വാസിക്ക് അവരുടെ വിശ്വാസത്തിൽ ഉറച്ചുനിന്നുകൊണ്ട് ചരിത്രത്തിന്റേയും സമൂഹത്തിന്റേയും ആവശ്യങ്ങളോട് പ്രതികരിച്ച് വിപ്ലവകാരികളാകാമെന്നതാണ്. ഞങ്ങളുടെ അനുഭവത്തിൽ ഒരാൾക്ക് ഒരേ സമയം വിശ്വാസിയും വിപ്ലവകാരിയുമാകാമെന്നാണ്." ഈ രേഖയെ അടിസ്ഥാനപ്പെടുത്തിയുള്ള ഫ്രെൽ ബെറ്റോയുടെ ചോദ്യത്തിനു ഫിഡൽ, വിശ്വാസിക്ക് കമ്യൂണിസ്റ്റാകാമെന്നും രണ്ടു കൂട്ടരും ചേർന്ന് ലോകത്തെ ചൂഷണത്തിൽനിന്നും

മോചിപ്പിക്കാൻ കഴിയുമെന്നും വ്യക്തമാക്കി (പേജ് 237 fidel on religion) ചൂഷണത്തിനും സാമ്രാജ്യത്വത്തിനുമെതിരായ പോരാട്ടത്തിനു വരുന്നവരെ സംബന്ധിച്ച് വിശ്വാസിയാണോ അല്ലയോ എന്ന ചോദ്യം അപ്രസക്തമാണെന്നും ഫിഡൽ വ്യക്തമാക്കി.

ലെനിനും ഫിഡലും മുന്നോട്ടുവെച്ച കാഴ്ചപാട്ടുകൾ മാർക്സിസത്തെ അടിസ്ഥാനപ്പെടുത്തിയാണ്. എന്നാൽ, മതത്തെ കുറിച്ചുള്ള മാർക്സിന്റെ നിരീക്ഷണങ്ങളെ മതം മനുഷ്യന്റെ കറുപ്പാണെന്ന ഒരു വാചകത്തെ അടിസ്ഥാനപ്പെടുത്തി മതവിരുദ്ധമെന്ന മട്ടിലാണ് പൊതുവെ അവതരിപ്പിക്കാറുള്ളത്. മാർക്സിന്റെ മതനിരീക്ഷണങ്ങൾ നിഷേധാത്മകമായി മാത്രമാണ് പലരും സമീപിക്കുന്നതെന്നും അതിൽ വ്യക്തമായ ഗുണപരമായ വശങ്ങൾ കണ്ടില്ലെന്നു നടിക്കുന്നുവെന്നും കാണാം. മതമല്ല മനുഷ്യനെ സൃഷ്ടിച്ചതെന്നും മനുഷ്യനാണ് മതത്തെ സൃഷ്ടിച്ചതെന്നും ഹെഗലിയൻ ദർശനത്തിന്റെ വിമർശനത്തിൽ സൂചിപ്പിക്കുന്ന മാർക്സ്, മതം ഹൃദയമില്ലാത്ത ലോകത്തിന്റെ ഹൃദയവും ആത്മാവില്ലാത്ത ലോകത്തിന്റെ ആത്മാവും മർദ്ദിതന്റെ നെടുവീർപ്പുമാണെന്ന് സൂചിപ്പിച്ചു. ഇതിന്റെ തുടർച്ചയിലാണ് മതം മനുഷ്യന്റെ കറുപ്പാണ് എന്ന് കൂട്ടിചേർക്കുന്നത്. (opium of the people)എന്ന പ്രയോഗം നടത്തുന്നത്. മതം വേദനസംഹാരിയായി എങ്ങനെ പ്രവർത്തിക്കുന്നുവെന്നാണ് മാർക്സ് വിശദീകരിക്കുന്നത്. മതം താൽക്കാലികമായ ആശ്വാസമാണ് നൽകുന്നത്. ജീവിതയാഥാർഥ്യങ്ങൾ മുഖത്തു വന്നടിക്കുമ്പോൾ ആശ്വാസം അപ്രത്യക്ഷമാകും. മതത്തെ സൃഷ്ടിക്കുന്നത് നിലനിൽക്കുന്ന സാഹചര്യങ്ങളാണെന്നും അദ്ദേഹം സൂചിപ്പിക്കുകയുണ്ടായി. നിലവിലുള്ളതെല്ലാം വിധിയാണെന്ന് ബോധം സൃഷ്ടിക്കുന്ന മതം സൃഷ്ടിക്കുന്ന പൊതുബോധത്തെ വിമർശിക്കുമ്പോൾ മതവിശ്വാസത്തിലേക്ക് തിരിയാൻ മനുഷ്യൻ നിർബന്ധിതമാകുന്ന സാഹചര്യം പ്രധാനമാണെന്നും ഈ വേരിനെ പരിഗണിക്കാതെയുള്ള ഏതു മതവിമർശവും ശാസ്ത്രീയമല്ലെന്നും മാർക്സ് പല ഘട്ടങ്ങളിൽ വ്യക്തമാക്കുന്നുണ്ട്.

മാർക്സിസം യാന്ത്രിക ഭൗതികവാദമോ യുക്തിവാദമേ അല്ല. ഭൗതിക പ്രപഞ്ചമാണ് പ്രാഥമികമെന്നു കാണുമ്പോഴും ആശയത്തിനെ അംഗീകരിക്കുകയും അതിനു ചെലുത്താൻ കഴിയുന്ന സ്വാധീനത്തെ തിരിച്ചറിയുകയും ചെയ്യുന്നുണ്ട്. ആശയം ജനങ്ങൾ

ഏറ്റെടുത്താൽ അത് ഭൗതികശക്തിയായി മാറുമെന്നും മാർക്സ് വ്യക്തമാക്കി. മാർകിസിസിസവും ഒരു ആശയമാണ്. മതം നിലവിലു ള്ളതിനെ സംരക്ഷിക്കാനുള്ള ഉപകരണമായി മാറുന്നതിനെയാണ് ശക്തമായ വിമർശനത്തിനു മാർക്സ് വിധേയമാക്കുന്നത്. എന്നാൽ, മതവിശ്വാസികളായ ജനങ്ങൾ വിശ്വാസങ്ങളിൽ ആശ്വാസം തേടു ന്നതിന്റെ യാഥാർത്ഥ്യം തിരിച്ചറിയുന്ന മാർക്സിസം മത നിരാസമല്ല. മാർക്സിസം വിശ്വാസിയും അവിശ്വാസിയും തമ്മിലുള്ള സമരത്തിന്റേ യും ഏറ്റുമുട്ടലിന്റേയും ദർശനമല്ല. അത് വർഗസമരത്തിന്റെ കലയും ശാസ്ത്രവുമാണ്. ദുരിതം അനുഭവിക്കുന്ന ചൂഷിത വർഗത്തിലെ മഹാഭൂരിപക്ഷവും വിശ്വാസികളാണ്.

ഇന്ത്യയിൽ ഏതൊരു പൗരനും അവരവർക്ക് ഇഷ്ടപ്പെട്ട വിശ്വാസം പിന്തുടരുന്നതിനു ഭരണഘടന ഉറപ്പുനൽകുന്ന അവകാ ശത്തിനൊപ്പമാണ് സിപിഐഎം നിൽക്കുന്നത്. സിപിഐഎം ജനകീയ ജനാധിപത്യ വിപ്ലവത്തിനായി പ്രവർത്തിക്കുന്ന പാർടിയാണ്. സിപിഐഎം പരിപാടിയിൽ ജനകീയ ജനാധിപ ത്യ ഗവൺമെന്റിന്റെ പരിപാടിയിൽ മതവിശ്വാസത്തിനും ആരാ ധനക്കുമുള്ള അവകാശം ഉറപ്പുവരുത്തുമെന്ന് പ്രഖ്യാപിക്കുകയും ചെയ്യുന്നുണ്ട്. ഏതൊരു പൗരനും അവനോ അവൾക്കോ ഇഷ്ടമുള്ള മതവിശ്വാസങ്ങൾക്ക് അനുസരിച്ച് ജീവിക്കാനുള്ള അവകാശം ഉറപ്പുനൽകുന്നവരാണ് കമ്യൂണിസ്റ്റുകാർ. എന്നാൽ, വിശ്വാസവും വർഗീയതയും രണ്ടാണ്. ഹിന്ദുവും ഹിന്ദുത്വവും രണ്ടാണ്. മതത്തിന്റെ രാഷ്ട്രീയ പ്രയോഗമാണ് വർഗീയത. ഹിന്ദുവിന്റെ മതവിശ്വാസത്തെ വർഗീയ താൽപര്യങ്ങൾക്കായി ഉപയോഗിക്കാനാണ് ഹിന്ദുത്വം ശ്രമിക്കുന്നത്. ഭാരതീയ സംസ്കൃതിയുടെ ഭാഗമായുള്ള സങ്കൽപ്പമ ല്ല ഹിന്ദുത്വമെന്നത്. അത് സവർക്കറിന്റെ സംഭാവനയാണ്. ഹിന്ദു വിശ്വാസം എല്ലാ മതവിശ്വാസങ്ങളെയും അംഗീകരിക്കുന്നതാണ്. പൗരാണിക ദർശനത്തിൽ നിരീശ്വരവാദം പോലും ശക്തമായ ധാര യായിരുന്നു. എന്നാൽ, ഹിന്ദുത്വം ക്രിസ്ത്യാനിയെയും മുസ്ലീമിനെയും കമ്യൂണിസ്റ്റുകാരനെയും ശത്രുവായി പ്രഖ്യാപിക്കുന്നതാണ്. മഹാത്മ ഗാന്ധിയെ പോലും ഉൾക്കൊള്ളാൻ കഴിയാത്ത അസഹിഷ്ണുത യുടേതാണ് ഹിന്ദുത്വം യഥാർഥത്തിൽ ഹിന്ദുത്വത്തെ എതിർത്തുപ രാജയപ്പെടുത്തേണ്ടത് ശരിയായ വിശ്വാസിയുടെ കൂടി കടമയാണ്. വിശ്വാസിയുടെ വിശ്വാസത്തെയും ആരാധനാ സ്വാതന്ത്ര്യത്തെയും

വർഗീയവാദിയിൽനിന്നും മോചിപ്പിക്കുകയെന്നത് മതനിരപേക്ഷ സമരമാകുന്ന കാലത്താണ് നമ്മൾ ജീവിക്കുന്നത്.

എന്നാൽ, തങ്ങളുടെ വർഗീയ നിലപാടുകൾ വിശ്വാസമാണെന്ന മട്ടിലാണ് ചിലർ പ്രചരിപ്പിക്കുന്നത്. അതിനെ അടിസ്ഥാനപ്പെടുത്തി കമ്യൂണിസ്റ്റുകാർ അധികാരത്തിൽവന്നാൽ ആരാധാന സ്വാതന്ത്ര്യ മില്ലാതാകുമെന്ന് പ്രചാരവേലയും ശക്തം. ലോകത്ത് പൊതുവെ കമ്യൂണിസ്റ്റ് പാർടികൾക്കെതിരെ ശത്രുക്കൾ നടത്തുന്ന പ്രചാര വേലയുടെ ഭാഗമാണ്. സംഘപരിവാരത്തിന്റെ നാവായി മാറിയ സെൻകുമാർ ചൈനയിൽ പള്ളികളുടെ അവസ്ഥയെ തെറ്റായി ചർച്ചകളിൽ പരാമർശിച്ചതും ഇതിന്റെ ഭാഗം. ഉപരാഷ്ട്രപതിയായി രുന്ന ഹമീദ് അൻസാരിയുമൊന്നിച്ച് ചൈനയിൽ പോയപ്പോൾ സിയാനിലെ ഗ്രേറ്റ് മോസ്ക് സന്ദർശിക്കുകയുണ്ടായി. എത്രമാത്രം പ്രാധാന്യത്തോടെയാണ് അവർ പൗരാണികമായ മോസ്ക് സംരക്ഷി ച്ചിരിക്കുന്നതെന്ന് നേരിൽ മനസിലാക്കുയുണ്ടായി. നമസ്കാരത്തി നായി എത്തുന്നവരുമായി ഞങ്ങൾ സംസാരിക്കുകയും ചെയ്തിരുന്നു.

1957 ഏപ്രിൽ അഞ്ചിന് കേരളത്തിൽ ഇഎംഎസ് നയിച്ച സർക്കാർ അധികാരത്തിൽവന്ന അന്നു മുതൽ നിരീശ്വരവാദം വളർ ത്തുന്നുവെന്നും ആരാധനാലയങ്ങൾ നശിപ്പിക്കുമെന്ന് ശക്തമായി പ്രചരിപ്പിച്ചിരുന്നു. അതിനുശേഷമുള്ള ആറാമത്തെ ഇടതുപക്ഷ സർക്കാരാണ് കേരളം ഭരിക്കുന്നത്. ഈ സർക്കാരുകൾ ഒന്നും മതവി ശ്വാസത്തെ ദുർബലപ്പെടുത്തുന്ന നടപടികൾ ഒന്നും സ്വീകരിച്ചിട്ടില്ല. എൽഡിഎഫ് സർക്കാരുകളുടെ കാലത്തെ ദേവസ്വം ബോർഡുകളും വഖഫ് ബോർഡുകളും അതാതു വിശ്വാസ സമൂഹത്തിന്റെ ശരിയായ താൽപര്യങ്ങൾ സംരക്ഷിക്കുന്ന രൂപത്തിൽ മാത്രമേ പ്രവർത്തിച്ചി ട്ടുള്ളൂ. തകർച്ചയിലായിരുന്ന മലബാർ മേഖലയിലെ ക്ഷേത്രങ്ങളെ ദേവസ്വം ബോർഡിനു കീഴിലാക്കി അവയെ മെച്ചപ്പെടുത്തുകയും പൂജാരി മുതലുള്ള എല്ലാ ക്ഷേത്ര ജീവനക്കാർക്കും മാന്യമായ വേതനം ഉറപ്പുവരുത്തുകയും ചെയ്തത് ഇടതുപക്ഷ സർക്കാരാണ്. മണ്ഡല കാലത്ത് സൗകര്യങ്ങൾ വിലയിരുത്തുന്നതിനായി കമ്യൂണിസ്റ്റായ മുഖ്യമന്ത്രി പിണറായി വിജയൻ ശബരിമല സന്ദർശിച്ചതും അവിടെ അപ്പോൾ നിലനിന്നിരുന്ന ആചാരങ്ങൾക്ക് അനുസരിച്ചു തന്നെ.

വിശ്വാസത്തിന്റെ പ്രശ്നത്തെ കേവലം യുക്തിയുടേയും സാങ്കേതികത്വത്തിന്റെയും പേരിൽ സമീപിക്കുന്നതിനും ഈ സർക്കാർ ശ്രമിച്ചിട്ടില്ല. ശബരിമല കേസിൽ സുപ്രീംകോടതിയിൽ എൽഡിഎഫ് സർക്കാർ സമർപ്പിച്ച സത്യവാങ്മൂലം ഈ കാഴ്ചപാട് അനുസരിച്ചായിരുന്നു. ലിംഗസമത്വത്തിന്റെ കാര്യത്തിൽ തങ്ങളുടെ നിലപാട് ഉയർത്തിപ്പിടിക്കുമ്പോഴും വിശ്വാസത്തിന്റെ പ്രശ്നമായതുകൊണ്ട് അത്തരം കാര്യങ്ങളിൽ പാണ്ഡിത്യമുള്ളവർ അംഗങ്ങളായ സംവിധാനത്തിന്റെ അഭിപ്രായം കൂടി പരിഗണിക്കേണ്ടതുണ്ട്. ഈ സമീപനത്തിന്റെ തുടർച്ചയാണ് സിപിഐഎം സ്ത്രീകളെ ശബരിമലയിലേക്ക് സ്ത്രീകളെ കൊണ്ടുപോകുന്ന ഉത്തരവാദിത്തം ഏറ്റെടുക്കുന്നില്ലെന്ന് പരസ്യമായി പ്രഖ്യാപിച്ചതും. വിശ്വാസത്തിന്റെ ഭാഗമായ ആചാരങ്ങൾ ഭരണഘടനക്ക് വിധേയമാണെന്ന് ശബരിമല കേസിലെ വിധി നടപ്പിലാക്കേണ്ട ഭരണഘടനാപരമായ ഉത്തരവാദിത്തം സർക്കാർ ഏറ്റെടുക്കുകയും ചെയ്തു. ദൈവത്തിനില്ലാത്ത വിവേചനം മനുഷ്യന്റെ സൃഷ്ടിയാണെന്നും മനുഷ്യനെ തുല്യതയോടെ കാണാത്ത എല്ലാ ആചാരങ്ങളും നിർമ്മിതമാണെന്നും സുപ്രീംകോടതി വിധി ആധികാരികമായി പ്രഖ്യാപിക്കുന്നു. എല്ലാ കാലത്തും തെറ്റായ വ്യാഖ്യാനങ്ങൾ വഴി പുരുഷ കേന്ദ്രീകൃത സമൂഹം സ്ത്രീയുടെ അവകാശങ്ങൾ നിഷേധിക്കുകയാണ് ചെയ്യുന്നതെന്നും സ!പ്രീംകോടതി പറയുന്നു.

സിപിഐഎമ്മിനും ഇടതുപക്ഷത്തിനും വോട്ടുചെയ്യുന്നവരിൽ മഹാഭൂരിപക്ഷവും വിശ്വാസികളാണ്. അവരുടെ വിശ്വാസത്തെ സംരക്ഷിക്കുന്ന സമീപനമാണ് ഇടതുപക്ഷ സർക്കാരുകൾ സ്വീകരിക്കുന്നതും. വർഗീയതക്ക് എതിരായ പോരാട്ടത്തിൽ ശരിയായ നിലപാട് സ്വീകരിക്കുന്ന വിശ്വാസ സമൂഹത്തിൽ ആശയക്കുഴപ്പമുണ്ടാക്കുന്നതിനാണ് ചിലർ ശ്രമിക്കുന്നത്. ഭരണഘടനയെയും നിയമവ്യവസ്ഥയെയും സംരക്ഷിക്കേണ്ടത് ഏതു മതവിഭാഗത്തിൽപ്പെട്ടവരുടേയും വിശ്വാസം സംരക്ഷിക്കുന്നതിന് അനിവാര്യമാണ്.

മനുഷ്യനും ദൈവവും തമ്മിലുള്ള തീർത്തും സ്വകാര്യമായ കാര്യമാണ് മതവിശ്വാസമെന്ന് സുപ്രീംകോടതിയുടെ ഏഴംഗ ബെഞ്ച് തെരഞ്ഞെടുപ്പ് നിയമങ്ങളെ സംബന്ധിച്ച കേസിൽ വ്യക്തമാക്കുകയുണ്ടായി. മതവിശ്വാസം ഒരാളുടെ വ്യക്തിപരമായ കാര്യമാണെന്ന് സ്റ്റേറ്റ് പരിഗണിക്കണമെന്നും സുപ്രീംകോടതി

ഈ കേസിൽ വ്യക്തമാക്കുകയുണ്ടായി. വിശ്വാസവും അതിന്റെ ഭാഗമായ ആശ്വാസവും വൈയക്തികമായ കാര്യമാണ്. ഇതൊന്നും വായിക്കാത്തവരാണ് മല കയറിയവർ വിശ്വാസിയാണോയെന്ന് സംസ്ഥാന സർക്കാർ പരിശോധിക്കണമെന്ന മട്ടിൽ ആധികാരികമായി ചോദിച്ചുകൊണ്ടിരിക്കുന്നത്. മതവിശ്വാസത്തെ സങ്കുചിത രാഷ്ട്രീയ താൽപര്യങ്ങൾക്ക് ഉപയോഗിക്കുന്നവർ നടത്തുന്ന നുണ പ്രചാരവേലകളെ തുറന്നുകാണിക്കേണ്ടത് വിശ്വാസ സമൂഹത്തിന്റെ കൂടി ആവശ്യമാണ്. അതുവഴി മാത്രമേ എല്ലാവർക്കും അവരവരുടെ വിശ്വാസങ്ങൾക്ക് അനുസരിച്ച് ജീവിക്കാനുള്ള അവകാശത്തെയും മതനിരപേക്ഷതയെയും സംരക്ഷിക്കാൻ കഴിയൂ.

അടിയന്തരാവസ്ഥ ഓർമ്മപ്പെടുത്തുന്നത്

ഇന്ത്യൻ ജനാധിപത്യ ചരിത്രത്തിലെ കറുത്ത ദിനത്തിന്റെ പ്രഖ്യാപനത്തിനമായിരുന്നു. വീണ്ടും അടിയന്തരാവസ്ഥ. 1971ൽ നടന്ന അഞ്ചാം ലോകസഭാതെരഞ്ഞെടുപ്പിൽ ഇന്ദിരാഗാന്ധി നയിച്ച കോൺഗ്രസിന് നല്ല ഭൂരിപക്ഷം ലഭിച്ചിരുന്നു. 43.68 ശതമാനം വോട്ടോടെ 352 സീറ്റുകളാണ് ഇന്ദിരയുടെ കോൺഗ്രസിന് ലഭിച്ചത്. കോൺഗ്രസിൽനിന്നും തെറ്റിപ്പിരിഞ്ഞ സംഘടനാകോൺഗ്രസിന് 16 സീറ്റിൽ ഒതുങ്ങേണ്ടിവന്നു. ജനസംഘത്തിന് 22 സീറ്റാണ് ലഭിച്ചത്. എന്നാൽ, കോൺഗ്രസിന്റെ അധികാരകുത്തകയുടെ അടിത്തറ ഇളക്കുന്ന ജനവിധി 1967ൽ പല സംസ്ഥാനങ്ങളിലും പ്രതിഫലിച്ചിരുന്നു. അത് രാജ്യത്താകെ പടരുമെന്ന പ്രതീക്ഷ അതുപോലെ തെരഞ്ഞെടുപ്പിൽ പ്രതിഫലിച്ചില്ലെങ്കിലും ജനങ്ങളുടെ അസംതൃപ്തി സമരങ്ങളിലും പ്രക്ഷോഭങ്ങളിലും പ്രകടമായി. ഇന്ദിരയുടെ അമിതാധികാര പ്രവണതക്ക് എതിരെ ജനവികാരവും ശക്തമായിരുന്നു. പലയിടങ്ങളിലേക്കും പടർന്നുകയറിയ റെയിൽവേ പണിമുടക്കം അസാധാരണമായ അനുഭവമാണ് രാജ്യത്തിനു നൽകിയത്. രാഷ്ട്രീയവും സാമ്പത്തികവുമായ അസ്വസ്ഥതകൾ സർക്കാ

രിനെ വല്ലതെ ഉലച്ചിരുന്നു. അതിനുമുകളിലേക്കാണ് അലഹബാദ് ഹൈക്കോടതി വിധി വന്നു വീഴുന്നത്.

1975 ജൂൺ 12 ന് അലഹബാദ് ഹൈക്കോടതി ജഡ്ജി ജഗ്മോഹൻലാൽ സിൻഹയുടെ വിധി ഇന്ദിരയുടെ ലോകസഭാംഗത്വം റദ്ദാക്കി. പ്രധാനമന്ത്രിയെന്ന നിലയിൽ അധികാര ദുർവിനിയോഗം ഇന്ദിരാഗാന്ധി നടത്തിയെന്ന് തെളിവ് സഹിതം പരാജിതനായ സ്ഥാനാർഥി രാജ്നാരായണൻ കോടതിയുടെ മുമ്പാകെ വന്നപ്പോൾ മറിച്ചൊരു വിധി പറയാൻ നിഷ്പക്ഷമായി വിധിയെഴുതുന്ന ഒരാൾക്കും കഴിയില്ല. നിർഭമായ വിധി വന്നതോടെ പ്രധാനമന്ത്രിയും കോൺഗ്രസും പ്രതിസന്ധിയിലായി. സുപ്രീംകോടതിയിൽ അപ്പിൽ സമർപ്പിക്കുന്നതിന് മുമ്പ് ജസ്റ്റിസ് കൃഷ്ണയ്യരെ നേരിൽ കണ്ടു സംസാരിക്കുന്നതിന് നിയമമന്ത്രി ശ്രമിച്ചെങ്കിലും അനുവദിക്കപ്പെട്ടില്ല. ഹൈക്കോടതി വിധി നിരുപാധികം സ്റ്റേ ചെയ്യുന്നതിന് സുപ്രീംകോടതി മടിച്ചു. എന്നാൽ, പ്രധാനമന്ത്രിയെന്ന നിലയിൽ തുടരുന്നതിന് അനുവദിച്ചു. എംപി എന്ന നിലയിൽ വോട്ടുചെയ്യുന്നതിന് ഉൾപ്പെടെയുള്ള അവകാശങ്ങൾ തടഞ്ഞു. പ്രധാനമന്ത്രിയായി തുടരാൻ ലഭിച്ച അവസരം ഒട്ടുംകളയാതെ അടിയന്തരാവസ്ഥ പ്രഖ്യാപിക്കുന്നതിനാണ് ഇന്ദിരാഗാന്ധി ഉപയോഗിച്ചത്. അതിൽ ഒപ്പുവെച്ച ഫക്രുദ്ദീൻ ജലി അഹമ്മദ് രാജ്യത്തിന്റെ ചരിത്രത്തിലെ കറുത്ത ചരിത്രത്തിന് കയ്യൊപ്പ് ചർത്തിയ പ്രഥമപൗരനായി മാറി.

അടിയന്തരാവസ്ഥയുടെ വിജ്ഞാപനം വരുന്നതിന് മുമ്പുതന്നെ പ്രധാന പത്രസ്ഥാപനങ്ങളിലക്കുള്ള വൈദ്യുതി ബന്ധം വിച്ഛേദിക്കപ്പെട്ടു. അധികം വൈകാതെ കോടതികൾക്ക് പൂട്ടുവീണു. മുട്ടുകുത്താൻ പറഞ്ഞപ്പോഴേക്കും പലരും കമിഴ്ന്ന് കിടന്ന് കാൽനക്കാൻ തുടങ്ങി. സ്വാതന്ത്ര്യത്തിന്റെ ജിഹ്വയെന്ന് സ്വയം വിശേഷിപ്പിക്കുന്നവർ കൃഷിനാശത്തെയും കിളികളെയും പൂക്കളെയും കുറിച്ചൊക്കെ എഴുതി തൊമ്മികളായി മാറി. ഓർമ്മയിൽപോലും വേദനിക്കുന്ന കഠിനമായ പീഡനങ്ങൾക്ക് പ്രതിപക്ഷ പാർടി നേതാക്കൾ വിധേയരായി. കാമ്പസുകളിൽ ഉയർന്ന ചെറിയ പ്രതിഷേധങ്ങളെ അതിക്രൂരമായി അടിച്ചമർത്താൻ ശ്രമിച്ചു. എന്നാൽ, ഏകാധിപത്യവാഴ്ചക്ക് അധികകാലം തുടരാൻ കഴിഞ്ഞില്ല. 1977ൽ അടിയന്തരാവസ്ഥക്ക് ശേഷമുള്ള തെരഞ്ഞെടുപ്പിൽ ഇന്ദിരാഗാന്ധിയും മകനും പരാജയപ്പെട്ടു.

എക്കാലത്തും കോൺഗ്രസിന്റെ ശക്തികേന്ദ്രമായിരുന്ന യുപിയിൽ പച്ചതൊട്ടില്ല. ലഭിച്ച സീറ്റുകളിൽ 92ഉം തെക്കൻ സംസ്ഥാനങ്ങളിൽ നിന്നായിരുന്നു.

നരേന്ദ്ര മോദി അടിയന്തരാവസ്ഥയിലെ ഇന്ദിരയെ ഓർമ്മിപ്പിക്കുന്നുവെന്ന് ചിലർ പറയുന്നു. ഒരു കാര്യം ഉറപ്പാണ്, ജനാധിപത്യസംവിധാനത്തെ ദുർബലപ്പെടുത്തുന്ന പ്രവണതകൾ ശക്തിപ്പെട്ടിരിക്കുന്നു. ഓർഡിനൻസുകളുടെ ആധിക്യം പാർലമെണ്ടിനെ റബ്ബർസ്റ്റാമ്പാക്കി അധഃപതിപ്പിക്കുമെന്ന് ആദ്യത്തെ സ്പീക്കർ മാവ്‌ലങ്കർ നൽകിയ മുന്നറിയിപ്പ് ഇപ്പോൾ എല്ലാ അർഥത്തിലും ശരിയായിരിക്കുന്നു. ലോകസഭയിലെ ഭൂരിപക്ഷത്തിന്റെ ഏകാധിപത്യത്തിൽ അവതരിപ്പിക്കുന്ന ബില്ലുകളും ചുട്ടെടുക്കുക മാത്രമാണ് ചെയ്യുന്നത്. പാർലമെണ്ടിന്റെ വികസിത തുടർച്ചയായ സ്റ്റാന്റിംഗ് കമ്മിറ്റികളുടെ പരിഗണനയിലേക്ക് ഒരു ബില്ലും വരുന്നില്ല. രാജ്യസഭ തീർക്കുന്ന പ്രതിരോധം ഭരണക്കാരെ അസ്വസ്ഥമാക്കുന്നു. രാജ്യസഭ വേണ്ടെന്നുവെയ്ക്കേണ്ടിവരുമെന്ന മട്ടിലുള്ള പ്രഖ്യാപനങ്ങൾ മന്ത്രിമാരിൽനിന്നുപോലും വരുന്നു. എന്നാൽ, ഭരണഘടന ഭേദഗതി ചെയ്യാനുള്ള അംഗബലം ബിജെപിക്ക് ഇല്ലെന്നതു മാത്രമാണ് ആശ്വാസം.

ഫാസിസത്തിന്റെ പ്രവണതകൾ പല തീരുമാനങ്ങളിലും പ്രകടമാണ്. ഭരണത്തിന്റെ എല്ലാ തലങ്ങളിലും ആർഎസ്എസ് ഇടപ്പെടുന്നുണ്ട്. മനുഷ്യന്റെ ഭക്ഷണം, ജീവിതരീതികൾ എന്നിങ്ങനെ എല്ലാ തലങ്ങളിലും ഭരണകൂടം ഇടപ്പെടുന്നു. മതനിരപേക്ഷവാദികളും ജനാധിപത്യവാദികളും തീർക്കുന്ന പ്രതിരോധത്തിന്റെ കരുത്തുകൊണ്ടു മാത്രമേ ഈ വെല്ലുവിളികൾ മറിക്കടക്കാൻ കഴിയൂ. എന്നാൽ, അത് തെരഞ്ഞെടുപ്പുകളിലെ താൽക്കാലികമായ കൂട്ടുകെട്ടുകളിലും ധാരണകളിലും ഒതുങ്ങി മാത്രം നേടാവുന്ന ഒന്നല്ല. ഓരോ പ്രശ്നങ്ങളെയും മുൻനിർത്തിയുള്ള വിശാലമായ ഐക്യത്തോടെയുള്ള ഇടപ്പെടലുകളെയും പ്രതിരോധത്തെയും പ്രക്ഷോഭങ്ങളെയും ഇക്കാലം ആവശ്യപ്പെടുന്നത്.

ഓരോ ഓർമ്മ പുതുക്കലുകളും കേവലമായ അനുഷ്ഠാനമല്ല. ചരിത്രത്തിൽനിന്നും പാഠം ഉൾക്കൊള്ളുന്നത് തനിയാവർത്തനങ്ങളെ മാത്രം തിരിച്ചറിഞ്ഞ് പ്രതിരോധിക്കുന്നതിൽ അവസാനിക്കുന്നതുമല്ല.

ജനാധിപത്യത്തിനുനേരെയുള്ള എല്ലാ കടന്നാക്രമണങ്ങളെയും തിരിച്ചറിയുന്നതിനും മറിക്കടക്കുന്നതിനുമുള്ള ഊർജ്ജസംഭരണത്തിന്റെ ചരിത്രസന്ദർഭം കൂടിയാണിത്.

പരസ്യപലകകളിലെ ചികിത്സാലയങ്ങൾ

ഇനി എപ്പോൾ എന്താണാവോ പ്രാർത്ഥിക്കേണ്ടിവരികയെന്ന് പകുതി ആത്മഗതമായി ഒരു സുഹൃത്ത് ചോദിച്ചു. നല്ല വിശ്വാസിയായ അദ്ദേഹം ഒരു ആശുപത്രിയുടെ നടത്തിപ്പുകാരനാണ്. ഇതുവരെ ആർക്കും രോഗങ്ങളൊന്നും വരരുതേയെന്നാണ് പ്രാർത്ഥിച്ചുകൊണ്ടിരുന്നത്. ആർക്കും രോഗം വരാതിരുന്നാൽ ആധുനിക ആശുപത്രി സ്ഥാപിക്കുന്നതിന് കടം വാങ്ങിയ കോടികളുടെ തിരിച്ചടവ് എങ്ങനെ സാധ്യമാകുമെന്നതാണ് അദ്ദേഹത്തെ ഉത്കണ്ഠപ്പെടുത്തുന്നത്. എല്ലാവർക്കും രോഗം വരണമേയെന്ന് പ്രാർത്ഥിക്കേണ്ട രൂപത്തിലേക്ക് കാര്യങ്ങൾ എത്തുന്നു.

കേരളത്തിലെ പ്രധാന നിരത്തുകളിലെല്ലാം ഇപ്പോൾ വലിയ ആശുപത്രികളുടെ പരസ്യങ്ങൾ കാണാം. പണ്ടൊന്നും ഒരു ആശുപത്രിയുടേയും പരസ്യം എവിടെയും കാണാൻ കഴിഞ്ഞിരുന്നില്ല. പ്രാഗത്ഭ്യത്തിന്റെ പേരിൽ പ്രശസ്തരായ ഡോക്ടർമാരുടെ പേര് ജനമനസിൽ സ്ഥിര പ്രതിഷ്ഠ നേടുമായിരുന്നു. രോഗികളും അവരുടെ ബന്ധുക്കളുമായിരുന്നു ഡോക്ടർമാരുടെ പ്രചാരകർ. അന്നത്തെ തലമുറയുടെ കാൽപടവുകൾ പിന്തുടരുന്ന അപൂർവ്വം ചിലർ ഇന്നുമുണ്ടായി

രിക്കാം. എന്നാൽ, ഇന്നത്തെ പരസ്യപ്പലകകൾ ആശുപത്രികൾ നൽകുന്ന സൗകര്യങ്ങളുടേതാണ്. ആശുപത്രികൾ തമ്മിൽ കടുത്ത മത്സരമാണ്. തങ്ങളുടെ സ്ഥാപനത്തിലേക്ക് രോഗികളെ റഫർ ചെയ്യുന്നതിന് കമീഷൻ നൽകുന്ന ആശുപത്രികളുണ്ട്. കല്യാണത്തിന് വസ്ത്രമെടുക്കുന്നതിനും സ്വർണം വാങ്ങുന്നതിനും തങ്ങളുടെ കടയിലേക്ക് ആളെ കൊണ്ടുവരുന്ന ഡ്രൈവർമാർക്ക് ചിലർ കമീഷൻ നൽകാറുണ്ട്. അതുപോലെ ആമ്പുലൻസ് ഡ്രൈവർമാർക്ക് കമീഷൻ നൽകുന്നവരുമുണ്ടത്രേ.

കഴിഞ്ഞ ദിവസം എനിക്ക് ഒരു സന്ദേശം വന്നു. വലിയ ആശുപത്രിയിൽ കൈമുറിഞ്ഞ് ചികിത്സ തേടി എത്തിയ ഒരാളോട് അടിയന്തര ശസ്ത്രക്രിയയിലൂടെ മുറിഞ്ഞ ഞരമ്പ് ശരിയാക്കേണ്ടിവരുമെന്ന് പറഞ്ഞുവത്രേ. എന്നാൽ അത്രയും പണം ഉടൻ കെട്ടിവെയ്ക്കാൻ അവരുടെ കൈയിൽ അപ്പോൾ ഉണ്ടായിരുന്നില്ല. മാത്രമല്ല കൂട്ടത്തിൽ ഒരാൾക്ക് ഓപ്പറേഷൻ വേണമോയെന്ന് സംശയവും തോന്നി. അടുത്ത സർക്കാർ മെഡിക്കൽ കോളേജിലെ ഡോക്ടറെ കൂടി കാണിക്കാമെന്ന് തീരുമാനിച്ചു. അവിടെ ചെന്നു കാണിച്ചപ്പോൾ ഒരു ചെറിയ തുന്നിക്കെട്ടൽ കൊണ്ട് പ്രശ്നങ്ങൾ തീർന്നുവത്രേ. ഡോക്ടർമാരെയും കുറ്റം പറയാൻ കഴിയില്ല. ഓരോരുത്തർക്കും നിശ്ചിത ടാർജറ്റ് നൽകുന്ന ആശുപത്രികളുമുണ്ട്. ഒരു മാസം നിശ്ചിത തുകയുടെ പരിശോധനകൾ ശുപാർശ ചെയ്യണം. അതുപോലെ നിശ്ചിത എണ്ണം ആൻജിയോപ്ലാസ്റ്റിയും ഓപ്പറേഷനുകളുമൊക്കെ ശുപാർശ ചെയ്യണമത്രേ. കോടികൾ മുടക്കി ഡോക്ടറായവർക്ക് ഉയർന്ന ശമ്പളം കിട്ടിയാൽ മാത്രമേ പലിശയെങ്കിലും തിരിച്ചടക്കുന്നതിനു കഴിയുകയുള്ളൂ. അതുകൊണ്ട് പലരും ഏതു നിബന്ധനയും സ്വീകരിക്കുന്നതിനു നിർബന്ധമാകുന്നു.

ചില ആശുപത്രികളിലെ റൂം വാടക തൊട്ടടുത്തുള്ള പഞ്ചനക്ഷത്ര ഹോട്ടലിലെ മുറി വാടകയേക്കാളും കൂടുതലാണ്. ഒരിക്കൽ ടൈംസ് ഓഫ് ഇന്ത്യ ഡൽഹിയിലെ ചില ആശുപത്രികളിലെ മുറിവാടക താജ്, ഐടിസി തുടങ്ങിയ പഞ്ചനക്ഷത്ര ഹോട്ടലുകളിലെ മുറി വാടകനിരക്കിനേക്കാളും കൂടുതലാണെന്ന് പേരുകൾ സഹിതം ഒന്നാം പേജിൽ വാർത്ത നൽകുകയുണ്ടായി. അന്നു അത്ഭുതത്തോടെയാണ് ആ വാർത്ത വായിച്ചത്. എന്നാൽ, ഇന്ന് കേരളത്തിൽ അതേ പ്രവണതയുള്ള നിരവധി ആശുപത്രികളുണ്ട്. നാലായിരത്തിലും അയ്യായി

രത്തിലുമൊക്ക മുറി വാടക ആരംഭിക്കുന്ന സ്ഥാപനങ്ങൾ വരെയുണ്ട്. ഇതൊന്നും ചിന്തിക്കാൻ പോലും കഴിയാത്തവരാണ് നാട്ടിലെ ജനങ്ങളിൽ മഹാഭൂരിപക്ഷവും. ആശുപത്രികയിൽ കിടക്കുന്ന രോഗിക്ക് ആവശ്യമായ മരുന്നോ ഉപകരണങ്ങളോ പുറത്തുനിന്നും വാങ്ങാൻ സമ്മതിക്കാത്തവയാണ് നല്ലൊരു പങ്ക് സ്ഥാപനങ്ങളും. ഞങ്ങൾക്ക് അതിലൊന്നും വിശ്വാസമില്ലെന്ന് ഡോക്ടർമാർ പറയുമ്പോൾ രോഗിക്ക് മറ്റു വഴിയില്ലാതെ വരും.

എറണാകുളം ജനറൽ ആശുപത്രിയിലെ എംആർഐ സ്കാനിങ് സെന്ററിലേക്ക് കേരളത്തിന്റെ പല ഭാഗത്തുനിന്നും രോഗികൾ വരുന്നുണ്ട്. നൂറുകണക്കിന് ആളുകൾ വെയിറ്റിങ് ലിസ്റ്റിലുണ്ട്. ഞങ്ങൾ അത് ആരംഭിക്കുമ്പോൾ രോഗികൾ കുറവായിരുന്നു. എംപിയായിരുന്ന സന്ദർഭത്തിൽ യോഗം വിളിച്ച് പരിശോധിച്ചപ്പോൾ പലരും ഇങ്ങോട്ട് റഫർ ചെയ്യുന്നില്ലെന്ന് പറഞ്ഞു. സ്വകാര്യസ്ഥാപനങ്ങൾ ഡോക്ടർമാർക്ക് നൽകുന്ന കമീഷൻ നിരക്കിനേക്കാളും കുറവാണ് അവിടെ ചാർജ്ജ് ചെയ്യുന്നത്. അപ്പോൾ ജനറൽ ആശുപത്രിയിലേക്ക് ആരെങ്കിലും ശുപാർശ ചെയ്യുമോ? പിന്നീട് സ്ഥിതി മാറി. ചില ഡോക്ടർമാർ നിർബന്ധമായും ജനറൽ ആശുപത്രിയിലേക്ക് പോകണമെന്ന് നിഷ്കർഷിക്കാൻ പോലും തുടങ്ങി. എല്ലാ പരിശോധനകൾക്കും ഇത് ബാധകമാണ്. ഇപ്പോൾ എറണാകുളം ജില്ലയിൽ ചില സഹകരണ സ്ഥാപനങ്ങൾ രോഗ പരിശോധനകേന്ദ്രങ്ങൾ ആരംഭിച്ചു. സ്വകാര്യസ്ഥാപനങ്ങൾ ഈടാക്കുന്നതിനേക്കാളും വളരെ കുറഞ്ഞ നിരക്കിലാണ് ഇവർ പരിശോധന നടത്തികൊടുക്കുന്നത്. ചാർജ്ജ് കുറവാണെന്നതു മാത്രമല്ല വിശ്വാസ്യത കൂടി ഉറപ്പുവരുത്താനും കഴിയുന്നു. ഇപ്പോൾ ഇത് വ്യാപകമാക്കുകയാണ്. ഇതോടൊപ്പം പാലിയേറ്റീവ് കെയർ യൂണിറ്റുകൾ വീട്ടിൽപോയി ബിപിയും ഷുഗറും പരിശോധിക്കാനും ചിലസ്ഥലങ്ങളിൽ തുടങ്ങിയിട്ടുണ്ട്. വലിയ മാറ്റമാണ് ഇതിന്റെ ഭാഗമായി ഉണ്ടാകുന്നത്.

പൊതുസ്ഥാപനങ്ങളെ ശക്തിപ്പെടുത്തികൊണ്ടു മാത്രമേ ഇപ്പോൾ കാണുന്ന പ്രവതണകളെ പ്രതിരോധിക്കുന്നതിനു കഴിയൂ. അതിനു സർക്കാർ തയ്യാറാകാത്തതുകൊണ്ടാണ് പല പകർച്ചവ്യാധികളും പടർന്നുപിടിക്കുന്നത്.

ഇതോടൊപ്പം മറ്റൊരു പ്രവണത കൂടി കാണേണ്ടതുണ്ട്. കഴിഞ്ഞ ദിവസം ഡൽഹിയിലുള്ള മാധ്യമസുഹൃത്ത് നാട്ടിൽ വന്നപ്പോൾ അമ്മക്ക് ഒപ്പം ആശുപത്രിയിലാണെന്ന് പറഞ്ഞു. സാധാരണഗതിയിൽ രോഗത്തിന്റെ സ്വഭാവമറിയുമ്പോൾ സ്പെഷ്യലിസ്റ്റായ ഏതെങ്കിലും ഡോക്ടറെ കാണിക്കുന്നതിനെ കുറിച്ചാണല്ലോ ആരും ചോദിച്ചപോകുന്നത്. അപ്പോൾ അദ്ദേഹം പറഞ്ഞ് ആദ്യം ഫിസിഷ്യൻ കണ്ടിക്കാം, രോഗം മനസിലാക്കിയാലല്ലെ ഏതു സ്പെഷ്യലിസ്റ്റിനെയാണ് കാണേണ്ടതെന്ന് അറിയാൻ പറ്റുകയുള്ളുവെന്നാണ്. ഇവിടെ മിക്കവാറും രോഗി തന്നെയാണ് ഏതു സ്പെഷ്യലിസ്റ്റിനെയാണ് കാണേണ്ടതെന്ന് തീരുമാനിക്കുന്നത്. അവർ അവർക്ക് വൈദഗ്ദ്യമുള്ള അവയവം മാത്രമായിരിക്കും പരിശോധിക്കുന്നത്. ശരീരത്തെ മൊത്തത്തിൽ കാണാൻ അവരിൽ നല്ലൊരു പങ്കിനും കഴിയില്ല. പല വിദേശ രാജ്യങ്ങളിലും ഫിസിഷ്യൻ റഫർ ചെയ്താൽ മാത്രമേ വിദഗ്ദ ഡോക്ടറെ കാണാൻ കഴിയൂ.

സ്വകാര്യ ആശുപത്രികളിൽ ചെറിയ ശതമാനം രോഗികൾക്കും സൗജന്യമായി ചികിത്സനൽകുന്നതിന് ചിലയിടങ്ങളിൽ വ്യവസ്ഥകളുണ്ടെന്ന് പറയുന്നു. ഇപ്പോൾ അർഹതയുള്ള വ്യക്തികൾക്ക് കുറഞ്ഞ നിരക്കിൽ ചികിത്സ നൽകുന്ന സ്വകാര്യസ്ഥാപനങ്ങളുമുണ്ട്. എന്നാൽ ചില ചിട്ടപ്പെടുത്തലുകൾ സർക്കാർ തലത്തിൽ ഉറപ്പുവരുത്തേണ്ടതുണ്ട്. എല്ലാം ലാഭത്തിന്റെ അടിസ്ഥാനത്തിൽ മാത്രം കാണുന്ന പ്രവണതക്ക് ആധിപത്യമുള്ള കാലത്ത് ഇത്തരം ചിന്തകൾക്കും ജനകീയ ഇടപ്പെടലുകൾക്കും ഏറെ പ്രസക്തിയുണ്ട്.

വേണം ബലിഷ്ഠമായ രംഗവേദി

പ്രശസ്ത നടൻ മുകേഷും അദ്ദേഹത്തിന്റെ ജീവിത പങ്കാളിയും ശ്രദ്ധേയയായ നർത്തകിയുമായ മേതിൽ ദേവികയും മുകേഷിന്റെ സഹോദരി സന്ധ്യാരാജേന്ദ്രനുമൊക്കെ അഭിനയിച്ച 'നാഗ' നാടകം എറണാകുളം ജില്ലയിലെ കാലടിയിൽ അവതരിപ്പിക്കുകയുണ്ടായി. നാടകത്തിന്റെ ആദ്യ അവതരണമായിരുന്നു അത്. സമൂഹത്തിന്റെ നാനാതുറകളിലുള്ളവരാൽ സമ്പന്നമായ നിറഞ്ഞ സദസിനു മുമ്പിലായിരുന്നു അരങ്ങേറ്റം. ഗിരീഷ് കർണാടിന്റെ പ്രശസ്തമായ നാഗമണ്ഡല എന്ന രചനയുടെ രംഗാവിഷ്കാരമായിരുന്നു 'നാഗ'. രാജ്യവ്യാപകമായി ഏറെ ചർച്ച ചെയ്യപ്പെട്ടിട്ടുള്ളതാണ് അദ്ദേഹത്തിന്റെ കൃതി. കന്നഡയിൽ മനോഹരമായ സിനിമാവിഷ്കാരം പ്രശസ്തനായ സംവിധായകൻ ടി നാഗാഭരണ അണിയിച്ചൊരുക്കിയിട്ടുണ്ട്. ആൺ പെൺ ബന്ധങ്ങളുടെ വിവിധ തലങ്ങളിലുള്ള മാനങ്ങളാണ് നാഗ കൈകാര്യം ചെയ്യുന്നത്. ആരാണ് ഭർത്താവ് എന്ന വൈകാരികമായ ചോദ്യം ഈ കൃതി ഉയർത്തുന്നു. കഴുത്തിൽ താലികെട്ടുകയും അതിന്റെ പേരിൽ അടിമയെപോലെ ഭാര്യയോട് പെരുമാറുകയും ചെയ്യുന്നവനാണോ അതോ ജീവിതത്തിന്റെ സമ്പൂർണ്ണവും യാഥാർഥ്യവുമായ അനുഭവങ്ങൾ പങ്കുവെയ്ക്കുന്നവനാണോ

എന്ന ചോദ്യത്തിന്റെ അവതരണത്തിന്റെ ഫോക്ക് സങ്കേതങ്ങളാണ് കർണാട് അവലംബിക്കുന്നത്.

അപ്പണയാണ് റാണിയെന്ന സുന്ദരിയായ യുവതിയെ വിവാഹം കഴിക്കുന്നത്. ഊണ് തയ്യാറാക്കി നൽകുകയെന്നതു മാത്രമാണ് അവളിലെ ഭാര്യയുടെ ഉത്തരവാദിത്തം. അയാൾ പോയി കഴിഞ്ഞാൽ പിന്നെ അവർ തടവറയിലാണ്. പുറത്തുനിന്നും പൂട്ടപ്പെട്ട അവളുടെ ജീവിതത്തിലേക്കും മനസിലേക്കും കുരുടമ്മ എന്ന അപ്പണ്ണയുടെ അമ്മയുടെ കൂട്ടുകാരി പ്രലോഭനത്തിന്റെയും പ്രതീക്ഷയുടേയും പുതിയ വേരുകൾ നൽകി. മിത്തും യാഥാർഥ്യവും കൂടി ചേരുന്ന അനിത സാധാരണമായ പ്രമേയമാണ് കർണാടിന്റേത്. പ്രലോഭനത്തിന്റെ വേരുകൾ അറിയാതെ വിഴുങ്ങിയ നാഗം റാണിയുടെ ജീവിതത്തി ലേക്ക് കടന്നുവരുന്നതും ശേഷമുള്ള സങ്കീർണമായ ബന്ധങ്ങളുമൊ ക്കെയാണ് നാടകം കൈകാര്യം ചെയ്യുന്നത്. മിത്തും യാഥാർഥ്യവും സിനിമയുടെ സാങ്കേതികവിദ്യകൊണ്ട് ആവിഷ്കരിക്കുക എളുപ്പ മാണ്. എന്നാൽ അത് നാടകത്തിലാകുമ്പോൾ അസാധാരണമായ വൈഭവം ആവശ്യപ്പെടുന്നതായി മാറും. വേണമെങ്കിൽ ബാലെയുടെ പശ്ചാത്തലം കൊണ്ട് എളുപ്പത്തിൽ ചില കാര്യങ്ങൾ അവത രിപ്പിക്കാം. എന്നാൽ, രംഗാവിഷ്കാരത്തിൽ അഭിനയത്തിന്റെ അസാധാരണ മുഹൂർത്തങ്ങൾ കൊണ്ട് പ്രഹേളികപോലെ തോന്നു കാര്യങ്ങൾ അവതരിപ്പിച്ച് കാണികളിലേക്ക് എത്തിക്കേണ്ടിവരും. അതിൽ കാളിദാസ കലാകേന്ദ്രം അവതരിപ്പിച്ച ഈ നാടകം വിജ യിച്ചിരിക്കുന്നു.

സിനിമയിൽ കാണുന്ന സാധാരണ കഥാപാത്രങ്ങളിൽ തളച്ചിട പ്പെടേണ്ട നടനല്ല താനെന്ന് മുകേഷ് തെളിയിച്ചു. ഏറ്റവും പ്രതീക്ഷ നൽകുന്ന ഇന്ത്യൻ നർത്തകിയെന്ന് മാധ്യമങ്ങൾ വിശേഷിപ്പിക്കു ന്ന മേതിൽ ദേവിക അഭിനയത്തിലും തന്റെ കഴിവ് പ്രകടിപ്പിച്ചു. നൃത്തത്തിന്റെ ഭാവങ്ങളിൽ അത് കുരുങ്ങിപ്പോയതുമില്ല. സ്കൂൾ ഓഫ് ഡ്രാമയുടെ കാലത്തെ ഓർമ്മിപ്പിക്കുന്നതായിരുന്നു സന്ധ്യ രാജേ ന്ദ്രന്റെ അഭിനയം. തിയ്യേറ്റർ പ്രവർത്തകനും ദേശീയ പുരസ്കാരം നേടിയ സംവിധായകനുമായ സുവീരനാണ് സംവിധാനം നിർവഹി ച്ചത്. മോഹൻലാലിന്റെ ശബ്ദാവതരണം ദൃശ്യാനുഭവത്തെ മറ്റൊരു തലത്തിലേക്ക് ഉയർത്തി.

നാഗ

നാടകം മരിച്ചിരിക്കുന്നുവെന്ന് കരുതുന്നവർക്കുള്ള പ്രതീക്ഷയുടെ മറുപടിയാണ് നാഗ. നേരത്തെ മോഹൻലാലും മുകേഷും അഭിനയിച്ച ഛായാമുഖി ഏറെ ചർച്ച ചെയ്തിരുന്നു. പ്രശ്നം നാടകം സ്ഥിരം അവതരിപ്പിക്കാവുന്ന തിയ്യേറ്ററുകളാണ്. അടുത്തിടെ ലണ്ടനിൽ പോയപ്പോൾ വളരെ പ്രശസ്തമായ നാടകം മെറ്റിൽഡ കാണാൻ അവസരം ലഭിച്ചിരുന്നു. റോൾഡ് ഡാഹി എഴുതിയ പ്രശസ്തമായ കുട്ടികളുടെ നോവലിന്റെ നാടകാവിഷ്കാരമാണത്. ഡെന്നീസ് കെല്ലിയാണ് നാടകം ഒരുക്കിയത്. വിദ്യാഭ്യാസ സംവിധാനത്തിന്റെയും സമൂഹത്തിന്റെയും പാളിച്ചകളുടെ അതിശക്തമായ സാമൂഹ്യവിമർശനമാണ് നാടകം ഉയർത്തുന്നത്. എന്നാൽ, എന്നെ അത്ഭുതപ്പെടുത്തിയത് നാടകത്തിന്റെ സ്വീകാര്യതയാണ്. നിറഞ്ഞുകവിഞ്ഞ തിയ്യേറ്ററിലാണ് ഞങ്ങൾ നാടകം കണ്ടത്. മഹാരാജാസിലെ എസ്എഫ്ഐ പ്രവർത്തകനായിരുന്ന മത്തായി നേരത്തെ തന്നെ ടിക്കറ്റുകൾ ബുക്ക് ചെയ്തതുകൊണ്ട് കാണാൻ കഴിഞ്ഞു. വർഷങ്ങളായി ഈ നാടകം

അവിടെ അവതരിപ്പിക്കുന്നു. മറ്റു തിയ്യേറ്ററുകളിലും നാടകം നിറഞ്ഞ സദസിലാണ് അവതരിപ്പിക്കുന്നത്. യുഎൻ ജനറൽ അസംബ്ലിയിൽ പങ്കെടുക്കുന്നതിനായി ന്യൂയോർക്കിൽ പോയപ്പോഴും ബ്രോഡ്‌വേയിലെ തിയ്യേറ്ററുകൾ നാടകം കാണാൻ ശ്രമിച്ചിരുന്നു. ലയൺ ദ കിംഗ് എന്ന നാടകം എത്രയോ വർഷങ്ങളായി നിറഞ്ഞ സദസിൽ അവതരിപ്പിക്കുന്നു. ലോകത്ത് പലയിടങ്ങളിലും ഇതു തന്നെയാണ് അവസ്ഥ. സിനിമയുടെ നിറഞ്ഞാട്ടങ്ങൾ ഉണ്ടെങ്കിലും ജനം നാടകത്തെ നെഞ്ചോട് ചേർത്തുവെയ്ക്കുന്നു.

മെറ്റിൽഡയുടെയോ ലയൺ ദി കിംഗിന്റെയോ നാടകാവിഷ്കാരം കാണുന്നൊരാൾക്കുണ്ടാകുണ്ടാകുന്ന അനുഭൂതി സിനിമ നൽകില്ലെന്നുറപ്പ്. എത്ര ഉജ്വലമാണ് അവരുടെ അഭിനയവും അവതരണവും. ഇങ്ങനെ സ്ഥിരം നാകടവേദികളും അതിലേക്ക് ആകർഷിക്കപ്പെടുന്നവരും നമ്മുടെ നാട്ടിലുമുണ്ടാകണം. അതിനുള്ള തുടക്കമായി ഇത്തരം ശ്രമങ്ങളെ കാണാൻ കഴിയണം.

സ്കൂളിൽ പഠിക്കുമ്പോൾ അച്ഛനും അമ്മയുമൊന്നിച്ച് ഞങ്ങൾ എല്ലാ മാസവും നാടകം കാണാൻ പോകുമായിരുന്നു. അന്നമനടയിൽ ഉപസാനയെന്ന പേരിൽ ഒരു സംഘടനയുണ്ടായിരുന്നു. ആ പേരിൽ തുടങ്ങുന്ന പാട്ട് അവർ അവതരണഗാനമാക്കി ഉപയോഗിച്ചിരുന്നു. കേരളത്തിലെ പ്രശസ്തമായ നാടകട്രൂപ്പുകൾ അവിടെ നാടകം അവതരിപ്പിച്ചിരുന്നു. അതെല്ലാം ഞങ്ങൾ ആസ്വദിച്ച് കണ്ടിരുന്നു. അതിനേക്കാൾ സമ്പന്നമാകുന്ന കാലം നാടകത്തിനുണ്ടാകണം. കേരളത്തിന്റെ രാഷ്ട്രീയ രൂപീകരത്തിൽ നാടകം വഹിച്ച പങ്കുകൂടി കണക്കിലെടുക്കുമ്പോൾ ഈ പ്രാധാന്യം വർധിക്കുന്നു.

ജൈവജീവിതം

ഒരു പൂവും ചീയുന്നില്ല, ഒരു പച്ചക്കറിയും വാടുന്നില്ല എന്നതാണ് ഇന്നത്തെ സ്ഥിതി. ചീരത്തണ്ടുപോലെ വാടിയിരിക്കുന്നുവെന്ന് ആരോടും പറയാൻ കഴിയില്ല. കാരണം എത്ര ദിവസം കഴിഞ്ഞാലും ചീര കൂടുതൽ കൂടുതൽ കരുത്തോടെ വാടാതെ ഇരിക്കുകയാണ്. കടയിൽനിന്നും വാങ്ങിയ ചീരയുടെ കരുത്ത് കണ്ട് അന്നുതന്നെ തോരൻ ഉണ്ടാക്കി കഴിക്കാൻ തീരുമാനിച്ചാൽ കുഴഞ്ഞതുതന്നെ. നമ്മുടെ തന്നെയാണോ ഈ മുഖമെന്നു തോന്നിപ്പിക്കുന്ന തരത്തിൽ ചുണ്ടും കവിളുമൊക്കെ വീർത്തുതടിക്കും. ഇതുതന്നെയാണ് മറ്റു പച്ചക്കറികളുടെ കാര്യവും. ഇക്കാര്യത്തിൽ അന്വേഷണാത്മക പത്രപ്രവർത്തനത്തിന്റെ ആവശ്യമൊന്നുമില്ല. ദിവസങ്ങൾക്ക് മുമ്പ് പറിച്ചെടുക്കുന്ന പച്ചക്കറികൾ മറ്റു സംസ്ഥാനങ്ങളിൽനിന്നും നമ്മുടെ നാട്ടിലേക്ക് കിലോമീറ്ററുകൾ സഞ്ചരിച്ച് എത്തുമ്പോഴും വാടാതിരിക്കുന്നത് അതിൽ അടിച്ചുകയറ്റിയ രാസവസ്തുക്കളുടെ ബലത്തിലാണ്. ഈ വിഷമാണ് നമ്മുടെ ശരീരത്തിലേക്ക് പടർന്നുകയറുന്നത്.

കടയിൽനിന്നും വാങ്ങുന്ന ആപ്പിൾ എത്ര ദിവസം വീട്ടിൽവെച്ചാലും ഒരു മാറ്റവുമുണ്ടാവില്ല. ചീയുകയെന്ന ഭാവം അത് മറന്നുപോയതല്ല. വിഷത്തിന്റെ ബലത്തിലുള്ള ഇരിപ്പാണ്. വാങ്ങിയ ആപ്പിളിൽ കത്തികൊണ്ടു പതുക്കെ വരഞ്ഞാൽ തിളക്കം നൽകുന്ന മെഴുക് അടർ

ന്നവീഴും. അതുകൊണ്ട് ആപ്പിൾ കഴിക്കുന്നത് ശീലമാക്കിയവരും തൊണ്ടുചെത്തിയാണ് ആപ്പിൾ കഴിക്കുന്നത്. മാങ്ങ പഴപ്പിക്കുന്നത് കാർബൈഡ് വെച്ചിട്ടാണെന്ന കാര്യം മിക്കവാറും ആളുകൾക്ക് അറിയാവുന്ന കാര്യമാണ്. എന്നാൽ, ചക്കയും കീടനാശിനിയിൽ മുങ്ങിയാണ് വരുന്നതെന്ന ഞെട്ടിപ്പിക്കുന്ന സത്യമാണ്. കഴിഞ്ഞ ദിവസം മാധ്യമങ്ങൾ പുറത്തുകൊണ്ടുവന്നത്. തണ്ണിമത്തനകത്തെ കട്ടുംചുവപ്പും അതിന്റെ മധുരവും സിറിഞ്ചുവഴി കുത്തികയറ്റുന്നതാണെന്ന വിവരവും സാമൂഹ്യമാധ്യമങ്ങൾ തെളിവുകൾ സഹിതം കുറേക്കാലമായി പ്രചരിപ്പിക്കുന്നുണ്ട്.

കഴിഞ്ഞ ദിവസം ഒരു പരിപാടിയിൽ പങ്കെടുക്കുമ്പോൾ വെജിറ്റേറിയൻ, നോൺ വെജിറ്റേറിയൻ ഭക്ഷണത്തെ കുറിച്ച് ഒരാൾ പറഞ്ഞ കമന്റ് ചിന്താദീപ്തമായിരുന്നു. ഹാർട്ട് അറ്റാക്ക് വേണ്ടവർക്ക് നോൺവെജ്ജും കാൻസർ വേണ്ടവർക്ക് വെജിറ്റേറിയനും തെരഞ്ഞെടുക്കാമെന്നായിരുന്നു ആ കമന്റ്. ഒരു ഭക്ഷണവും കഴിക്കാൻ പറ്റില്ലെന്ന അവസ്ഥയിലേക്കായിരിക്കുന്നു കാര്യങ്ങൾ. ഭക്ഷണത്തിൽ മാത്രമല്ല ഇപ്പോൾ വിഷം കലർത്തുന്നത്. ദിവസങ്ങളോളം വാടാതിരിക്കുന്ന മുല്ലപ്പൂക്കളും കീടനാശിനിയിൽ മുങ്ങിവരുന്നവയാണ്. കല്യാണങ്ങളിൽ പങ്കെടുക്കുന്ന നല്ലൊരു പങ്കു സ്ത്രീകളും മുല്ലപ്പൂവ് ചൂടിയായിരിക്കും വരുന്നത്. അതിന്റെ അപകടം അവർക്കു മാത്രമല്ല. പുകവലിക്കുന്നവരുടെ അടുത്ത് നിന്നാൽ നിക്കോട്ടിൻ വലിക്കാത്തവർക്കും കിട്ടുന്നതുപോലെയാണ് എയർ കണ്ടീഷൻ ഹാളുകളിൽ പങ്കെടുക്കുന്നവരുടെ അവസ്ഥ. വിഷം ഹാളിലെ വായുവിൽ കറങ്ങിതിരിഞ്ഞ് എല്ലാവർക്കും അവരവരുടെ വിഹിതം നൽകികൊണ്ടിരിക്കും.

ഇതിൽനിന്നെല്ലാം വിമുക്തമാകേണ്ട കേരളത്തെ സംബന്ധിച്ച ചിന്തയിൽനിന്നാണ് സിപിഐഎം സംസ്ഥാനകമ്മിറ്റി നേതൃത്വത്തിൽ ജൈവകൃഷി വ്യാപിക്കുന്ന പദ്ധതിക്ക് തുടക്കമിട്ടത്. ആവേശകരമായ പ്രതികരണമാണ് കേരളത്തിൽ പദ്ധതിക്കുണ്ടായത്. എറണാകുളം ജില്ലയിൽ ഈ പരിപാടി തുടങ്ങുമ്പോൾ എല്ലാ പാർടി അംഗങ്ങളും അവരവരുടെ വീടുകളിൽ ഒരു പച്ചക്കറിയെങ്കിലും നടണമെന്ന് തീരുമാനിച്ചു. എല്ലാ ലോക്കൽ കമ്മിറ്റികളും അവരവരുടെ പ്രദേശത്ത് ഒരു സ്ഥലത്തെങ്കിലും ജൈവ പച്ചക്കറി കൃഷി തുടങ്ങാൻ നിശ്ചയിച്ചു. 170 ഏക്കറിലധികം സ്ഥലത്ത് പച്ചക്കറി കൃഷി തുടങ്ങാൻ കഴിഞ്ഞു. വിഷുവിന് വിഷമില്ലാത്ത പച്ചക്കറി

എന്ന മുദ്രവാക്യവുമായി പ്രാദേശിക തലത്തിൽ നൂറിലധികം വിൽപ്പനശാലകൾ തുറന്നു. മണിക്കൂറുകൾക്കകം എല്ലാം വിറ്റുപോകുന്ന അനുഭവമാണ് ഉണ്ടായത്.

ഈ പദ്ധതിയുമായി നന്നായി സഹകരിക്കുന്ന നിലയാണ് സഹകരണസംഘങ്ങൾ സ്വീകരിച്ചത്. ഓരോ സംഘവും സബ്സിഡിയോടെ ഗ്രോ ബാഗുകൾ വിതരണം ചെയ്തു. മുപ്പതിനായിരം ബാഗുകൾ രണ്ടാഴ്ചക്കുള്ളിൽ നൽകാൻ കഴിഞ്ഞു. കർഷക സ്വയം സഹായ സംഘങ്ങൾക്ക് പലിശ രഹിത വായ്പ നൽകാനും പല സംഘങ്ങളും തയ്യാറായി.

എന്നാൽ, എറണാകുളം ജില്ലയുടെ മറ്റു ചില സവിശേഷതകൾ കൂടി കണക്കിലെടുക്കേണ്ടതുണ്ടായിരുന്നു. അതിവേഗത്തിൽ നഗരവൽക്കരിക്കുന്ന ഗ്രാമങ്ങൾ ഉൾക്കൊള്ളുന്ന ജില്ലയിൽ നല്ലൊരു പങ്ക് ആളുകളും ഇന്ന് ഫ്ളാറ്റുകളിലാണ് ജീവിക്കുന്നത്. അതുകൊണ്ടാണ് മട്ടുപ്പാവിലും ബാൽക്കണിയിലും പച്ചക്കറി കൃഷി വ്യാപിപ്പിക്കുന്ന പദ്ധതിക്ക് തുടക്കമിട്ടത്. എല്ലാ വിഭാഗം ജനങ്ങളെയും ഉൾപ്പെടുത്തി രൂപികരിച്ച ജൈവജീവിതം സഹകരണസംഘത്തിന്റെ നേതൃത്വത്തിൽ ഫ്ളാറ്റുകളിലും വില്ലകളിലും മട്ടുപ്പാവ് കൃഷി ആരംഭിച്ചു. ഈ പദ്ധതിയുടെ ഭാഗമായി ലെനിൻ സെന്ററിലും പച്ചക്കറി കൃഷി ആരംഭിച്ചു. തേവര എസ് എച്ച് കോളേജിലെ പ്രിൻസിപ്പൽ ഫാദർ പ്രശാന്താണ് അതിനു തുടക്കമിട്ടത്. ഇപ്പോൾ ഈ പരിപാടി ജനങ്ങൾ ഏറ്റെടുത്തിരിക്കുന്നു.

ഇതിലെന്താണ് യഥാർഥത്തിൽ രാഷ്ട്രീയ പ്രവർത്തനം എന്ന ചോദ്യം ചിലർ ഉയർത്തുന്നുണ്ട്. പതിവുശീലങ്ങൾക്കകത്ത് മാത്രം ഒതുങ്ങി നിൽക്കുന്നതല്ല രാഷ്ട്രീയ പ്രവർത്തനം. ലാഭം മാത്രമെന്നതാണ് മുതലാളിത്തത്തിന്റെ മുദ്രാവാക്യം. കൊള്ളലാഭത്തിനായി ഏതും ചെയ്യാൻ മടിക്കാത്ത ഒന്നായി ആഗോളവൽക്കരണകാലത്തെ മൂലധനം മാറിയിരിക്കുന്നു. കൊള്ളലാഭം കിട്ടിയാൽ ഉടമയെ പോലും കൊല്ലാൻ മൂലധനം മടിക്കില്ലെന്ന മാർക്സിന്റെ വാക്കുകൾ വീണ്ടും പ്രസക്തം. ഭക്ഷണത്തിൽ വിഷം കലർത്തി രോഗം വിതച്ചാലും ലാഭം വേണമെന്ന ആശയത്തിനെതിരായ രാഷ്ട്രീയ ഇടപ്പെടൽ കൂടിയാണ് ജൈവപച്ചക്കറി വ്യാപനം. പുതിയ കാലം സർഗാത്മകമായ രാഷ്ട്രീയ ഇടപ്പെടലുകളുടെ രൂപങ്ങൾ തേടേണ്ട സന്ദർഭം

കൂടിയാണ്. പതിവു രീതികളുടെ തനിയാവർത്തനങ്ങൾകൊണ്ടു മാത്രം ആർക്കും ലക്ഷ്യത്തിലേക്ക് സഞ്ചരിക്കാൻ കഴിയില്ലെന്നത് പഴയ പാഠം തന്നെയാണ്.

പ്രളയകാലത്തെ ഓണം

ഉത്രാടനാളിൽ എറണാകുളം നഗരത്തിലെ റോഡുകൾ വിജനമാണ്. ഉത്രാടപ്പാച്ചിലിൽ വാഹനക്കരുക്കിൽ ശ്വാസം മുട്ടുന്ന റോഡുകൾ മാത്രം കണ്ടുപരിചിതമായ നഗരത്തിനു അപരിചിതമായ കാഴ്ച. നഗരം മരിച്ചപോലെ കിടക്കുന്നു. ആരും ഒന്നും വാങ്ങുന്നില്ല. വാങ്ങണമെന്ന് ആഗ്രഹിക്കുന്നവരുടെ കയ്യിൽ പണമില്ല. പ്രളയം ബാധിക്കാത്തവരും ആഘോഷങ്ങൾക്കായി ഓടുന്നില്ല. അവരും ക്യാമ്പുകളിൽ നിന്നും ക്യാമ്പുകളിലേക്ക് സഹായങ്ങളുമായി പായുകയാണ്. മറ്റു ചിലർ സർക്കാർ തുടങ്ങിയ പ്രത്യേക കേന്ദ്രങ്ങളിൽ ഓണക്കോടികളും അരിയും പലവ്യഞ്ജനങ്ങളും നൽകുന്നതിനായി കാത്തുനിൽക്കുന്നു. പ്രകൃതി ദുരന്തത്തിന്റെ കാലത്ത് മലയാളിയുടെ ദേശീയോത്സവം വേദനയും കയ്പും നിറഞ്ഞ അനുഭവമായി മാറുന്നു. എന്നാൽ, അതിജീവനത്തിന്റെ പ്രത്യാശ നിറഞ്ഞ, ആത്മവിശ്വാസത്തിന്റെ വെളിച്ചം എല്ലായിടത്തും ദൃശ്യമാണ്.

പ്രളയത്തിന്റെ കെടുതികൾ അതിശക്തമായിരുന്ന പറവൂർ മേഖലയിലെ ക്യാമ്പിൽ കണ്ടവരിൽ ഭൂരിപക്ഷവും ഇപ്പോഴും വീട്ടിലേക്ക് മടങ്ങാൻ പറ്റാത്തവരാണ്. തിരിച്ചുചെല്ലാൻ വീടില്ലാത്തവിധം തകർന്നുപോയവരും കൂട്ടത്തിലുണ്ട്. ഇത്തവണയാണ് മക്കളെല്ലാവരും ഒരുപോലെയെന്ന മവോലി നാട്ടിലെ സങ്കൽപ്പം

യാഥാർഥ്യമായയെന്ന് കൂട്ടത്തിലൊരാൾ പറഞ്ഞു. മരണമുഖത്തു നിന്നും അത്ഭുതകരമായി രക്ഷപ്പെട്ടതിന്റെ അനുഭവവും അദ്ദേഹം അയവിറക്കി. രണ്ടു വിലകൂടിയ കാറും പോർച്ചുവരെ കോൺക്രീറ്റ് റോഡുമുണ്ടായിട്ടും ജീവൻ രക്ഷപ്പെടുത്താൻ മത്സ്യതൊഴിലാളിയുടെ വഞ്ചി വേണ്ടി വന്നു. മകളുടെ വിവാഹാവശ്യത്തിനായി സഹകരണ ബാങ്കിൽനിന്നുമെടുത്ത വായ്പ മുഴുവനും പ്രളയം മുക്കികളഞ്ഞതിന്റെ അടങ്ങാത്ത ദുഃഖത്തോടെയിരിക്കുന്ന സ്ത്രീയെയും കൂട്ടത്തിൽ കണ്ടു. ജീവൻ തിരിച്ചുകിട്ടിയതിൽ ആശ്വാസത്തോടെ അവരുടെ ഭർത്താവും കൂടയെുണ്ട്. ഞങ്ങൾ എല്ലാവരും ചേർന്ന് ഓണത്തിനു ഉള്ളതും കഴിച്ച് ഇവിടെതന്നെ കൂടുമെന്ന് അവർ ഒന്നിച്ചു പറഞ്ഞു. ലോകത്ത് എവിടെയുള്ള മലയാളിയും ഓണത്തിന് നാട്ടിലേക്ക് വരുന്നതിന് ശ്രമിക്കും. പ്രത്യേക വിമാനങ്ങളും ട്രെയിനുകളും ഇവരെ ഓണസദ്യ കഴിപ്പിക്കുന്നതിനായി ഇടതടവില്ലാതെ പറക്കുകയും ഓട്ടംകയും ചെയ്യും. എന്നാൽ, ഇത്തവണ കാണാദൂരത്തുള്ള വീട്ടിലേക്ക് പോലും ഓണദിനത്തിൽ പോകാൻ കഴിയാത്ത മലയാളിയെയാണ് മിക്കവാറും സ്ഥലങ്ങളിൽ കാണുന്നത്. അവർ ദുരിതാശ്വാസക്യാമ്പുകളിൽ തന്നെ ഓണദിനത്തിലും കഴിച്ചുകൂട്ടാൻ നിർബന്ധിതമായി. ജാതിയുടേയും മതത്തിന്റേയും വേർതിരിവുകളെ തൽക്കാലത്തേക്കെങ്കിലും പ്രളയം കവർന്നെടുത്തിരിക്കുന്നു. മനുഷ്യൻ എത്ര മഹത്തരമായ പദം. എല്ലാവരും മാനവികമായ ചിന്തയേടെ ഓണദിനം ക്യാമ്പിൽ ചെലവഴിക്കുകയാണ്.

ബക്രീദിനും ഇങ്ങനെ തന്നെയായിരുന്നു. ഇടപ്പള്ളിയിലെ ഒരു ക്യാമ്പിലാണ് ഞാനും ഭക്ഷണം കഴിച്ചത്. വീട്ടിൽനിന്നുമല്ലാതെ പെരുന്നാൾ ദിനത്തിനു ഭക്ഷണം കഴിച്ച ശീലമില്ലെന്ന് പറഞ്ഞ വയോധികനായ ഒരാളാണ് എന്റെ അടുത്തിരുന്നിരുന്നത്. എന്നാൽ, എല്ലാ വിഭാഗവും ഒത്തുചേർന്ന് കഴിക്കുമ്പോൾ ദുരിതകാലമാണെങ്കിലും സന്തോഷവാനാണെന്ന് അദ്ദേഹം പറഞ്ഞു. ജീവിതം തിരിച്ചുപിടിക്കുന്നതിനുള്ള കഠിനമായ യാത്രയെ കുറിച്ച് ആശങ്ക നിറഞ്ഞുനിൽക്കുന്നവരിലും സർക്കാർ ഒപ്പമുണ്ടെന്ന മുഖ്യമന്ത്രിയുടെ വാക്കുകൾ ആത്മവിശ്വാസം പകരുന്നുവെന്ന് അവർ ഒരേ സ്വരത്തിൽ പറഞ്ഞു.

ഈ നൂറ്റാണ്ടിലെ ഏറ്റവും വലിയ പ്രകൃതിദുരന്തത്തെ നേരിട്ടുന്നതിൽ കേരളം കാണിച്ച അസാധാരണമായ ഐക്യവും ഇച്ഛാശക്തിയും ലോകത്തിനു പുതിയ കേരള മാതൃക നൽകി. അതീവ

ഗൗരവമാണ് സാഹചര്യമെങ്കിലും ഭയപ്പെടരുതെന്നും ജാഗ്രതയാണ് വേണ്ടതെന്നും മുഖ്യമന്ത്രി പിണറായി വിജയൻ എല്ലായ്പോഴും ജനങ്ങളോട് നേരിട്ട് പറഞ്ഞു. ഒരു തരത്തിലുള്ള ഭയനിർമ്മാണ ത്തിനുള്ള അവസരങ്ങൾ നൽകിയില്ല. തനിക്കും സർക്കാരിനും ജനങ്ങളെ അഭിസംബോധന ചെയ്യേണ്ട ഘട്ടത്തിൽ മാധ്യമങ്ങളെ കാണലാണ് തന്റെ രീതിയെന്ന് നേരത്തെ വ്യക്തമാക്കിയ മുഖ്യമ ന്ത്രി ആ അസാധാരണ ഘട്ടത്തിൽ എല്ലാ ദിവസവും രണ്ടു തവണ മാധ്യമങ്ങളുമായി സംസാരിച്ചു. അതുവഴി ജനങ്ങളുടെ ആശങ്കകൾ വഴിതിരിച്ചുവിട്ടു. ഓരോരുത്തരിലേക്കും ആത്മവിശ്വാസം പകർന്നു നൽകുന്നതായിരുന്നു അദ്ദേഹത്തിന്റെ ഓരോ വാക്കും നോക്കും. ഭരണസംവിധാനത്തെയും പൗരസമൂഹത്തെയും ഒരേ പോലെ കോർ ത്തിണക്കി നയിക്കുന്നതിൽ അസാധാരണമായ മികവാണ് മുഖ്യമ ന്ത്രി പ്രകടിപ്പിച്ചത്. രാഷ്ട്രീയനേതൃതം, ബ്യൂറോക്രസി, പൗരസമൂഹം എന്നിങ്ങനെ എല്ലാ വിഭാഗങ്ങളെയും ഒരേപോലെ കോർത്തിണ ക്കാൻ ഭരണനേതൃത്വത്തിനു കഴിഞ്ഞു. നമ്മൾ അതിജീവിക്കുക തന്നെ ചെയ്യും എന്ന സന്ദേശം സമൂഹത്തിന്റെ പൊതുബോധമായി മാറി. അപൂർവ്വം ചില മാധ്യമങ്ങൾ ഭയം നിർമ്മിക്കാൻ ആദ്യഘട്ട ത്തിൽ ശ്രമിച്ചെങ്കിലും ഭൂരിപക്ഷം മാധ്യമങ്ങളും സന്ദർഭത്തിനൊത്ത് ഉയർന്നു. പ്രകൃതി ദുരന്തങ്ങളുടെ സന്ദർഭത്തിൽ ഇങ്ങനെയൊരു വിശാലമായ യോജിപ്പും ഭരണസംവിധാനങ്ങളുടെ സമൂഹത്തിന്റേ യും ഏകോപനവും അമേരിക്ക പോലുള്ള വികസിത രാജ്യങ്ങളിൽ പോലും കണ്ടിട്ടില്ലെന്ന് ലോകമാധ്യമങ്ങൾ വരെ റിപ്പോർട്ട് ചെയ്തു. 2005ൽ കത്രീന അമേരിക്കയിൽ ദുരിതം വിതച്ച സന്ദർഭത്തിൽ തന്റെ അവധിക്കാലം വെട്ടിച്ചുരുക്കാൻ ആദ്യം തയ്യാറാകാതിരുന്ന ബുഷ് കടുത്ത വിമർശനത്തിന് വിധേയനായിരുന്നു. ആയിരങ്ങൾ ജീവൻ നഷ്ടപ്പെട്ടുത്തിയത് രക്ഷാപ്രവർത്തനങ്ങളുടെ ഏകോപനത്തി ന്റെ കുറവായിരുന്നു. എന്നാൽ, കേരളത്തിന്റെ അനുഭവം വ്യത്യസ്ത മായിരുന്നു. പ്രളയം കടുത്ത നാശം വിതച്ച എറണാകുളം ജില്ലയിൽ പതിനഞ്ചുപേരാണ് മരിച്ചത്. അതിൽ ആറുപേർ കുത്തിയതോ ടിലെ പള്ളിമേട തകർന്നുവീണതിന്റെ ഭാഗമായി മരണപ്പെട്ടവരാണ്. നാലുപേർ രക്ഷാപ്രവർത്തനത്തിനിടയിൽ മരണപ്പെട്ടവരാണ്. സംസ്ഥാനസർക്കാരിന്റെ നേതൃത്വത്തിൽ കേന്ദ്രത്തിന്റേയും സേന കളുടേയും മത്സ്യതൊഴിലാളികളുടേയും യുവാക്കളുടേയും മറ്റും സഹാ യത്തോടെ നാട് ഒറ്റക്കെട്ടായി നടത്തിയ രക്ഷാപ്രവർത്തനമാണ്

മരണസംഖ്യയെ പിടിച്ചുനിർത്തിയത്. ഇപ്പോൾ ആശ്വാസത്തിലും പുനരധിവാസത്തിലും ജനകീയമായ മുന്നേറ്റമാണ് നാട് ദർശിച്ചത്. ലോകം കേരളത്തോട് ഐക്യപ്പെട്ടു. കലാലോകം, കായികലോകം, ബിസിനസ് സമൂഹം, സാങ്കേതികവിദഗ്ദർ എന്നിങ്ങനെ എല്ലാവരും കേരളത്തിനായി കൈകോർത്തു.

മനുഷ്യരെല്ലാരും ഒന്നുപോലെയെന്ന മാവേലി നാടിന്റെ സങ്കൽപ്പത്തിന്റെ ആധുനിക പ്രയോഗത്തിനു പിണറായി നയിക്കുന്ന സർക്കാർ ശ്രമിക്കുമ്പോൾ വിയോജിപ്പിന്റെ അന്തരീക്ഷം സൃഷ്ടിക്കുന്നതിനും സങ്കുചിതമായ കക്ഷിരാഷ്ട്രീയത്തിലേക്ക് ഉൾവലിക്കുന്നതിനും ചിലർ നടത്തുന്ന ശ്രമങ്ങൾ അവരെ അപഹാസ്യരാക്കുക മാത്രമാണ് ചെയ്യുന്നത്. ഇത് വിവാദങ്ങൾ ഉൽപ്പാദിപ്പിച്ച് രാഷ്ട്രീയനേട്ടം കൊയ്യാൻ ശ്രമിക്കേണ്ട കാലമല്ല. കേരളവും മനുഷ്യനുമുണ്ടെങ്കിലോ രാഷ്ട്രീയവും അധികാരവുമൊക്കെയുള്ളൂ. ഒരാൾ മറ്റൊരാളുടെ പ്രശ്നം തിരിച്ചറിയുന്നിടത്താണ് സാമൂഹ്യപ്രതിബദ്ധത തുടങ്ങുന്നത്. അതാണ് രാഷ്ട്രീയ തുടക്കം. ഇവിടെ നാട് തകർന്നാലും തനിക്കും തന്റെ പാർടിക്കും എന്തെങ്കിലും നേട്ടമുണ്ടാക്കാൻ കഴിയുമോയെന്ന് നോക്കുന്നവരെ ചരിത്രം ചവറ്റുകുട്ടയിലേക്ക് വലിച്ചെറിയും. ദുരന്തങ്ങളുടെ സന്ദർഭങ്ങളെ മതഭീകരതക്കും വർഗീയതക്കും ഉപയോഗിക്കാൻ ശ്രമിച്ച ലോകാനുഭവങ്ങളുണ്ട്. എന്നാൽ, കേരളത്തിൽ അതിനായി നടന്ന അപൂർവ്വം ശ്രമങ്ങളെയും നാട് ഒറ്റക്കെട്ടായി പരാജയപ്പെടുത്തി. നവോത്ഥാനം പകർന്നു നൽകിയ ചരിത്രബോധം മലയാളിയുടെ കരുത്താണെന്ന് ഒരിക്കൽ കൂടി തെളിഞ്ഞു.

സെൽഫിയിലൂടെ അവനവനിലേക്ക് ഉൾവലിയുന്ന ആഗോളവൽക്കരണകാലത്തെ യുവാക്കൾ അതേ സാങ്കേതിക വിദ്യയെ ഉപയോഗിച്ച് മനുഷ്യന്റെ ജീവൻ രക്ഷപ്പെടുത്തുന്നതിനായി സമർപ്പിക്കുന്നതും ഈ കാലത്തെ അപൂർവ്വ കാഴ്ചയായിരുന്നു. തലകുനിച്ച് മാത്രം ഇരിക്കുന്നവർ എന്ന അധിക്ഷേപം കേട്ടിരുന്നവർ തലയുയർത്തിതന്നെ പ്രതിസന്ധിഘട്ടത്തിൽ നാടിനായി അണിനിരന്നു. ഇവർ നൽകുന്ന സാധ്യതകളെ ശരിയായ രൂപത്തിൽ ഭാവിയിൽ ഉപയോഗിക്കാൻ കഴിയേണ്ടത് പുരോഗമനശക്തികളുടെ ഉത്തരവാദിത്തമാണ്.

പ്രളയകാലത്തെ ഓണം പുതിയ കേരളത്തിന്റെ നിർമ്മിതിയുടെ സന്ദേശമാണ് നൽകുന്നത്. തകർന്നുപോയതിന്റെ അതേരൂപത്തി

ല്ലുള്ള പുനഃസൃഷ്ടിക്കല്ല, സർക്കാർ ശ്രമിക്കുകയെന്ന് മുഖ്യമന്ത്രി വ്യക്തമാക്കിയിട്ടുണ്ട്. പ്രളയം നൽകിയ അനുഭവങ്ങളിൽനിന്നും പാഠം ഉൾക്കൊണ്ടുള്ള നവകേരളത്തിന്റെ നിർമ്മിതിയാണ് സമൂഹവും ആഗ്രഹിക്കുന്നത്. കാലാവസ്ഥ വ്യതിയാനത്തിന്റേതായ കാലഘട്ടത്തിൽ പാരിസ്ഥിതികമായ കാഴ്ചപാട് പ്രധാനമാണ്. മലവെള്ളം കയറിയ പാടങ്ങളിൽ നല്ലവിള കിട്ടിയിരുന്ന പഴയകാല കർഷകന്റെ അനുഭവമുണ്ട്. ഏക്കൽ അടിഞ്ഞ മണ്ണിൽനിന്നും പുതിയ കാല കൃഷിയുടെ വിത്തെറിയാൻ കേരളത്തിനു കഴിയണം. പ്രകൃതിക്കിണങ്ങുന്ന നിർമാണരീതികളും കാലം ആവശ്യപ്പെടുന്നു. പർവ്വതനിരകളിൽനിന്നും കടലിലേക്കുള്ള ഒഴുക്കിനെ തടസപ്പെടുത്തിവയെ പ്രളയം തകർത്തെറിഞ്ഞപ്പോൾ അതിന്റെ തനിയാവർത്തനത്തിനായി നാടിനെ വിട്ടുകൊടുക്കാതിരിക്കാനുള്ള ജാഗ്രതയാണ് സർക്കാർ പ്രകടിപ്പിക്കുന്നത്. മനുഷ്യനും പ്രകൃതിയുമെന്ന സജാതീയ വൈരുദ്ധ്യത്തിലെ ശരിയായ ഇടപ്പെടൽ ഒന്നിനെ തകർക്കുന്നതിലല്ല കൂടുതൽ മെച്ചപ്പെട്ട ഒന്നിന്റെ വികാസത്തിലേക്കാണ് നയിക്കുക.

ഇന്നത്തെ കാലം നൽകുന്ന പരിമിതികളുണ്ട്. അതിനെ പഴിച്ച് പിൻവാങ്ങലല്ല ഭരണനേതൃത്വത്തിന്റെ ചുമതല. ഏതു പ്രതികൂല സാഹചര്യങ്ങളിലും സാധ്യമായ ഏറ്റവും മികച്ചതിലേക്ക് നാടിനെ നയിക്കലാണ്പുരോഗമന സർക്കാരിന്റെ കടമ. അത് ശരിയായി തിരിച്ചറിയുന്നതിനും പ്രയോഗിക്കുന്നതിനും കഴിയുന്നുവെന്നതാണ് ഇപ്പോഴത്തെ സർക്കാരിന്റെ സവിശേഷത. ചവിട്ടുതാഴ്ത്തപ്പെട്ട മാവേലിയുടെ തിരിച്ചുവരവിന്റെ സന്ദേശമാണ് മലയാളിയുടെ ഓണം. അസുര ചക്രവർത്തിയെ ചവിട്ടിതാഴ്ത്തിയ വാമനാവതാരത്തിന്റെ ആഘോഷമാണ് പല ഉത്തരേന്ത്യൻ സംസ്ഥാനങ്ങളിലും ഇതേ മിത്തിന്റെ വ്യാഖ്യാനം. ഈ വൈവിധ്യമാണ് ഇന്ത്യയുടെ പ്രത്യേകത. അതിന്റെ സത്ത ഉൾക്കൊണ്ട് വൈവിധ്യങ്ങളെ കോർത്തിണക്കി പുതിയ കേരളം കെട്ടിപ്പെടുക്കാൻ പ്രതിജ്ഞയെടുക്കാം.

നവകേരളനിർമ്മിതി

പ്രളയത്തിൽനിന്നും പ്രണയത്തിലേക്ക് ഒരക്ഷരത്തിന്റെ ദൂരമേയുള്ളെന്ന് കേരളം തെളിയിച്ചതാണ്. മനുഷ്യർ തമ്മിലുള്ള, മനുഷ്യനും പ്രകൃതിയും തമ്മിലുള്ള , മനുഷ്യനും മറ്റു ജീവജാലങ്ങളും തമ്മിലുള്ള നിഷ്കളങ്കമായ പ്രണയത്തിന്റെ തീക്ഷ്ണതയാണ് പ്രളയകാലം കണ്ടത്. എന്നാൽ, എത്രപെട്ടെന്നാണ് വൈരത്തിന്റെ വിത്തുകൾ പാകി വിളിവെട്ടക്കാൻ കുറച്ചു മനസുകളെങ്കിലും ശ്രമിച്ചത്.

നിനച്ചിരിക്കാത്ത നേരത്താണ് പ്രവചനങ്ങളെയും കണക്കുകൂട്ടലുകളെയും തെറ്റിച്ച് പ്രളയം കേരളത്തിനു ദുരന്താനുഭവമായത്. 99ലെ വെള്ളപ്പൊക്കം മലയാളിയുടെ വിദൂരഓർമ്മ മാത്രമായിരുന്നു. സ്കൂളുകളിലെ പാഠപുസ്തകങ്ങളിൽ ലോകത്തിലെ പ്രധാന പ്രകൃതിദുരന്തങ്ങളുടെ ചരിത്രം പഠിച്ച കൂട്ടത്തിലൊന്നും നമ്മുടെ നാട്ടിലുണ്ടായ ഏറ്റവും പ്രധാന പ്രകൃതി ദുരന്തമായ 1924ലെ പ്രളയത്തെ സംബന്ധിച്ച ഒരു വരിയോ വാക്കോ കണ്ടിരുന്നില്ല. വിദ്യാഭ്യാസം മിക്കവാറും അങ്ങനെയാണ്. നമുക്ക് അപരിചിതമായ, ജീവിതവുമായി ബന്ധമില്ലാത്ത അസംബന്ധങ്ങൾ എത്രയോ കാണാതെ പഠിച്ച് മിടുക്ക് തെളിയിച്ചവരാണ് വിജയികളാകുന്നത്. ഏതെങ്കിലും മുത്തശ്ശിമാർ കഥകൾക്ക് കുട്ടികൾക്ക് പറഞ്ഞുകൊടുത്തിട്ടുണ്ടെങ്കിൽ പൊടിപ്പും

തൊങ്ങലും വെച്ച വെള്ളപ്പൊക്കം കുറച്ചെങ്കിലും അവർ കേട്ടറിഞ്ഞിട്ടുണ്ടാകും. കഥകൾ വായിക്കുന്നവരാണെങ്കിൽ 'വെള്ളപൊക്കം' മുതൽ 'മീശ' വരെയുള്ള കൃതികളിൽ ഭാവന കൂടി ഇടകലർന്ന 99 ലെ വെള്ളപ്പൊക്കം മനസിൽ ചിലപ്പോൾ ഒരു വായാനാനുഭവമായി കിടക്കുന്നുണ്ടാകും.

എവിടെയൊക്കെയാണ് അന്ന് വെള്ളം കയറിയയെതന്നതിന്റെ അടയാളങ്ങൾ ആരും അവശേഷിപ്പിച്ചിരുന്നില്ല. അപൂർവ്വം ചിലർ കോറിയിട്ട വരകൾ അവശേഷിക്കുന്നിടങ്ങൾ ചില സൂചനകൾ നൽകിയിട്ടുണ്ടാകും. അതിനപ്പുറത്ത് ചരിത്രത്തിന്റെ പാഠങ്ങൾ പ്രയോഗത്തിന്റെ അനുഭവങ്ങളായി പുതുക്കിപ്പണിയാനുള്ള ഇന്ധനമൊന്നും കണ്ടുപിടിക്കാൻ കഴിയില്ല. അതുകൊണ്ടു മലയാളിയെ സംബന്ധിച്ചിടത്തോളം പ്രളയം അതുവരെ ടെലിവിഷൻ കാഴ്ച മാത്രമായിരുന്നു. നമ്മുക്ക് ഒരിക്കലും പരിചിതമല്ലാത്തിടങ്ങളിൽ അപരിചിതരായ മനുഷ്യർ ജീവനുവേണ്ടി നടത്തുന്ന പിടച്ചിലുകൾ ഒരു സിനിമകാഴ്ച പോലെ പലരും ചാനലുകളിൽ കണ്ട് ആസ്വദിച്ചിരുന്നു. പ്രളയത്തിൽ ചെന്നൈ മുങ്ങിയപ്പോൾ അമ്പോടെ പലരും ദുരിതാശ്വാസത്തിനായി രംഗത്തിറങ്ങിയിരുന്നു. എന്നാൽ, ചെന്നൈ കേരളത്തിൽനിന്നും അധികം ദൂരയല്ലെന്ന് ചിലരെങ്കിലും ഓർമ്മിപ്പിക്കാൻ ശ്രമിച്ചെങ്കിലും അത് ഗൗരവമായ പരിഗണന ലഭിക്കാതെ പോയി. ഇതൊന്നും നമ്മളെ ബാധിക്കാനേ പോകുന്ന കാര്യങ്ങളല്ലെന്ന മട്ടായിരുന്നു മഹാഭ്രരിപക്ഷവും.

കാലാവസ്ഥാ പ്രവചനങ്ങൾ കണക്കാക്കിയതിനെ പെരുമഴ തീരെ ഗൗനിച്ചില്ല. സുന്ദരിയായ പുഴയുടെ തീരങ്ങളിൽ പാർപ്പുറപ്പിച്ച വാട്ടർഫ്രണ്ടുകാർക്ക് തീർത്തും അപരിചിതായ പുഴയായിരുന്നു പിന്നീടുള്ള ദിവസങ്ങളിൽ കണ്ടത്. ആർത്തലച്ച് രൗദ്രഭാവത്തോടെ വന്ന പുഴ തന്റെ വഴികൾ തിരിച്ചുപിടിച്ചു. വൻകെട്ടിടങ്ങളും റോഡുകളുമായി തീർന്ന താൻ ഒഴുകി നടന്ന വഴികളിലൂടെ ആർത്തലച്ചു വന്ന വെള്ളം അപൂർവ്വമായ കാഴ്ചയായിരുന്നു. മനുഷ്യന് ജീവൻ നിലനിർത്താൻ വെള്ളം കൂടിയേ കഴിയൂ. വായു കഴിഞ്ഞാൽ പിന്നെ വരുന്നത് വെള്ളമാണ്. എന്നാൽ, അതേ വെള്ളം മറ്റൊരു രൂപത്തിൽ കുതിച്ചുവന്നത് പല ജീവനും കവർന്നെടുത്തുകൊണ്ടാണ്. ഒരിക്കലും വെള്ളം കയറില്ലെന്ന പറഞ്ഞ് ആത്മവിശ്വാസത്തോടെ അവരവരുടെ വീടുകളിൽ ഇരിന്നിരുന്നവരുടെ കണക്കുകൂട്ടലുകളെ തെറ്റിച്ച്

വെള്ളം രണ്ടാം നിലയുടെ പടവുകൾ കയറി. മീശ വായിച്ചേപ്പോൾ വെള്ളപ്പൊക്കത്തിൽ ഒഴുകി വന്ന പാമ്പുകൾ മണ്ണിലും മരത്തിലും പടർന്നുകിടക്കുന്നത് അറപ്പുളവാക്കിയിരുന്നു. എന്നാൽ, മീശയുള്ള തുകൊണ്ട് പാമ്പുകൾ കാലപുരിയിലേക്ക് അയക്കപ്പെട്ടു. ഇവിടെ ചിത്രങ്ങളിലല്ലാതെ പാമ്പുകളെ ജീവിതത്തിൽ കണ്ടിട്ടില്ലാത്ത പുതിയ തലമുറ, ഒഴുകി നടക്കുന്ന പാമ്പുകൾ വെള്ളമിറങ്ങിയ ശേഷം മാളങ്ങളില്ലാതെ തങ്ങളുടെ കിടപ്പുമുറികളിൽതന്നെ കൂടൊരുക്കിയതു കണ്ട് ഭയപ്പെട്ടു.

പ്രളയം മലയാളിക്ക് നൽകിയത ഭീതിയും വേദനയും മാത്രമായി രുന്നില്ല, പ്രതീക്ഷയുടെ പുതിയ വെളിച്ചം കൂടിയായിരുന്നു. വെല്ലുവിളി കളെ എങ്ങനെ നേരിടുന്നുവെന്നതിലാണ് ഒരു സർക്കാരിന്റെ കരുത്ത് പ്രകടമാകുന്നത്. പാഠപുസ്തകങ്ങളിൽ എഴുതിവെച്ചതനുസരിച്ച് ഭരണചക്രം തിരിക്കാൻ ആർക്കും കഴിയും. ബ്യൂറോക്രസി നൽകുന്ന കുറിമാനങ്ങളുടെ ഫ്രെയിമുകൾക്കകത്ത് ഒതുങ്ങി ഭരിക്കാനും എളു പ്പമാണ്. എന്നാൽ, നിർണായക ഘട്ടത്തിൽ, സമാനതകളില്ലാത്ത വെല്ലുവിളിയിൽ പതറാതെ നിൽക്കാനും ജനങ്ങളെ ആത്മവിശ്വാസ ത്തോടെ അണിനിരത്താനും നയിക്കാനും കഴിയുകയെന്നതിലാണ് യഥാർഥ നേതൃത്വത്തിന്റെ കരുത്ത് പ്രകടമാകുന്നത്. . അതാണ് പിണറായി വിജയൻ എന്ന മുഖ്യമന്ത്രിയുടെ നേതൃത്വത്തിൽ എൽഡിഎഫ് സർക്കാർ പ്രളയകാലത്ത് തെളിയിച്ചത്.

അമേരിക്കയിൽ കത്രീന ആഞ്ഞടിച്ച സന്ദർഭത്തിൽ അന്നത്തെ പ്രസിഡണ്ട് ജോർജ്ജ് ബുഷ് സീനിയർ അദ്ദേഹത്തിന്റെ വേനൽ ക്കാല വസതിയിലായിരുന്നു. വിശ്രമം വെട്ടിച്ചുരുക്കാൻ അദ്ദേഹം ആദ്യം തയ്യാറായിരുന്നില്ല. എന്നാൽ, പിന്നെ തീരുമാനമെടുത്തുവന്ന പ്പോഴെക്കും നാശം നിയന്ത്രണാതീതമായിരുന്നു. അത്യാധുനികമായ സാങ്കേതിക വിദ്യകളുടെ പിൻബലം കൊണ്ടു മാത്രം പ്രകൃതി ദുരന്ത ങ്ങളെ അതിജീവിക്കാൻ കഴിയില്ല. സമാനമായ സാഹചര്യത്തെ എങ്ങിനെയാണ് ഫിദലിന്റെ നേതൃത്വത്തിൽ ക്യൂബ മറിക്കടന്ന തെന്നും മനുഷ്യനഷ്ടം കുറച്ചതെന്നും പിന്നീട് പലരും വിശകലനം ചെയ്യുകയുണ്ടായി. 1800 പേർ അമേരിക്കയിൽ മരിച്ചപ്പോൾ 15 ക്യൂബ ക്കാർക്ക് മാത്രമേ ജീവൻ നഷ്ടപ്പെട്ടുള്ളൂ. ഫിദൽ മുമ്പിൽ നിന്നാണ് പ്ര ളയകാലത്തെ നയിച്ചത്. മുന്നറിയിപ്പുകൾ ലഭിച്ചയുടൻ അസാധാരണ വേഗതയിൽ ഫിദലും പാർടിയും മുന്നിട്ടിറങ്ങി ജനങ്ങളെ സുരക്ഷിത

കേന്ദ്രങ്ങളിലേക്ക് എത്തിച്ചു. ജനകീയ പ്രതിരോധത്തിന്റേയും അതിജീവനത്തിന്റേയും സവിശേഷമായ പ്രയോഗത്തിലൂടെ അത്യാധുനിക സാങ്കേതിക വിദ്യക്കും അമേരിക്കക്കും കഴിയാത്തത് സാധ്യമാക്കാൻ ക്യൂബക്ക് കഴിഞ്ഞു. സമാനമായ ജനകീയ അതിജീവനത്തിനാണ് കേരളത്തിലെ സർക്കാർ നേതൃത്വം നൽകിയത്. സർക്കാർ ഒപ്പമുണ്ടെന്നത് ഒരു പരസ്യവാചകമല്ലാതാവുകയും മലയാളിയുടെ ജീവിതാനുഭവമായി മാറുകയും ചെയ്തു.

ആഗോളവൽക്കരണ കാലത്ത് അവരവരിലേക്ക് ഉൾവലിയുന്ന യുവാക്കൾ സാമൂഹ്യപ്രതിബദ്ധത ഇല്ലാത്ത ,വെർച്ചൽ റിയാലിറ്റിയിൽ മാത്രം ജീവിക്കുന്നവർ എന്നൊക്കെ വിശേഷിക്കപ്പെട്ടിരുന്ന യുവതലമുറ പ്രളയകാലത്ത് സാമൂഹ്യപ്രതിബദ്ധതയുടെ നേർരൂപങ്ങളായി. അരാഷ്ട്രീയവാദത്തിന്റെ പ്രതിനിധികളായി പരിഗണിക്കപ്പെട്ടിരുന്നവർ അസാധാരണമായ സമർപ്പണമാണ് പലയിടങ്ങളിലും പ്രകടിപ്പിച്ചത്. സാമൂഹ്യപ്രതിബദ്ധതയാണ് എല്ലാ രാഷ്ട്രീയത്തിന്റേയും തുടക്കം. ഒരാൾ മറ്റൊരാളുടെ പ്രശ്നങ്ങൾ തിരിച്ചറിയലാണ് സാമൂഹ്യപ്രതിബദ്ധതയുടെ ലളിതമായ നിർവചനം. സാമൂഹ്യപ്രതിബദ്ധതയുടെ ഈ പ്രതിഫലനങ്ങളെ പുരോഗമന രാഷ്ട്രീയത്തിലേക്ക് വികസിപ്പിക്കേണ്ട വെല്ലുവിളിയാണ് യഥാർഥത്തിൽ നവകേരളം ഏറ്റെടുക്കേണ്ടത്. അതിനു ഇന്നലകളുടെ രൂപങ്ങളും പ്രയോഗങ്ങളും മാത്രം പോരാതെ വരും. വിവിധ മേഖലകളിലെ പ്രൊഫഷണലുകൾ തമ്മിലുണ്ടാകേണ്ട ബന്ധങ്ങൾക്കനുസൃതമായ ചട്ടക്കൂട്ടുകളുടെ പുതുരൂപങ്ങൾ അവരെ ഉൾക്കൊള്ളുന്ന സംഘടനകൾക്കും ആവശ്യമായി വരും.

നവകേരളത്തിന്റെ നിർമ്മാണത്തിൽ ഇവരുടെ വൈജ്ഞാനികവും സാങ്കേതികവുമായ കരുത്തും അനുഭവങ്ങളും ഉപേയോഗിക്കാൻ കഴിയേണ്ടതുണ്ട്. പുതിയ കേരളത്തിന്റെ ആസൂത്രണം മുതൽ നിർമ്മാണത്തിന്റ് വ്യത്യസ്ത തലങ്ങളിൽ വരെ ഇവരുടെ സജീവമായ പങ്കാളിത്തം ഉറപ്പുവരുത്താൻ കഴിയണം. കേരളീയ സമൂഹത്തിന്റെ മതനിരപേക്ഷത മനോഭാവം ഏറ്റവും ശക്തമായി പ്രതിഫലിച്ച സന്ദർഭമായിരുന്നു പ്രളയകാലം. എല്ലാ ജാതിക്കും കേരളത്തിൽ സംഘടനകളുണ്ട്. ജാതി മേധാവിത്വത്തിന് എതിരായി സമരം ചെയ്തിരുന്ന സംഘടനകൾ പലതും ഇന്ന് അതാതു ജാതിയുടെ ,മേധാവിത്വത്തിനായി മാത്രം നിലകൊള്ളുന്ന ചരിത്രത്തിലെ പരിഹാസ്യമായ

ആവർത്തനങ്ങൾക്കും നാട് സാക്ഷ്യം വഹിച്ചു. എന്നാൽ, പ്രാണനു വേണ്ടിയുള്ള നിലവിളി കേട്ടവർ ഏതു ജാതിയിലോ മതത്തിലോ ആണ് അതിന്റെ ഉറവിടങ്ങൾ എന്ന് നോക്കിയതേയില്ല. മനുഷ്യൻ എന്ന പദം എത്ര മനോഹരമെന്ന് തിരിച്ചറിഞ്ഞ അപൂർവ്വം സന്ദർഭം. എല്ലാവരും ഒറ്റ മനസോടെ രക്ഷാപ്രവർത്തനങ്ങൾക്കായി രംഗത്തിറങ്ങി.

എന്നാൽ, നവകേരള രൂപീകരണം ചർച്ച ചെയ്യുന്ന സന്ദർഭത്തിൽ അതെല്ലാം ഏതോ വിദൂര ഭൂതകാലത്ത് സംഭവിച്ച ഏതോ കാര്യമായിരുന്നുവെന്ന മട്ടിലാണ് ഒരു വിഭാഗം രംഗത്തിറങ്ങിയത്. സമൂഹം അതിവേഗത്തിൽ മതത്തിന്റേയും ജാതിയുടേയും പേരിൽ ധ്രുവീകരിക്കപ്പെട്ടു. പ്രളയകാലത്ത് ജനങ്ങളിൽനിന്നും ഒറ്റപ്പെട്ട ബിജെപി, ശബരിമല ആയുധമാക്കി വർഗീയ ധ്രുവീകരണത്തിനു ശ്രമിച്ചു. തങ്ങൾ വിശ്വാസിക്കൊപ്പം എന്നു പ്രഖ്യാപിച്ച് യഥാർഥ വിശ്വാസികൾക്ക് നേരെ കലാപത്തിന് ശ്രമിച്ചു. എപ്പോൾ വേണമെങ്കിലും തലയിൽ ഒരു പൊതിച്ച തേങ്ങ വന്ന് പതിക്കാമെന്ന ഭീതിയിൽ മല കയറേണ്ടി വരുന്ന ഭക്തരുടെ മാനസികാവസ്ഥയൊന്ന് ചിന്തിച്ചു നോക്കൂ.

സുപ്രീംകോടതി വിധി നടപ്പിലാക്കാൻ ഭരണഘടനാപരമായി ഉത്തരവാദിത്തമുള്ള സംസ്ഥാന സർക്കാരിനെയും അതിനു നേതൃത്വം നൽകുന്ന മുഖ്യമന്ത്രിയെയും ഒറ്റതിരിച്ച് ആക്രമിക്കാൻ ശ്രമിച്ചു. പ്രളയകാലത്ത് സർക്കാർ ഒപ്പമുണ്ടെന്നതായിരുന്നു ആശ്വാസമെങ്കിൽ ഇപ്പോൾ ജനങ്ങൾ സർക്കാരിനും മുഖ്യമന്ത്രിക്കും ഒപ്പമുണ്ടെന്ന് പ്രഖ്യാപിക്കുന്ന കാഴ്ചക്കാണ് നാട് സാക്ഷ്യം വഹിക്കുന്നത്. എന്നാൽ, കേരളത്തിന്റെ നവോത്ഥാന ചരിത്രം; ജനങ്ങളുടെ പൊതുബോധമായി വേണ്ടത്ര വികസിച്ചിട്ടില്ലെന്ന ഗൗരവമായ കുറവ് ഈ സന്ദർഭത്തിൽ തെളിഞ്ഞു കണ്ടു. പാഠ്യപദ്ധതികൾ ലോകനവോത്ഥാന ചരിത്രത്താൽ സമ്പന്നമാണെങ്കിലും സ്വന്തം നാട്ടിന്റെ നേർചരിത്രം അപരിചിതമാണ്. നവകേരളം സാമൂഹ്യമായ ഓർമ്മകളുടെ സർഗാത്മകമായ വീണ്ടെടുക്കലിന്റെ സന്ദർഭം കൂടിയായി വികസിക്കേണ്ടതുണ്ട്. നവോത്ഥാനത്തെ വീണ്ടും വായിക്കുന്നത് അതിന്റെ കേവലമായ തുടർച്ചക്കായി പരിമിതപ്പെടുത്താൻ പാടില്ല. ഇന്നലെകളിലെ നവോത്ഥാനം വിട്ടുപോയ കടമകളുടെ നിർവഹണവും അത് അഭിസംബോധന ചെയ്യാതെ പോയ വിഭാഗങ്ങളുടെ ഉൾക്കൊള്ളലും

ഇന്നിന്റെ ആവശ്യമാണ്. ഒപ്പം ആഗോളവൽക്കരണകാലത്തിലെ കേരളത്തിലെ വസ്തുനിഷ്ഠ സാഹചര്യങ്ങൾ മൂർത്തമായി വിശകലനം ചെയ്ത് പുതിയകാല രൂപങ്ങളും നവോത്ഥാനത്തിനു ആവശ്യമായി വരും. പ്രളയകാലത്ത് പ്രകടമായ മാനവികതയും സാഹോദര്യവും ഉള്ളടക്കം ചെയ്യാൻ അതിനു കഴിയേണ്ടതാണ്.

പ്രളയകാലത്ത് കുടുങ്ങിപോയവർക്കായി സാനിറ്ററി നാപ്കിൻ എത്തിക്കുന്നതിൽ ആൺപെൺ വ്യത്യാസമില്ലാതെ ശ്രമിച്ച കേരളം, ആർത്തവം തൊട്ടുകൂടാൻ പാടില്ലാത്ത ഒന്നാണെന്ന പ്രാകൃതചിന്ത യിൽ കുരുങ്ങി കിടക്കുന്നവരുടേതു കൂടിയായി എത്ര പെട്ടെന്നാണ് തെളിഞ്ഞുകണ്ടത്. സ്ത്രീതുല്യതയുടെ കാര്യത്തിൽ ഫ്യൂഡൽ കാലത്തി ന്റെ കെട്ടുപ്പാടുകളിൽ കുരുങ്ങിയാണ് ഇപ്പോഴും നാട് നിൽക്കുന്നത്. നവകേരളം യഥാർഥത്തിൽ ഏറ്റവും കൂടുതൽ പുതുക്കിപ്പണിയൽ ആവശ്യപ്പെടുന്ന മേഖലയാണിത്. കുടുംബഘടനയിൽ സ്ത്രീയുടെ പദവി പുരുഷനുമായി തുല്യതയുടേതാകുന്ന ഒന്നായിരിക്കണം നവകേരളം. സാങ്കേതിക വിദ്യയുടെ വികാസം വീട്ടുജോലികളുടെ സ്വഭാവത്തെയും മാറ്റിയിട്ടുണ്ട്. ആണിനും പെണ്ണിനും ഒരു പോലെ ഇടപ്പെടാൻ കഴിയുന്ന ഇടമാണ്. ജോലിയുള്ള സ്ത്രീകളുടെ എണ്ണം വികസിത രാജ്യങ്ങളുടെ നിലവാരത്തിലേക്ക് ഉയരുമ്പോൾ വീട്ടുജോ ലിയുടെ ഇരട്ട ചൂഷണം കൂടി അനുഭവിക്കുന്ന അവസ്ഥയിൽ മാറ്റം വരുത്താൻ കഴിയണം.

സാങ്കേതിക വിദ്യ രക്ഷാപ്രവർത്തനങ്ങളെ ഏറ്റവുമധികം സഹായിച്ചിരുന്നു. വാട്ട്സ് ആപ്പ് മെസേജുകളിലൂടെയും മറ്റും രക്ഷക്കാ യുള്ള സന്ദേശങ്ങൾ കൈമാറുന്നതിനും അപകടത്തിൽപ്പെട്ടവരുടെ ഇടങ്ങൾ ഗൂഗിൾ മാപ്പുകൾ വഴി എത്തിക്കുന്നതിനും സാമൂഹ്യമാധ്യമ ങ്ങൾ ചരിത്രപരമായ പങ്ക് നിർവഹിച്ചു. എന്നാൽ, ഇന്ന് അതേ മാധ്യ മങ്ങൾ ഉപയോഗിച്ച് നുണകൾ അതിവേഗത്തിൽ കൈമാറുന്നതിനും കലാപത്തിന് ആളുകളെ സജ്ജമാക്കുന്നതിനും ദുഷ്ട ശക്തികൾ ശ്രമിക്കുന്നു. സാങ്കേതിക വിദ്യയുടേയും സാമൂഹ്യമാധ്യമങ്ങളുടേയും പ്രയോഗത്തിൽ പക്വതയും പ്രതിബദ്ധതയും ഉറപ്പുവരുത്താനുള്ള സംവിധാനം നവകേരളത്തിന്റെ അവിഭാജ്യഭാഗമായിരിക്കണം.

പ്രളയം മലയാളിയുടെ പാരിസ്ഥികാവബോധത്തെ ശരിയായ ദിശയിലേക്ക് തിരിക്കുന്നതിനു സഹായകരമായ അനുഭവമായിരു

ന്നു. വികസനത്തിന്റെ മൗലിക വാദത്തിൽനിന്നും സംന്തുലിതമായ വികസന പരിപ്രേക്ഷ്യമാണ് നാടിന് ആവശ്യമെന്ന് അനുഭവം വ്യക്തമാക്കി. കൃഷിയിടങ്ങളായിരുന്ന നദീതീരങ്ങൾ പാർപ്പിട സമുച്ചയങ്ങളായി മാറിയത് സമീപകാലത്താണ്. പ്രളയം അവയിൽ പലതിനെയും വിഴുങ്ങി. സുരക്ഷിതമായ താമസത്തിന്റെ ഇടങ്ങളല്ല ഈ പ്രദേശങ്ങളെന്ന് പ്രളയം പഠിപ്പിച്ചു. ഭാവി നിർമ്മാണത്തിന്റെ രൂപരേഖയുടെ അടിസ്ഥാനം ഈ പാഠമായിരിക്കണം. നവകേരളം പ്രകൃതിയുടേതു കൂടിയായിരിക്കണം. പാരിസ്ഥിതിക മൗലികവാദത്തിന്റെ വഴിയിലല്ല, പകരം പരിസ്ഥിതി കൂടി സംരക്ഷിക്കുന്ന വളർച്ചയുടേയും വികസനത്തിന്റേയും പന്ഥാവാണ് കാലം ആവശ്യപ്പെടുന്നത്.

പ്രളയാനന്തര കേരളത്തിന്റെ നിർമ്മിതി ഫെഡറൽ ഘടനക്കു നേരെയുള്ള വെല്ലുവിളി കൂടി ചർച്ച ചെയ്യേണ്ട സന്ദർഭമാക്കി മാറ്റി. കേന്ദ്രം നൽകേണ്ട സഹായം നൽകാൻ തയ്യാറായില്ലെന്നു മാത്രമല്ല, മറ്റു രാജ്യങ്ങളിൽനിന്നും സഹായം വാങ്ങുന്നത് ഇല്ലാ സാങ്കേതികത്വം പറഞ്ഞ് തടയുകയും ചെയ്തു. പ്രവാസികളിൽനിന്നും സഹായം അഭ്യർഥിക്കാനായി വിദേശ രാജ്യങ്ങൾ മന്ത്രിമാർ സന്ദർശിക്കുന്നത് തടയുകയുമുണ്ടായി. കേരളത്തെ ശ്വാസം മുട്ടിച്ച് ഇല്ലാതാകാൻ കഴിയുമോയെന്നാണ് കേന്ദ്രം ശ്രമിച്ചത്. പലതരത്തിലുള്ള സെസ്സുകളും നികുതികളുമായി കേരളത്തിൽനിന്നും പിരിച്ചെടുക്കുന്നതിൽനിന്നും പ്രതിസന്ധി ഘട്ടത്തിൽ തിരികെ നൽകാനുള്ള ഉത്തരവദിത്തം നിർവഹിക്കാതിരിക്കുകയും മറ്റു സഹായങ്ങൾ ലഭിക്കുന്നതിനെ തടയുകയും ചെയ്യുന്നത് ഭരണഘടനാവിരുദ്ധവും ഫെഡറൽ തത്വങ്ങൾക്കു നേരെയുള്ള കടന്നാക്രമണവുമാണ്.

ഇതുകൂടി തിരിച്ചറിഞ്ഞ് പുതിയ കേരളം സൃഷ്ടിക്കുന്നതിന് ആവശ്യമായ സാമ്പത്തികം സമാഹരിക്കാൻ മലയാളിക്ക് ഒറ്റക്കെട്ടായി കഴിയേണ്ടതുണ്ട്. തങ്ങളുടെ വരുമാനത്തിൽനിന്നും സ്വത്തിൽനിന്നും ഒരു ഭാഗം ഭാവിതലമുറക്കായി സമർപ്പിക്കുന്നതിൽ നല്ലൊരു പങ്ക് മലയാളികളും തയ്യാറായത് ആവേശകരമാണ്. എല്ലാത്തിലും കക്ഷിരാഷ്ട്രീയത്തിന്റെ സങ്കുചിത താൽപര്യങ്ങൾ മാത്രം സംരക്ഷിക്കാൻ ശ്രമിക്കുന്ന കോൺഗ്രസ്സും ബിജെപി യും നവകേരള നിർമാണത്തെ പുറകിൽനിന്നും കുത്തുകയാണ്. ഇതു തിരിച്ചറിയാൻ നാടിന് കഴിയും.

കേരളത്തിന്റെ മേൽക്കൂര പിന്തിരിപ്പനായ മൂല്യങ്ങൾ ശക്തിപ്പെടുന്ന ഒരിടമായി മാറിയതിനെ തിരിച്ചുപിടിക്കുന്നതിന് നാടിനു കഴിയേണ്ടതുണ്ട്. ജനകീയമായ ഉള്ളടക്കത്തോടെ പുതിയ കേരളം നിർമ്മിക്കാൻ നാട് ഒറ്റക്കെട്ടായി രംഗത്തിറങ്ങണം. വിഭജനത്തിന്റേയും വൈരത്തിന്റേയും രാഷ്ട്രീയത്തിനു വേരോട്ടമുണ്ടാക്കാൻ വർഗീയശക്തികൾ നടത്തുന്ന ശ്രമങ്ങളെ പ്രതിരോധിക്കാനുള്ള മതനിരപേക്ഷ ഇടപ്പെടലിന്റെ സന്ദർഭം കൂടിയായി നവകേരള നിർമ്മാണത്തെ മാറ്റിതീർക്കാനാവണം.

ഓങ്ങല്ലൂർ പ്രസംഗത്തിന്റെ കാലിക പ്രസക്തി

1944ൽ ഓങ്ങല്ലൂരിൽ സമ്മേളിച്ച നമ്പൂതിരി യോഗക്ഷേമ സഭയുടെ അധ്യക്ഷസ്ഥാനം ഏറ്റെടുത്ത് ഇഎംഎസ് നടത്തിയ പ്രസംഗത്തിന് എഴുപത്തിയഞ്ചാം വർഷത്തിൽ സവിശേഷമായ പ്രാധാന്യമുണ്ട്. പത്തു വർഷം സമുദായത്തിന്റെ ഒരു പ്രവർത്തനത്തിലും പങ്കെടുക്കാതിരുന്നതിനു ശേഷമാണ് ഇഎംഎസ് ഓങ്ങല്ലൂരിൽ വീണ്ടും സമുദായ സംഘടനയുടെ പ്രധാന ചുമതല ഏറ്റെടുക്കുന്നത്. ഈ പത്തു വർഷങ്ങൾ അദ്ദേഹത്തെയും കേരളീയ സമൂഹത്തെയും സംബന്ധിച്ച് ചരിത്ര പ്രാധാന്യമുള്ള കാലമാണ്. കോൺഗ്രസ്, കോൺഗ്രസ് സോഷ്യലിസ്റ്റ് പാർടി എന്നിവയിലുള്ള രാഷ്ട്രീയ പ്രവർത്തനത്തിന്റെ തുടർച്ചയിൽ കമ്യൂണിസ്റ്റ് പാർടി രൂപികരിച്ച് പ്രവർത്തനം തുടങ്ങിയതാണ് പൊതുവായ സവിശേഷത. കമ്യൂണിസ്റ്റ് പാർടിയുടെ പ്രവർത്തകനായി മാറിയ ഇഎംഎസ് 1943 ൽ ബോംബെയിൽ നടന്ന ഒന്നാം പാർടി കോൺഗ്രസിൽ കേന്ദ്രകമ്മിറ്റി അംഗമായി തെരഞ്ഞെടുക്കപ്പെട്ടു. അതിനു ശേഷമാണ് വീണ്ടും യോഗക്ഷേമസഭയുടെ അധ്യക്ഷനാകാനുള്ള ക്ഷണം സ്വീകരിക്കുന്നത്.

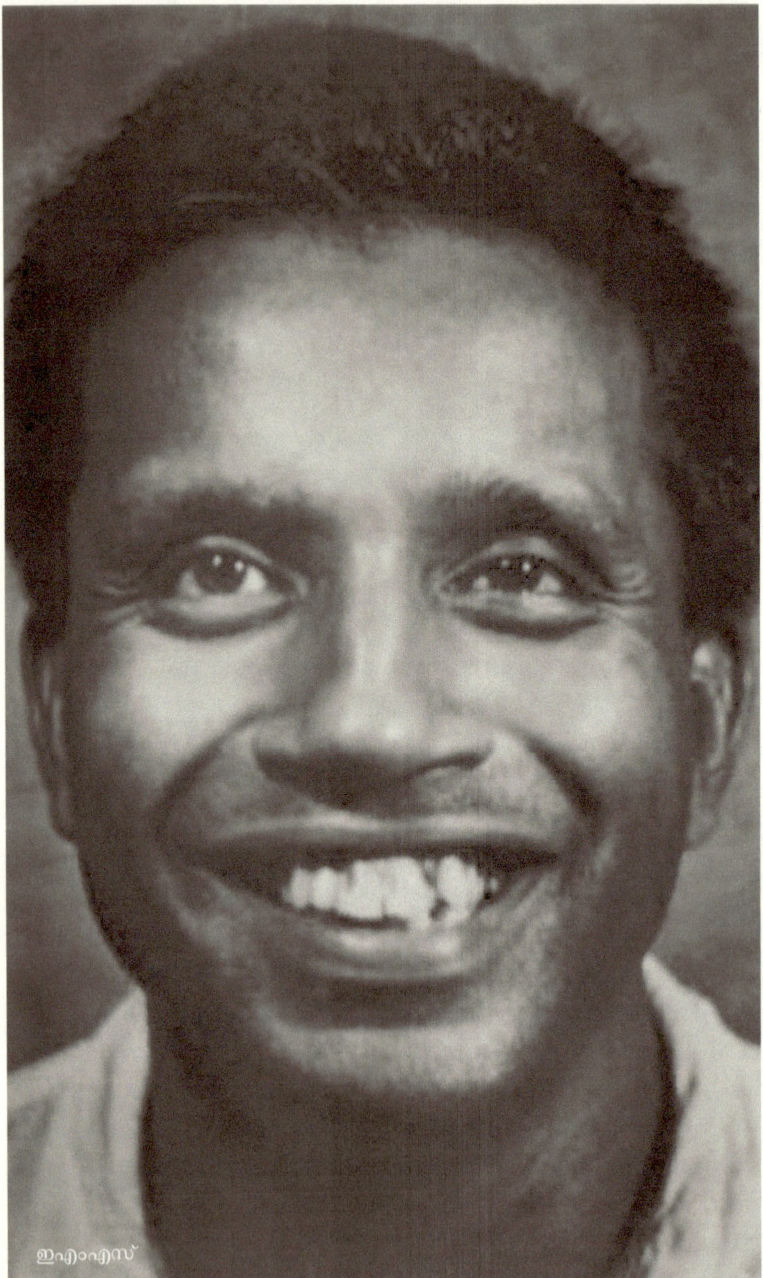
ഇഎംഎസ്

പത്തുകൊല്ലം മുമ്പ് സമുദായ പ്രസ്ഥാനത്തിൽനിന്നും വിട്ടുനിന്ന തിനും വീണ്ടും ചുമതല ഏറ്റെടുക്കുന്നതിനും തന്റേതായ വാദങ്ങൾ ഇഎംഎസ് ഈ പ്രസംഗത്തിൽ വിശദീകരിക്കുന്നുണ്ട്. സമുദായ പ്രവർത്തകരുടെ ഉദ്ദേശമെല്ലാം നേടിക്കഴിഞ്ഞിരിക്കുന്നുവെന്നും രാഷ്ട്രീയ പ്രവർത്തനം മാത്രമേ ആവശ്യമുള്ളൂവെന്ന് കരുതിയതു കൊണ്ടല്ല താൻ വിട്ടുനിന്നത് എന്ന് ഇഎംഎസ് വ്യക്തമാക്കുന്നു." കാൽനൂറ്റാണ്ടു കാലത്തെ സമുദായ പ്രവർത്തനത്തിന്റെ ഫലം സമുദായത്തിലെ ചെറിയൊരു വിഭാഗത്തെ മാത്രമേ സ്പർശിച്ചിട്ടുള്ളൂവെന്നും സമുദായത്തിലെ ബഹുഭൂരിപക്ഷം സ്ത്രീപുരുഷന്മാർ അജ്ഞതയുടേയും അന്ധവിശ്വാസങ്ങളുടേയും അനാചാരങ്ങളുടേയും പിടിയിൽതന്നെ കിടക്കുകയാണെന്നും എനിക്കന്ന് ബോധ്യമുണ്ടായിരുന്നു. അങ്ങനെയുള്ള സമുദായത്തെ ഇനി മുന്നോട്ടുനീക്കേണ്ടത് ഏതുവഴിക്കാണെന്നും അതിനെന്തുചെയ്യണമെന്നും എനിക്ക് വ്യക്തമായ അഭിപ്രായമുണ്ടായിരുന്നു" എന്നാൽ തന്റെ അഭിപ്രായം സഭക്കും സഭയുടെ അഭിപ്രായം തനിക്കും സ്വീകാര്യമായിരുന്നില്ലെന്നും അതുകൊണ്ടാണ് സമുദായ പ്രവർത്തനം അവസാനിപ്പിച്ചതെന്നും ഇഎംഎസ് വ്യക്തമാക്കി.

എന്നാൽ, സമുദായത്തിനകത്തുണ്ടായിരുന്ന വ്യത്യസ്ത അഭിപ്രായങ്ങളുടെ ഏറ്റുമുട്ടലിനൊടുവിൽ നമ്പൂതിരി സമുദായത്തിൽ പുരോഗന നിലപാട് സ്വീകരിച്ചിരുന്നവർ പോലും പഴയ ആചാരങ്ങളിലേക്ക് മടങ്ങുന്ന അവസ്ഥയുണ്ടായി. ആചാര പരിഷ്കാരങ്ങളുടെ നേതൃനിരയിലുണ്ടായിരുന്നവർ അതിനെ തള്ളിപ്പറയുന്ന സ്ഥിതിയുണ്ടായി. "ഞാൻ കേട്ട കഥ ശരിയാണെങ്കിൽ കാതുമുറിച്ച് കമ്മലിട്ടു തുടങ്ങിയിരുന്ന ഒരന്തർജ്ജനം വീണ്ടും കാതു വലുതാക്കുന്നതിനെയും 'ചിറ്റ്' പണിയുന്നതിനെയും കുറിച്ചും സ്വപ്നം കാണാൻ തുടങ്ങിയിരിക്കുന്നു" എന്ന അനുഭവത്തിൽനിന്നു കൂടിയാണ് പാർട കേന്ദ്രകമ്മിറ്റി അംഗമായിരിക്കുമ്പോൾ തന്നെ വീണ്ടും സമുദായ സംഘടനയുടെ നേതൃത്വം ഏറ്റെടുക്കാൻ ഇഎംഎസ് തയ്യാറാകുന്നത്.

അതോടൊപ്പം നമ്പൂതിരിയെ മനുഷ്യനാക്കുന്ന ഉത്തരവാദിത്തം യോഗക്ഷേമസഭ ഏറ്റെടുക്കേണ്ടതാണെന്നും ഇഎംഎസ് വ്യക്തമാക്കി. എന്നും പാട്ടത്തെ മാത്രം ആശ്രയിച്ച് ജീവിക്കാൻ കഴിയില്ലെന്നും പണിയെടുത്ത് മനുഷ്യരെ പോലെ ജീവിക്കുന്നതിനു നമ്പൂതിമാരും തയ്യാറാകണമെന്നും ആധികാരികമായി അദ്ദേഹം വ്യക്തമാക്കുന്നുണ്ട്. മറ്റു സമുദായത്തിൽപ്പെട്ടവർ ചെയ്യുന്നതുപോലെ

വ്യവസായങ്ങൾ ആരംഭിക്കാനും നമ്പൂതിരിമാരും തയ്യാറാകേണ്ടതു ണ്ട്. നമ്പൂതിരിയെ അന്ധകാരത്തിൽനിന്നും പുറത്തുകൊണ്ടുവന്ന് മനുഷ്യനാക്കുന്നതിനാണ് അധ്യക്ഷനെന്ന നിലയിൽ ഇഎംഎസ് ലക്ഷ്യം വെച്ചത്. ഓങ്ങല്ലൂർ പ്രസംഗത്തിനുശേഷം മലബാറിൽ പൊതുവെ നമ്പൂതിരി സമുദായത്തിന്റെ കാഴ്ചപാടുകളിൽ പുരോ ഗമനപരമായ മാറ്റം വന്നു. വിദ്യാഭ്യാസം, തൊഴിൽ, വ്യവസായം എന്നിങ്ങനെ വിവിധ തലങ്ങളിലെ ഇടപ്പെടലുകൾ വിശകലനം ചെയ്യുന്ന ദൗത്യം കൂടി ഈ പ്രസംഗം നിർവഹിക്കുന്നുണ്ട്.

സ്വാതന്ത്ര്യാനന്തരം ജനാധിപത്യ സർക്കാരുകൾ അധികാര ത്തിൽവന്നതോടെ പൊതുവെ സ്ഥിതിഗതികളിൽ മാറ്റമുണ്ടായി. സമുദായങ്ങൾക്കകത്ത് സംഘടനകൾ നടപ്പിലാക്കാൻ ശ്രമിച്ച പരിഷ്കാരങ്ങൾ വേഗത വർധിച്ചു. ഇഎംഎസ് സർക്കാർ നടപ്പിലാ ക്കിയ പരിഷ്കാരങ്ങൾ ആധുനിക കേരളത്തിലേക്കുള്ള യാത്രയുടെ വേഗത വർധിപ്പിച്ചു. നവോത്ഥാന മൂല്യങ്ങൾക്ക് അനുസൃതമായ പുരേ ാഗമനപരമായ നടപടികൾക്ക് തുടക്കം കുറിച്ചു. എന്നാൽ, ഇന്നത്തെ അനുഭവങ്ങൾ മേൽക്കുരക്കകത്ത് നിലനിൽക്കുന്ന ജീർണതകൾ പുറത്തുകൊണ്ടുവന്നു. നവോത്ഥാനവും തുടർച്ചയിൽ ജനാധിപത്യസ മൂഹവും ഇല്ലാതാക്കിയെന്നു കരുതിയിരുന്ന പല അനാചാരങ്ങളും അമ്പരപ്പിക്കുന്ന രീതിയിൽ തിരിച്ചുവരുന്നു. കാതുമുറിച്ച് കമ്മലിട്ടവർ വീണ്ടും കാതു വലുതാക്കുന്നതിനെ കുറിച്ച് സ്വപ്നം കാണുന്നുവെന്ന് ഇഎംഎസ് പറഞ്ഞതുപോലെ നവോത്ഥാനത്തിന്റെ സമ്പന്നമായ ചരിത്രമുള്ളവരും പഴയകാല ആചാരങ്ങളെ മുറുകെ പുണരുന്നവരായി മാറിയിരിക്കുന്നു. വിവിധ പ്രദേശങ്ങളിൽ വിവാഹം കഴിക്കാൻ പറ്റാ തിരിക്കുന്ന സ്ത്രീകളുടെ കണക്കുകൾ വരെ ഉദ്ധരിച്ച ഇഎംഎസ് തന്റെ ദീർഘമായ അധ്യക്ഷപ്രസംഗത്തിൽ നല്ലൊരു പങ്കും സ്ത്രീപക്ഷത്തു നിന്നാണ് സംസാരിക്കുന്നത്. അവർ അനുഭവിക്കുന്ന ദുരിതങ്ങളുടെ അവസാനത്തിനാണ് യോഗക്ഷേമ സഭയിലൂടെ അദ്ദേഹം ശ്രമിക്കു ന്നതെന്നും ഇന്ന് പ്രസക്തം.

രാജ്യത്തെ ഇതര പ്രദേശങ്ങളിൽനിന്നും വ്യത്യസ്തമായി കേര ളത്തിലെ കമ്യൂണിസ്റ്റ് പാർടി സാമൂഹ്യപരിഷ്കരണ പ്രസ്ഥാന ങ്ങളിൽ സജീവമായി ഇടപ്പെട്ടിരുന്നു. സാമൂഹ്യമായും പിന്തിരിപ്പൻ ശക്തികൾക്കെതിരായ സമരം കൂടാതെ അതു 'സങ്കുചിതമായ സമുദായ മനോഭാവ'മാണെന്ന് പറഞ്ഞ് അതിനെ അവഗണിച്ചാണ്

കേരളത്തിൽ പുരോഗമനപ്രസ്ഥാനം വളർത്താൻ കഴിയില്ലെന്ന് ഇഎംഎസ് കണ്ടിരുന്നു. "ജാതി മേന്മക്കെതിരായ സമരത്തിൽ നിന്നൊഴിഞ്ഞുനിന്നുകൊണ്ടുള്ള 'ദേശീയത്വം' കേരളത്തെ സംബന്ധിച്ചിടത്തോളം രാമനില്ലാത്ത രാമായണം പോലെ അസംബന്ധമാണ്" എന്ന് ഇഎംഎസ് ആ പ്രസംഗത്തിൽ സൂചിപ്പിക്കുന്നുണ്ട്. ഈ കാഴ്ചപ്പാടോടെയാണ് നവോത്ഥാന പോരാട്ടങ്ങളുടെ ഗുണപരമായ തുടർച്ചക്ക് കമ്യൂണിസ്റ്റ് പ്രസ്ഥാനം കേരളത്തിൽ നേതൃത്വം നൽകിയത്.

ഇന്നത്തെ സാഹചര്യം കമ്യൂണിസ്റ്റ് പാർടി നേതാക്കൾ വീണ്ടും സാമുദായികപ്രവർത്തനം നടത്തേണ്ടിവരുന്ന തനിയാവർത്തനത്തെ ആവശ്യപ്പെടുന്നില്ലെങ്കിലും കമ്യൂണിസ്റ്റ് പ്രസ്ഥാനവും നവോത്ഥാന പാരമ്പര്യമുള്ള സംഘടനകളും ആ മൂല്യങ്ങളുടെ സംരക്ഷണത്തിന്റെ കാര്യത്തിൽ ഐക്യത്തോടെ പ്രവർത്തിക്കേണ്ടതുണ്ട്. അതാണ് വനിതാമതിലിലും അതിന്റെ തുടർച്ചയായ പ്രവർത്തനങ്ങളിലും കാണുന്നത്. വിവിധ തരത്തിലുള്ള പ്രചാരവേലകളിൽ കുരുങ്ങി പഴയകാലത്തിന്റെ ഇരുണ്ടറകളിൽ ജീവിക്കുന്നവരായി മാറുന്നവരെ മനുഷ്യരാക്കുന്നതിനാണ് ഇന്നിന്റെ പ്രവർത്തനം ശ്രമിക്കുന്നത്.

ഇക്കാര്യത്തിലും പ്രസക്തമായ ചില നിരീക്ഷണങ്ങൾ ഇഎംഎസ് നടത്തുന്നുണ്ട്. അതിലൊന്ന് സമുദായ സംഘടനകളുടെ യോജിപ്പോടെയുള്ള പ്രവർത്തനമാണ്. ഓരോ സമുദായത്തെയും വ്യത്യസ്തമായ രീതിയിൽ ശ്വാസം മുട്ടിക്കുന്ന പഴയ സാമൂഹ്യഘടന അവയുടെ പൊതുശത്രുവാണെന്നും അതിനെ നശിപ്പിക്കുകയാണ് ഈ സംഘടനകളുടെ പൊതുതാൽപര്യമെന്നും ഇഎംഎസ് വ്യക്തമാക്കുന്നുണ്ട്. കേരളത്തിലെ നവോത്ഥാന പോരാട്ടങ്ങളിൽ ചരിത്രപരമായ പങ്ക് വഹിച്ച ഓരോ സംഘടനയും ഇന്ന് തിരിഞ്ഞുനോക്കേണ്ടതുണ്ട്. തങ്ങൾ എതിർത്തുതോൽപ്പിച്ച പിന്തിരിപ്പൻ ആചാരങ്ങൾ എവിടെയാണ് നിൽക്കുന്നത്. പുതിയ കാലത്ത് ഉയർന്നുവരുന്ന അനാചാരങ്ങൾ ഈ സംഘടനകളുടെ പൊതുശത്രുവായി മാറിയിരിക്കുന്നു. ഈ കാഴ്ചപ്പാടോടെ ഓരോ സംഘടനയും നവോത്ഥാന മൂല്യങ്ങളുടെ സംരക്ഷണമെന്ന പൊതുമുദ്രാവാക്യത്തിൽ ഐക്യപ്പെടേണ്ടതുണ്ട്. അതാണ് നവോത്ഥാന സംരക്ഷണ മുന്നണിയിൽ പ്രതിഫലിക്കുന്നത്.

രണ്ടാമതായി സാമുദായിക സംഘടനകൾ , രാഷ്ട്രീയ പ്രസ്ഥാനങ്ങളോടും ട്രേഡ്‌യൂണിയനുകൾ,കിസാൻ സഭ തുടങ്ങിയ ജനകീയ പ്രസ്ഥാനങ്ങളോടും കഴിയുന്നത്ര യോജിച്ച് പ്രവർത്തിക്കാൻ തയ്യാറാകേണ്ടിയിരിക്കുന്നുവെന്നും ഈ പ്രസംഗത്തിൽ ഇഎംഎസ് സൂചിപ്പിച്ചു. ഇന്നത്തെ കേരളത്തിലും ഈ ഐക്യപ്പെടൽ പ്രസക്തമാണ്. യാഥാസ്ഥിതികത്വവും പുരോഗമനവും എന്ന നിലയിലുള്ള ധ്രുവീകരണത്തിൽ നവോത്ഥാന ചരിത്രമുള്ള സംഘടനകളും പുരോഗമന രാഷ്ട്രീയ പ്രസ്ഥാനങ്ങളും വർഗ ബഹുജന പ്രസ്ഥാനങ്ങളും യോജിച്ച് പ്രവർത്തിക്കേണ്ടതുണ്ട്. ഇവയെല്ലാം ഉൾക്കൊള്ളുന്ന പൊതു പ്ലാറ്റ്ഫോമിനു മാത്രമേ ഈ കാലത്തിന്റെ ഉത്തരവാദിത്തം നിർവഹിക്കാൻ കഴിയുകയുള്ളു.

വീണ്ടും സമുദായ സംഘടനയുടെ ഭാഗമാകുന്ന സന്ദർഭത്തിൽ ഇഎംഎസ് പറഞ്ഞ കാര്യം ഇന്നത്തെ യോജിച്ച പ്രവർത്തനത്തിനും വഴികാട്ടിയാണ്. "കമ്യൂണിസ്റ്റ് പാർടിയുടേയും യോഗക്ഷേമസഭയുടേയും ആദർശങ്ങൾ തമ്മിൽ വ്യത്യാസമുണ്ടെന്നത് വാസ്തവമാണ്. കമ്യൂണിസം സ്ഥാപിക്കുകയാണ് കമ്യൂണിസ്റ്റ് പാർടിയുടെ ഉദ്ദേശമെങ്കിൽ, നമ്പൂതിരിമാരെ രക്ഷിക്കുകയും അഭിവൃദ്ധിപ്പെടുത്തുകയുമാണ് യോഗക്ഷേമസഭയുടേത്. പക്ഷേ നമ്പൂതിരി ഇന്നെന്തുചെയ്യണമെന്ന കാര്യത്തിൽ പാർടിയും സഭയും തമ്മിൽ ഒരു അഭിപ്രായ വ്യത്യാസവുമില്ല. കമ്യൂണിസം സഭ സ്വീകരിക്കണമെന്ന് കമ്യൂണിസ്റ്റുകാരോ കമ്യൂണിസത്തെ എതിർക്കണമെന്ന് മറ്റുള്ളവരോ പറയുന്നതിന്റെ അർഥം ഈ പ്രവർത്തിപദ്ധതി നടപ്പിലാക്കരുതെന്ന് മാത്രമാണ്."

ഇന്നത്തെ കേരളത്തിൽ നവോത്ഥാന മൂല്യങ്ങൾ സംരക്ഷിക്കുന്ന കാര്യത്തിൽ ഇതേ കാഴ്ചപ്പാടോടെയുള്ള യോജിച്ച പ്രവർത്തനം ആവശ്യമാണ്. സമൂഹത്തെ പുറകോട്ടുകൊണ്ടുപോകാൻ ശ്രമിക്കുന്ന ശക്തികൾക്കെതിരെ വിശാല യോജിപ്പോടെ കമ്യൂണിസ്റ്റുകാരും നവോത്ഥാന പാരമ്പര്യമുള്ള സംഘടനകളും ചേർന്ന് വിശാലമായ യോജിപ്പോടെയുള്ള പ്രവർത്തനത്തെയാണ് കാലം ആവശ്യപ്പെടുന്നത്. അതിനു ഇഎംഎസിന്റെ ഓങ്ങല്ലൂർ പ്രസംഗം വെളിച്ചം പകരുന്നു.

ഭാഗം മൂന്ന്

വത്തിക്കാൻ വിശേഷങ്ങൾ

"it is the communist who think like Christains"
Pope Francis , interview with Engineo Scalfari.

കേരളത്തിൽനിന്നുമാണെന്ന് അറിയിച്ചപ്പോൾ മാർപ്പാപ്പ പതുക്കെ ഇരുകൈകളും ചേർത്തുപിടിച്ചു. പ്രളയത്തിന്റെ കെടുതികളിൽനിന്നും നാട് വീണ്ടെടുക്കലിന്റെ നാളുകളിലാണെന്ന് പറഞ്ഞപ്പോൾ താൻ കേരളത്തിനായി പ്രാർത്ഥിക്കുന്നുണ്ടെന്ന് അദ്ദേഹം പതുക്കെ പറഞ്ഞു. കഴിഞ്ഞ ദിവസം പ്രസംഗത്തിനിടയിൽ കേരളത്തെ കുറിച്ച് പരാമർശിച്ചതിന് അദ്ദേഹത്തോട് നന്ദി പറഞ്ഞു. സിപി ചന്ദ്രശേഖരൻ എഴുതിയ "Karl Marx's Capital and The Present" എന്ന പുസ്തകത്തിന്റെ കോപ്പി അദ്ദേഹത്തിനു നൽകി. ചെറുപുഞ്ചരിയോടെ പുസ്തകത്തിലേക്ക് നോക്കി. അങ്ങ് എപ്പോഴും അസമത്വത്തെ കുറിച്ചും പണത്തെ ദൈവമാക്കുന്ന മുതലാളിത്തത്തെ കുറിച്ചും പറയുന്നത് വായിക്കാറുണ്ടെന്നു പറഞ്ഞപ്പോൾ പതുക്കെ നെറ്റിയടുപ്പിച്ചു. ഞാനൊരു കമ്യൂണിസ്റ്റാണെന്നു പറഞ്ഞു. ഒരു കൈ അദ്ദേഹം പതുക്കെ ഉയർത്തി. പതിഞ്ഞ സ്വരത്തിൽ പറഞ്ഞു. god bless you."

പി രാജീവ് വത്തിക്കാനിൽ ഫ്രാൻസിസ് മാർപ്പാപ്പയെ സന്ദർശിച്ചപ്പോൾ

നിങ്ങളെ ദൈവം അനുഗ്രഹിക്കട്ടെയെന്ന വാചകം കേട്ടപ്പോൾ ഞാൻ മാർപ്പാപ്പ സ്കൾഫാരിക്ക് കൊടുത്ത അഭിമുഖത്തിലെവാക്കുകൾ അറിയാതെ ഓർത്തുപോയി.

അങ്ങ് തുല്യതയുടെ സമൂഹത്തെ കുറിച്ച് എപ്പോഴും പറയുന്നവെന്നും അത് മാർക്സിസമല്ലേയെന്നുമുള്ള ചോദ്യത്തിന് മാർപ്പാപ്പ നൽകിയ മറുപടി ലോകത്തെ അമ്പരിപ്പിച്ചിരുന്നു. ഈ ചോദ്യം പല തവണയായി താൻ കേട്ടിട്ടുണ്ടെന്നും അതു സംബന്ധിച്ച തന്റെ പ്രതികരണം ഒന്നുതന്നെയാണെന്നും അദ്ദേഹം പറഞ്ഞു. ക്രിസ്ത്യാനികളെപോല ചിന്തിക്കുന്നത് കമ്യൂണിസ്റ്റുകാരാണെന്നു പറഞ്ഞ മാർപ്പാപ്പ അത് വിശദീകരിക്കുകയും ചെയ്തു. "ദരിദ്രരും ദുർബലരും പാർശ്വവൽക്കരിക്കപ്പെട്ടവരുമായ ജനങ്ങൾക്ക് തീരുമാനമെടുക്കാൻ അധികാരമുണ്ടാകേണ്ട സമൂഹത്തെ കുറിച്ചാണ് ക്രിസ്തു പറഞ്ഞുകൊണ്ടിരുന്നത്. അത് ഭരണാധികാരികളോ ഭരണനേതൃത്വമോ അല്ല, ദരിദ്രരായ ജനങ്ങളാണെന്ന് മാർപ്പാപ്പ പറഞ്ഞു. അവർ ദൈവത്തിൽ വിശ്വസിക്കുന്നുവോ ഇല്ലയോ എന്നതല്ല കാര്യം, അവരാണ് തുല്യതക്കും സ്വാതന്ത്ര്യത്തിനുമായി നിലക്കൊള്ളുന്നത്." ഇത്തരത്തിലുള്ള പ്രതികരണങ്ങളും പ്രവർത്തികളും

വഴിയൊക്കെയാണ് പോപ്പ് ഫ്രാൻസിസ് ജനങ്ങളെ തന്നിലേക്ക് അടുപ്പിക്കുന്നത്. ബുധനാഴ്ചകളിലാണ് മാർപ്പാപ്പ ജനങ്ങളുമായി നേരിട്ട് സംവദിക്കുക. കത്തോലിക്ക മതവിഭാഗത്തിന്റെ തലവ നെന്നതോടൊപ്പം അദ്ദേഹം വത്തിക്കാൻ എന്ന രാജ്യത്തിന്റെ ഭരണാധികാരി കൂടിയാണ്. ബുധനാഴ്ചകളിലെ പുലരിയിൽ സെന്റ് പീറ്റേഴ്സ് ബർഗിലേക്ക് ജനങ്ങൾ ഒഴുകിയെത്തും. നേരത്തെ ഇത്രയും ജനങ്ങളൊന്നുമുണ്ടായിരുന്നില്ലെന്നും അദ്ദേഹം മാർപ്പാപ്പയായതിനു ശേഷം ജനപ്രവാഹം വർധിച്ചുവെന്നും അങ്ങോട്ടുള്ള യാത്രക്കിടയിൽ ഡോക്ടർ ജോസ് വട്ടക്കോട്ടയിൽ പറഞ്ഞു. നേഴസിങ് അധ്യാപകൻ കൂടിയായ ജോസിനു നാലുപതിറ്റാണ്ടിലേക്ക് നീളുന്ന ജീവിതമുണ്ട് റോമിൽ. ലണ്ടനിൽ പഠിക്കുന്ന അദ്ദേഹത്തിന്റെ മകൻ മാത്യുവും അത് ശരിവെച്ചു.

പള്ളിയുടെ മുമ്പിൽ എത്തിയപ്പോൾ ഒമ്പതുമണി കഴിഞ്ഞി ട്ടുണ്ടാകും. അവിടെ നാട്ടുകാരൻ കൂടിയായ ബിഷപ്പ് സ്റ്റീഫൻ ചിറപ്പറത്ത് കാത്തുനിൽക്കുന്നുണ്ടായിരുന്നു. പോപ്പിനെ നേരിൽ കാണുന്നതിനായി ഇ മെയിൽ അയച്ചിരുന്നെങ്കിലും അടുത്തുകാ ണാൻ കഴിയുമെന്ന് കരുതിയിരുന്നില്ല. നേരിട്ട് മാർപ്പാപ്പ കാണു ന്നവരുടെ കൂട്ടത്തിലാണ് പാസ് ലഭിച്ചിരിക്കുന്നതെന്ന് അദ്ദേഹം പറഞ്ഞു. മാർപ്പാപ്പയുടെ വേദിയുടെ ഒരു വശത്തായി ഇങ്ങനെയുള്ള പാസുള്ളവർക്കായി പ്രത്യേകം ഇരിപ്പിടമുണ്ട്. അങ്ങോട്ട് ബിഷപ്പു മാർ ഉൾപ്പെടെ ആർക്കും പ്രവേശനമില്ല. അമ്പതോളം കസേരകൾ മാത്രം. പാസിലെ നമ്പർ നോക്കി അവർ കസേരയിലേക്ക് നയിച്ചു. മന്ത്രിമാർ, അംബാസിഡർമാർ തുടങ്ങി പ്രധാന വ്യക്തിത്വങ്ങളാണ് അവിടെ ഇരിക്കുന്നവരിൽ മഹാഭൂരിപക്ഷവും. യൂറോപ്യൻ ലീഗിന്റെ സെക്രട്ടറി ജോർജ് പാങലും ഭാര്യയുമാണ് അടുത്തിരുന്നത്. യൂറോപ്യൻ ലീഗിനു ചുക്കാൻ പിടിക്കുന്ന അദ്ദേഹം കേരളം കാണാൻ ആഗ്രഹിക്കുന്നുവെന്ന് പറഞ്ഞു.

വർത്തമാനത്തിനിടയിൽ താഴെ കടലിരമ്പുന്നതുപോലെ ജനങ്ങൾ ഇളകി. ജനങ്ങൾക്കിടയിലൂടെ മാർപ്പാപ്പ തുറന്ന വാഹന ത്തിൽ വേദിയിലെത്തി. സെന്റ് പീറ്റേഴ്സ് ബർഗിന്റെ മുകളിലെ നിലയിലാണ് മാർപ്പാപ്പയെ തെരഞ്ഞെടുക്കുന്ന കോൺക്ലേവ് നടക്കുന്നത്. കറുത്ത പുകയും വെളുത്തപുകയും നോക്കി മാധ്യമപ്രവർ ത്തകരും ജനങ്ങളും നോക്കിനിൽക്കുന്നത് ഇങ്ങോട്ടാണ്. അതിനപ്പു

റത്ത് മാർപ്പാപ്പയെ പ്രഖ്യാപിക്കുകയും അദ്ദേഹം അഭിസംബോധന ചെയ്യുകയും ചെയ്യുന്ന കിളിവാതിൽ കാണാം.

ഫ്രാൻസിസ് മാർപ്പാപ്പ തന്റെ ആദ്യ സന്ദർശനങ്ങളിലൊന്ന് ജന്മനാട്ടിലേക്ക് നടത്തിയപ്പോൾ തൊഴിൽ രഹിതരായ ഖനി തൊഴിലാളികളെ അഭിസംബോധന ചെയ്യുകയുണ്ടായി. തൊഴിൽ രഹിതന്റെ ജീവിതം ദുരിതങ്ങളുടേതാണ്. പണം ദൈവമാകുന്ന മുത ലാളിത്ത സാമൂഹ്യ വ്യവസ്ഥയാണ് ഇതിനു പുറകിലെന്ന് അദ്ദേഹം ആധികാരികമായി പറഞ്ഞു. അപ്പോൾ പോപ്പ് ഫ്രാൻസിസ് കാൾ മാർക്സിനെ ഓർമ്മിപ്പിച്ചു. റൊക്കം പൈസയൊഴികെ മറ്റൊരു ബന്ധവും ബാക്കിവെയ്ക്കാത്ത മുതലാളിത്തത്തെ കുറിച്ചാണ് മാർക്സ് എഴുതിയത്. ഇത്തരം സാമ്യങ്ങളാണ് പലപ്പോഴും മാർപ്പാപ്പയെ വ്യത്യസ്തനാക്കുന്നത്. ദർശനം എന്ന നിലയിൽ മാർക്സിസത്തെ അംഗീകരിക്കുന്നുവോയെന്ന അടിസ്ഥാനത്തിലല്ലാതെ പ്രയോഗ ത്തിൽ അദ്ദേഹം ദുരിതം അനുഭവിക്കുന്നവരുടെ ഒപ്പം നിൽക്കുക യും ആഗോളവൽക്കരണത്തിനും മുതലാളിത്തത്തിനുമെതിരായ ആധികാരിക നിലപാട് സ്വീകരിക്കുകയും ചെയ്യുന്നു.

ദൈവം അനുഗ്രഹിക്കട്ടെയെന്ന വാചകത്തിനുശേഷം അദ്ദേഹം പുസ്തകത്തിലേക്ക് വീണ്ടും നോക്കി. ചെറിയ പുഞ്ചിരിയോടെ ഒന്നുകൂടി അടുത്ത് thank you എന്നു പറഞ്ഞു. മാർപ്പാപ്പയുടെ ഉപഹാ രമായി ഒരു കൊന്തയും ലഭിച്ചു. അപ്പോൾ ഞാൻ ഇകെ നായനാരെ ഓർത്തു. മുഖ്യമന്ത്രിയായിരുന്ന നായനാർ അന്നത്തെ മാർപ്പാപ്പയെ സന്ദർശിച്ചുകഴിഞ്ഞപ്പോൾ ലഭിച്ച കൊന്തയെ കുറിച്ച് പ്രസംഗിക്കു ന്നത് എത്രയോ വേദികളിൽ കേട്ടിരിക്കുന്നു.

പള്ളിയോട് ചേർന്നുള്ള വത്തിക്കാൻ മ്യൂസിയം ജീവിതത്തിൽ ഒരിക്കലെങ്കിലും കാണേണ്ട ഇടമാണ്. തിങ്ങിനിറഞ്ഞ ജനക്കൂട്ടം നമ്മളെ തള്ളിമുമ്പോട്ടുകൊണ്ടുപോകുമെങ്കിലും മാസങ്ങൾ എടുത്താൽ പോലും ആസ്വദിച്ച് തീരാത്ത കലകളുടെ അപൂർവ്വ നിധിയാണ് അവിടെ ശേഖരിച്ചിരിക്കുന്നത്. മൈക്കിൾ ആഞ്ജലോയും പിക്കാസോയും ഡാവിഞ്ചിയും റഫേലും വരച്ച അതിമനോഹരമായ ചിത്രങ്ങളും ശിൽപ്പങ്ങളുമാണ് ഇവിടെ പ്രദർശിപ്പിച്ചിരിക്കുന്നത്. 70000ത്തിലധികം ചിത്രങ്ങളിൽ ഇരുപതിനായിരത്തോളം ചിത്ര ങ്ങളാണ് ഇവിടെ പ്രദർശിപ്പിച്ചിരിക്കുന്നത്. എത്ര സമ്പന്നമായ

വൈവിധ്യം നിറഞ്ഞ കരവിരുതിന്റേയും വർണ്ണങ്ങളുടേയും ലോകം....

സിസ്റ്റിൻ ചാപ്പലിലാണ് മൈക്കലാഞ്ജലോയുടെ ലോക പ്രശസ്തമായ 'last jusgement' ഉള്ളത്. ശിൽപ്പിയുടെ അസാധാരണമികവിൽ ത്രിമാനമായി തോന്നുന്ന അതിമനോഹര ചിത്രം. മുൻവശത്തെ ചുമരിൽനിന്നും മുകളിലെ മാനം മുഴുവൻ നിറഞ്ഞുനിൽക്കുന്ന ചിത്രം. ആദ്യം ചുമരിലെ ചിത്രം മറ്റൊന്നായിരുന്നുവെന്നും അത് പിന്നീട് മാറ്റിയാണ് മൈക്കലാഞ്ജലോയെകൊണ്ട് വരപ്പിച്ചതെന്നും ഫാദർ ആൽഫ്രണ്ട് പറഞ്ഞു. അദ്ദേഹത്തിന് ഓരോ ചിത്രങ്ങളെയും ശിൽപ്പങ്ങളെയും കുറിച്ച് നല്ല ധാരണയാണ്.

മൈക്കേലാഞ്ചലോയും പിക്കാസോയും റഫേലുമൊക്കെ നിറഞ്ഞുനിൽക്കുന്ന ചുമരുകൾക്കിടയിൽ വല്ലാതെ ആകർഷിക്കുന്ന ചിത്രമുണ്ട്. കരവാഞ്ചിയോയുടെ എൻടോംബ്മെന്റ് എന്ന ചിത്രമാണത്. എവിടെ നിന്നാണ് കരവാഞ്ചിയുടെ ചിത്രങ്ങളിലേക്ക് വെളിച്ചം വന്നുകയറുന്നുവെന്നത് ആർക്കും പറയാൻ കഴിയില്ല. 39 വയസു മാത്രം നീണ്ടു നിന്ന ജീവിതമായിരുന്നു അദ്ദേഹത്തിന്റേത്. അരാജകവഴിയിലൂടെയായിരുന്നു സഞ്ചാരമെങ്കിലും കാൻവാസിന്റെ മുമ്പിൽ എത്തിക്കഴിഞ്ഞാൽ അതിവേഗത്തിൽ വിരലുകൾ വർണ്ണങ്ങളിലൂടെ ജീവനുള്ള ചിത്രങ്ങൾ പിറന്നുവീഴുകയായി.

ചരിത്രവും സംസ്കാരവും ഇഴുകിച്ചേർന്ന പ്രദശർനത്തിലൂടെ മനുഷ്യകുലത്തിന്റെ സഞ്ചായപഥങ്ങളിലൂടെയാണ് മ്യൂസിയം നമ്മളെ കൊണ്ടുപോകുന്നത്. അധിനിവേശങ്ങളുടെ ചരിത്രം നടത്തിയ കൂട്ടിച്ചേർക്കലുകളൊക്കെ കാണാമെങ്കിലും ഈജിപ്തിന്റേയും ഗ്രീസിന്റേയും സംസ്കൃതിയുടെ നേർപ്പടങ്ങളും ഇവിടെ നമുക്ക് ദർശിക്കാം.

ഈ മ്യൂസിയത്തിൽനിന്നും വന്നിറങ്ങുന്നത് സെന്റ് പീറ്റേഴ്സ് പള്ളിയുടെ അകത്തളങ്ങളിലാണ്. അതിന്റെ മുകളിലേക്ക് എത്തിയാൽ റോം പൂർണ്ണമായും കാണാൻ കഴിയും പള്ളിയുടെ ഒരു വശത്ത് പേപ്പൽ പാലസുണ്ട്. മാർപ്പാപ്പമാരുടെ താമസ സ്ഥലം. അവിടെയും പോപ്പ് ഫ്രാൻസിസ് മാറി നടന്നു. കർദ്ദിനാളായിരിക്കുമ്പോൾ വത്തിക്കാനിലെത്തുമ്പോൾ താമസിച്ചിരുന്ന അതേ കെട്ടിടത്തിൽ മാർപ്പാപ്പ താമസിക്കുന്നു. ഓസ്റ്റിന്റ ഐവറെ എഴുതിയ ജീവചരിത്രത്തിന്റെ തലവാചകം പ്രസക്തമാകുന്നു. 'The Great Reformer'

അന്റോണിയോ ഗ്രാംഷി

അന്റോണിയോ ഗ്രാംഷി

റോമിലേക്കുള്ള യാത്രയിൽ വീണ്ടും അന്റോണിയോ ഗ്രാംഷിയെ വായിച്ചിരുന്നു. അദ്ദേഹത്തിന്റെ ജയിൽ കുറിപ്പുകൾ വായനയുടെയും ദർശനത്തിന്റേയും പുതിയ ലോകമാണ് തുറന്നിടുന്നത്. ഗ്രാംഷിയുടെ പേരാട്ടം ഫാസിസത്തിന്റെ തടവറയിലേക്കാണ് നയിച്ചത്. റോമിന്റെ തെരുവുകളിലൂടെയുള്ള യാത്രയിൽ വലിയ കെട്ടിടത്തിന്റെ ബാൽക്കണി കാണിച്ച് മാത്യു മുസോളനിയുടെ പ്രസംഗത്തിന്റെ വേദിയെ പരിചയപ്പെടുത്തി. അവിടെ നിന്നാണ് മുസോളനി വികാരവേശത്തിന്റെ വാക്കുകളിലൂടെ തന്നെ വിശ്വസിക്കാനും തന്റെ വഴികളിലൂടെ സഞ്ചരിക്കാനും ആഹ്വാനം ചെയ്ത് ജനക്കൂട്ടത്തെ ഇളക്കിയത്. ആൾക്കൂട്ടത്തിന്റെ ഫാസിസ്റ്റ് പ്രയോഗത്തിന്റെ ശരിയായ രൂപം. ഇന്നും ആ ബാൽക്കണി തുറന്നുകിടക്കുന്നു. പുതിയ കാല ഫാസിസത്തിന്റെ രാഷ്ട്രീയ രൂപങ്ങൾ ശക്തിയാർജിക്കുന്ന കാലത്ത് തുറന്നുകിടക്കുന്ന ബാൽക്കണി നമ്മളെ ഓർമ്മിപ്പിക്കുന്നുണ്ട്.

ആ ഓർമ്മയുടെ തള്ളിക്കയറ്റത്തിൽ ഗ്രാംഷി വീണ്ടും കടന്നുവന്നു. റോമിൽ ഗ്രാംഷിയെ അടക്കം ചെയ്ത് ഇടമുണ്ടെന്ന വായിച്ചറിവിൽ ഇറ്റലിയിലെ സുഹൃത്തുക്കളോട് ചോദിച്ചു. പലർക്കും അത് പുതിയ അറിവായിരുന്നു. നോൺ കാത്തലിക് സെമിത്തേരിയുടെ ഒരറ്റത്ത് ഗ്രാംഷി ഉറങ്ങുന്നു, ചിന്തയുടെ ലോകത്ത് ഇപ്പോഴും തിരമാലകൾ സൃഷ്ടിച്ചുകൊണ്ട്. ഇറ്റാലിയൻ കമ്യൂണിസ്റ്റ് പാർടി ജനറൽ സെക്രട്ടറിയായിരുന്ന ഗ്രാംഷി മാർക്സിസത്തിനു പുതിയ മാനങ്ങൾ നൽകി. ശരീരത്തിന്റെ പരിമിതികളെ പ്രത്യയശാസ്ത്ര തെളിമകൊണ്ടും സമർപ്പണം കൊണ്ടും മറികടന്നു. ഫാസിസത്തിന്റെ തടവറയിലെ ജീവിതം മരണത്തിലേക്ക് വഴിതെളിച്ചു.

ഗ്രാംഷിയിൽനിന്നും അധികം ദൂരയല്ലാതെ ഈ സെമിത്തേരിയിൽ രണ്ടു ലോകപ്രശസ്തരുടെ സ്മാരകശിലകൾ കൂടി കണ്ടു. ഷെല്ലിയും കീറ്റ്സും. മനുഷ്യവായനയുടെ അഭിരുചികളെ നിർണയി

ച്ച മഹദ് വ്യക്തിത്വങ്ങൾ .ഇരിഞ്ഞാലക്കുട ക്രൈസ്റ്റിലെ പ്രീഡിഗ്രി ക്ലാസുമുറിയിൽ സച്ചിദാനന്ദൻ മാഷ് ആംഗലേയത്തിൽ കവിത പഠിപ്പിക്കുന്ന കാലത്തേക്ക് കീറ്റ്സ് കൂട്ടികൊണ്ടുപോയി. അറിയുന്നവരും അറിയാത്തവരുമായ എത്രയോ പേർ ഇവിടെ കൊത്തിവെയ്ക്കപ്പെട്ട പേരുകളായി... ഒരു കാലത്ത് ഒഴിവാക്കപ്പെടാനാവത്തവരാണെന്ന് കരുതിയിരുന്നവരാണ് ശ്മശാനങ്ങളിൽ നിറയെ...

പോരാളികളുടെ ചുരുക്കപ്പേര്

പോരാളികളുടെ പോരാളി, വീര സഖാവ് സൈമൺ ബ്രിട്ടോ, സൈമൺ ബ്രിട്ടോ മരിക്കുന്നില്ല, ജീവിക്കുന്ന ഞങ്ങളിലൂടെ എന്ന് നൂറു കണക്കിന് കണ്ഠങ്ങളിൽനിന്നും ഇടിമുഴക്കം പോലെ മുദ്രാവാക്യങ്ങൾ ഉയരുമ്പോൾ സഖാവിന്റെ ഭൗതികശരീരം മെഡിക്കൽ കോളേജിലെ വിദ്യാർഥികൾക്ക് പഠിക്കുന്നതിനായി യാത്രയായി. മൂന്നര ദശകമായി ആ ശരീരം മെഡിക്കൽ സയൻസിനെ അത്ഭുതപ്പെടുത്തികൊണ്ടിരുന്നു. 1983 ൽ കെഎസ്‌യു പ്രവർത്തകരുടെ കത്തിമുനക്കിരയായപ്പോൾ ദിവസങ്ങൾ മാത്രമാണ് ഡോക്ടർമാർ ബ്രിട്ടോവിന് ആയുസ് നൽകിയിരുന്നത്. എന്നാൽ ബ്രിട്ടോ മരണത്തിനോടൊപ്പം സഞ്ചരിച്ച്, മരണത്തെ തോൽപ്പിച്ച്, ജീവിതത്തെ ആഘോഷിച്ച്, ജീവിതത്തെ പോരാട്ടമാക്കി പിന്നിട്ടത് മൂന്നര ദശകങ്ങൾ. ഇരുപത്തിയൊന്നാം വയസുമുതൽ മരണത്തിനോടൊപ്പം സഞ്ചരിച്ച്, തന്റെ ധൈഷണികതകൊണ്ട് ലോകത്തെ നിരന്തരം അമ്പരപ്പിച്ച സ്റ്റീഫൻ ഹോക്കിങ്ങിന് ഡോക്ടർമാർ നൽകിയത് രണ്ടു വർഷത്തെ ആയുസായിരുന്നു. രോഗത്തെയും മരണത്തെയും തോൽപ്പിച്ച് അദ്ദേഹം വിടവാങ്ങുമ്പോൾ 76 വയസായിരുന്നു. ഹോകിങ്ങസിനെ വീൽചെയറിലാക്കിയത് രോഗമായിരു

സൈമൺ ബ്രിട്ടോ

ന്നു, ബ്രിട്ടോയെ കത്തിമുനയും. വീൽചെയറിലിരുന്ന് ഹോക്കിങ്സ് പ്രപഞ്ചത്തിന്റെ ഉൽപ്പത്തിയെ കുറിച്ചുള്ള വലിയ ചോദ്യങ്ങൾക്ക് ഉത്തരങ്ങൾ തേടി. ആരും ദൈവത്തെ വിളിച്ചുപോകുമെന്നൊക്കെ പലരും പറയുന്ന കാലത്ത് ഹോക്കിങ്സ് സയൻസിൽ വിശ്വസിച്ചു. താരതമ്യം ശരിയല്ലെങ്കിൽപോലും ബ്രിട്ടോയും തന്റെ വീൽചെയറിലിരുന്ന് മനുഷ്യനിൽ വിശ്വസിച്ചു. അവന്റെയും സമൂഹത്തിന്റേയും മോചനത്തിനായുള്ള പോരാട്ടത്തിനായി ജീവിതം മാറ്റിവെച്ചു.

വീൽചെയറിൽ ബ്രിട്ടോ സഞ്ചരിച്ച ദൂരമെത്രയായിരിക്കും? അറിയില്ല. പക്ഷേ തന്റെ അസാധാരണമായ ആത്മധൈര്യം കൊണ്ടും ഇച്ഛാശക്തികൊണ്ടും അതിർത്തികളെയും ഭാഷകളെയും പരിമിതികളെയും ബ്രിട്ടോ അതിജീവിച്ചു. ഷാർജയിൽ ഒരു പരിപാടിക്ക് പോയപ്പോൾ ബ്രിട്ടോ അവിടെ വന്ന് പരിപാടികളിൽ പങ്കെടുത്ത കാര്യം സഖാക്കൾ പറഞ്ഞു. ഒരു എമിറേറ്റ്സിൽനിന്നും മറ്റൊന്നിലേക്ക്, ഒരു സൗഹൃദവലയത്തിൽനിന്നും മറ്റൊന്നിലേക്ക്, ഒരു പ്രഭാഷത്തിൽനിന്നും വേറെയൊന്നിലേക്ക് അദ്ദേഹം സഞ്ചരിച്ചുകൊണ്ടിരുന്നു. വീൽചെയറിൽ ബ്രിട്ടോ നടത്തിയ ഭാരത പര്യടനം അസാധാരണമായ തീരുമാനത്തിന്റെ ധീരമായ പ്രയോഗമായിരുന്നു. ബാക്കിയുള്ള പതിനൊന്നു സംസ്ഥാനങ്ങളിലേക്കുള്ള യാത്രയുടെ ആലോചനകൾക്കിടയിലാണ് അദ്ദേഹം യാത്രയായത്

ആദ്യമായി കാണുന്നതിനായി വടുതലയിലെ വീട്ടിലെത്തുമ്പോൾ ബ്രിട്ടോ കട്ടിലിൽ കിടക്കുകയാണ്. ഞങ്ങളെ കണ്ടതോടെ മുകളിൽ കെട്ടിയിട്ടിരിക്കുന്ന രണ്ടു വളയങ്ങളിൽ കൈകൾ പിടിച്ച് അതിൽ ശരീരത്തിനു ബലം നൽകി ബ്രിട്ടോ കിടക്കയിലേക്ക് എഴുന്നേറ്റിരുന്നു. മുമ്പിലേക്ക് ആഞ്ഞുള്ള ഇരുപ്പിലിരുന്ന് സംസാരിക്കുമ്പോൾ ബ്രിട്ടോയുടെ കണ്ണുകളിൽ തീയായിരുന്നു. അന്നു കണ്ട ആ അഗ്നി ഒടുവിൽ ആഴ്ചകൾക്ക് മുമ്പ് കാണുമ്പോഴുമുണ്ടായിരുന്നു. നിരാശയെന്ന ഭാവം ബ്രിട്ടോയുടെ വാക്കിലോ പ്രവർത്തിയിലോ ഒരിക്കലും കാണാൻ കഴിഞ്ഞില്ല. കണ്ണുകളിൽ പ്രതീക്ഷയുടെ മഹാതിളക്കമായിരുന്നു, വാക്കുകളിൽ അഗ്നി പടരുന്ന ഊർജ്ജമായിരുന്നു. കുത്തേൽക്കുമ്പോൾ ബ്രിട്ടോ എസ്എഫ്ഐ നേതാവായിരുന്നു. മൂന്നരദശകത്തിനുശേഷം മരണത്തിലേക്ക് നടക്കുമ്പോഴും ബ്രിട്ടോ എസ്എഫ്ഐ ആയിരുന്നു. കാമ്പസുകൾ ബ്രിട്ടോക്ക് നിലക്കാത്ത ഊർജ്ജം പ്രദാനം ചെയ്തുകൊണ്ടിരുന്നു.

ഞങ്ങളുടെ കാലത്തെ എസ്എഫ്ഐ സമ്മേളനങ്ങളിൽ ബ്രിട്ടോയുടെ അഭിവാദ്യം ഒഴിവാക്കാനാവാത്തതായിരുന്നു. ചിലപ്പോൾ നേരിട്ടും മറ്റു ചിലപ്പോൾ സന്ദേശങ്ങളിലൂടെയും ബ്രിട്ടോയെത്തും. ബ്രിട്ടോയുടെ സാന്നിധ്യം സമ്മേളനത്തിൽ കടലിരമ്പങ്ങൾ തീർക്കും. പിന്നെയുള്ള അഗാധ നിശബ്ദതയിൽ ബ്രിട്ടോയുടെ വാക്കുകൾ പെരുമഴ തീർക്കും. കണ്ണീരോടെ കേട്ടുതുടങ്ങുന്നവർ ആവേശത്തിലേക്കും പ്രതീക്ഷകളിലേക്കും നടന്നുകയറും. അങ്ങനെയങ്ങനെ ബ്രിട്ടോ എല്ലാവരിലേക്കും വിപ്ലവത്തിന്റെ ആവേശങ്ങൾ കൈമാറികൊണ്ടിരുന്നു.

ബ്രിട്ടോ വീണിട്ടും പലപ്പോഴും വാക്കുകൾ കൊണ്ട് ശത്രുക്കൾ അദ്ദേഹത്തെ ആക്രമിക്കാൻ ശ്രമിച്ചുകൊണ്ടിരുന്നു. എന്നാൽ, അതൊന്നും ബ്രിട്ടോയെ തളർത്തിയില്ല. കാമ്പസ് സമാധാനത്തിന്റെ വക്താക്കളെന്ന വിശേഷം ചില മാധ്യമങ്ങളാൽ ചാർത്തി നൽകപ്പെട്ട കെഎസ്‌യുവിന്റെ പ്രവർത്തകനാണ് ബ്രിട്ടോയെ കൊലപ്പെടുത്തിയത്. അവർ തന്നെയാണ് നിരവധി ഉശിരരായ വിദ്യാർഥി സംഘടനാ പ്രവർത്തകരെയും ഇല്ലാതാക്കിയത്. കാമ്പസുകളിൽ ഒരു വിദ്യാർഥിയെയും എസ്എഫ്ഐ കൊലപ്പെടുത്തിയിട്ടില്ല. മഹാരാജാസ് എസ്എഫ്ഐക്ക് ഏറ്റവും ശക്തിയുള്ള കാമ്പസുകളിലൊന്നാണ്. ആ ശക്തി ഉപയോഗിച്ച് ഒരിക്കലും ഒരാളുടെ ജീവനും എസ്എഫ്ഐ കവർന്നിട്ടില്ല. ആ കാമ്പസിൽ എസ്എഫ്ഐ ഇതുപോലെ ശക്തമല്ലാതിരുന്ന കാലത്താണ് കെഎസ്‌യുവിന് വേണ്ടി കോൺഗ്രസിന്റെ തുറമുഖത്തെ യൂണിയനായ സിടിടിയുവിന്റെ ഗുണ്ടകൾ തോമസ് ഐസക്കിനെ കൊലപ്പെടുത്താൻ എത്തുന്നത്. ഐസക്കിനെ കിട്ടാതെ വന്നപ്പോഴാണ് കാമ്പസിൽ വിദ്യാർഥിപോലുമല്ലാതിരുന്ന ലക്ഷദ്വീപുകാരനായ മുത്തുകോയയെ കൊലപ്പെടുത്തുന്നതും.

മഹാരാജാസിൽ ആക്രമിക്കപ്പെട്ട എസ്എഫ്ഐ പ്രവർത്തകരെ കാണുന്നതിന് ജനറൽ ആശുപത്രിയിലെത്തിയ ബ്രിട്ടോയെ കൊലപ്പെടുത്താനായാണ് കെഎസ്‌യു ശ്രമിച്ചത്. എപ്പോഴും കെഎസ്‌യു തന്നെയാണ് കലാലയങ്ങളെ കൊലപാതക കേന്ദ്രങ്ങളാക്കുന്നത്. പിന്നീട് എബിവിപിയും കാമ്പസ് ഫ്രണ്ടും ഒക്കെ അതിൽ കണ്ണിചേർന്നു. അഭിമന്യുവിനെ കൊലപ്പെടുത്തിയത് കാമ്പസ് ഫ്രണ്ടായിരുന്നു. എറണാകുളത്ത് ആയുർവേദ കോളേജിലെ എസ്എഫ്ഐ

പ്രവർത്തകനായിരുന്ന പികെ രാജനെ കൊലപ്പെടുത്തിയതും കോൺഗ്രസായിരുന്നു.

ആശയം ദരിദ്രമാകുന്നവനേ ആയുധം ആദ്യം എടുക്കേണ്ടതുള്ളൂ. കാലത്തെ മുമ്പോട്ടു നയിക്കാൻ ശ്രമിക്കുന്ന പുരോഗമന ചിന്തയുടെ വക്താക്കൾക്ക് തങ്ങളുടെ രാഷ്ട്രീയവും ആശയപരവും സാംസ്കാരികവുമായ ഇടപ്പെടലുകൾ മതിയാകും. അങ്ങനെയാണ് ഇന്നും എസ്എഫ്ഐ കേരളത്തിലെ മഹാഭൂരിപക്ഷം വരുന്ന വിദ്യാർഥികളുടെ അംഗീകാരമുള്ള സംഘടനയായി നിലനിൽക്കുന്നത്. സംവാദാത്മകവും സർഗാത്മകവുമായ കാമ്പസുകൾ രൂപപ്പെടുത്തുന്നതിലും ശക്തിപ്പെടുത്തുന്നതിലും എക്കാലത്തും എസ്എഫ്ഐ ശ്രമിച്ചുകൊണ്ടിരിക്കുന്നു. സംവാദാത്മക കാമ്പസിലൂടെ മാത്രമേ സർഗാത്മക കാമ്പസിലേക്ക് വളരാൻ കഴിയുകയുള്ളൂ.

ബ്രിട്ടോ വിടവാങ്ങിയ സന്ദർഭത്തിലെങ്കിലും തങ്ങളുടെ തെറ്റ് ഏറ്റുപറയുന്നതിന് കെഎസ്‌യുവും അന്നത്തെ കെഎസ്‌യു നേതാക്കളും തയ്യാറാകുമോ? കാമ്പസുകൾ ശക്തമായ പ്രതികരണത്തിന്റെ വേദികളാകേണ്ട സന്ദർഭമാണിത്. കേന്ദ്രം ഭരിക്കുന്നവർ കാമ്പസുകളെ ലക്ഷ്യം വെയ്ക്കുന്നു. അഭിപ്രായ സ്വാതന്ത്ര്യത്തിനു വിലങ്ങിടാൻ ശ്രമിക്കുന്നു. പ്രതികരിക്കുന്നവർക്കെതിരെ രാജ്യദ്രോഹികളാകുന്ന കുറ്റം ചാർത്തി ജയിലിലിടക്കുന്നു. ഇത്തരം സന്ദർഭങ്ങളിലെ പോരാട്ടങ്ങൾക്ക് ആത്മധൈര്യവും സമർപ്പണവും പ്രധാനമാണ്. ശരിയായ രാഷ്ട്രീയ പ്രത്യയശാസ്ത്ര തിരിച്ചറിവ് കാമ്പസുകൾ ശക്തിപ്പെടേണ്ട കാലം നിലക്കാത്ത പോരാട്ടങ്ങൾ അനിവാര്യമാക്കുന്നു. അവിടെ സൂര്യവെളിച്ചമായി ബ്രിട്ടോ നിൽക്കുന്നു.

മരിച്ചവർ പിന്നീട് ജീവിക്കില്ലെന്ന കരുതുന്നവരാണ് വിപ്ലവകാരികൾ. എന്നാൽ, അവർ ജീവിക്കുക തന്നെ ചെയ്യും , അത് ജീവിച്ചിരിക്കുന്നവരുടെ പ്രവർത്തികളിലും പോരാട്ടങ്ങളിലൂടെയുമാണ്. ബ്രിട്ടോയെ അനശ്വരനാക്കുന്ന ഇന്നിന്റെ പോരാട്ടങ്ങളുടെ കനൽവഴികളിലൂടെ നമുക്ക് മുന്നോട്ടുപോകാം. ബ്രിട്ടോയുടെ കണ്ണുകളിലെ നക്ഷത്രങ്ങളെ നമുക്ക് സ്വന്തമാക്കാം. മുറിഞ്ഞുപോയ വാക്കുകളിലെ തീയെ നെഞ്ചേറ്റാം. നിലച്ചുപോയ നിശ്വാസത്തെ തീക്കാറ്റാക്കാം.

ഒരു കമ്യൂണിസ്റ്റിൽ നിന്ന് എന്ത് പഠിക്കണം?

ഹ്രസ്വമെങ്കിലും അസാധാരണ ഇഴയടുപ്പമുള്ള ബന്ധമായിരുന്നു വിവി ദക്ഷിണാമൂർത്തിയുമായി ഉണ്ടായിരുന്നത്. അദ്ദേഹം ചീഫ് എഡിറ്ററായി ദേശാഭിമാനിയിൽ ചുമതല എടുത്തതോടെ യാണ് അടുത്ത് ഇടപഴകാൻ തുടങ്ങുന്നത്. വിദ്യാർഥി സംഘടനാചുമതലകൾ ഒഴിഞ്ഞ് അധികം കഴിയും മുമ്പ് എന്നെ ദേശാഭിമാനിയിൽ റസിഡൻറ് എഡിറ്ററുടെ ചുമതല പാർടി ഏൽപ്പിച്ചിരുന്നു. ആ ചുമതല ഏറ്റെടുത്ത് കുറച്ചു കാലത്തിനു ശേഷമാണ് ദക്ഷിണാമർൂത്തി മാഷ് ചീഫ് എഡിറ്ററായി വരുന്നത്.

മറ്റു പത്രങ്ങൾക്ക് റസിഡൻറ് എഡിറ്റർ എന്നു പറഞ്ഞാൽ ഏതെങ്കിലും ഒരു എഡിഷന്റെ ചുമതല വഹിക്കുന്ന വ്യക്തിയാണ്. എന്നാൽ, ദേശാഭിമാനിയെ സംബന്ധിച്ചിടത്തോളം എല്ലാ എഡിഷനുകളുടേയും ചുമതലയുള്ള എഡിറ്റർ ഇൻ ചാർജ്ജാണ് റസിഡന്റ് എഡിറ്റർ. അതുകൊണ്ട് എല്ലാ ദിവസവും ചീഫ് എഡിറ്ററുമായുള്ള നേരിട്ടുള്ള ബന്ധം പ്രധാനമാണ്. ദിവസവും ചുരുങ്ങിയത് അഞ്ചോ ആറോ തവണയെങ്കിലും മാഷുമായി ഫോണിൽ സംസാരിച്ചിരിക്കും. 2005 മുതൽ 2010 വരെ ഏറ്റവുമധികം ഫോണിൽ സംസാരിച്ചിട്ടുള്ള വ്യക്തി മൂർത്തിമാഷായിരിക്കും. രാവിലത്തെ വിളി മിക്കവാറും

മാഷിൽ നിന്നായിരിക്കും. ഓരോ ദിവസത്തെയും പത്രത്തെ കുറിച്ചുള്ള ആസൂത്രണത്തിന്റെ തുടക്കം ആ വിളിയിൽനിന്നായിരിക്കും. അപ്പോൾ ഞങ്ങൾ മറ്റു പത്രങ്ങളുമായുള്ള താരതമ്യം നടത്തും. അന്നത്തെ കുറവുകൾ എങ്ങനെ പരിഹരിക്കാമെന്ന ചർച്ചയും ആ വർത്തമാനത്തിനിടയിൽ കടന്നുവരും. ഓരോരുത്തരുടെ കുറവുകളെ കുറിച്ച് അതിശക്തമായ വിമർശനം മാഷിനുണ്ടായിരിക്കും. എന്നാൽ, പൊതുവേദികളിലും പാർടി വേദികളിലും എഡിറ്റോറിയൽ വിഭാഗത്തെ ശക്തമായി ന്യായീകരിക്കുന്ന നിലപാടായിരിക്കും സാധാരണഗതിയിൽ സ്വീകരിക്കുക.

ഏതുകാര്യത്തിലും തീരുമാനമെടുക്കുന്നതിനുള്ള സ്വാതന്ത്ര്യം മാഷ് നൽകിയിരുന്നു. ഈ അതിരുകളില്ലാത്ത സ്വാതന്ത്ര്യം തന്നെയായിരുന്നു പല തുടക്കങ്ങൾക്കും നേതൃത്വം നൽകാൻ ലഭിച്ച കരുത്ത്. എന്നാൽ, ഏതു പ്രധാന തീരുമാനവും മാഷുമായി ആലോചിക്കാതെ എടുത്തിരുന്നില്ല. ഏതെങ്കിലും കാര്യത്തിൽ ഇടപ്പെടൽ ആവശ്യമായി വന്നാൽ ആദ്യത്തെ ചർച്ച മാഷുമായിട്ടായിരുന്നു. അതുകൊണ്ടുതന്നെ വിമർശനം വന്നാൽ മാഷ് നേരിട്ട് ഉത്തരവാദിത്തം ഏറ്റെടുക്കും. അതുകൊണ്ട് എന്തുചെയ്യുന്നതിനും ധൈര്യമുണ്ടായിരുന്നു. എഡിറ്റോറിയൽ വിഭാഗത്തിലുള്ളവർ നിർബന്ധമായും സ്വയം കമ്പോസ് ചെയ്യുന്ന രീതി നടപ്പിലാക്കുമ്പോൾ പല മുതിർന്ന പത്രപ്രവർത്തകർക്കും സ്വാഭാവികമായും ചില ബുദ്ധിമുട്ടുകൾ ഉണ്ടായിരുന്നു. അന്ന് മലയാള മനോരമയിൽ മാത്രമേ ആ രീതി നിർബന്ധമാക്കിയിരുന്നുള്ളൂ. എന്നാൽ, അതിവേഗത്തിൽ ആ തീരുമാനം പത്രത്തിൽ നടപ്പിലാക്കുന്നതിന് കഴിഞ്ഞു. പത്രാധിപസമിതിയിലേക്കുള്ള പുതിയ ആളുകളെ തെരഞ്ഞെടുക്കുന്നതിൽ മെറിറ്റിന് പ്രധാന പരിഗണന നൽകാൻ തുടങ്ങിയതും ആ ഘട്ടത്തിലാണ്. പുതിയ ബാച്ചിന് ഒരു മാസത്തെ പരിശീലന പദ്ധതി തയ്യാറാക്കുമ്പോഴും ക്ലാസുകൾ എടുക്കുന്നതിന് രാജ്യത്തിന്റെ പല ഭാഗത്തുനിന്നും പ്രഗത്ഭ വ്യക്തിത്വങ്ങളെ കൊണ്ടുവരുന്നതിനും കഴിഞ്ഞത് മാഷ് നൽകിയ പിന്തുണ അതിരുകളില്ലാത്തതായിരുന്നു. പുതിയവർക്ക് മാത്രമല്ല പഴയവർക്കും പരിശീലനം വേണമെന്ന് തീരുമാനിച്ചതും ആ ചർച്ചകളുടെ അടിസ്ഥാനത്തിലായിരുന്നു.

എല്ലാ മാസത്തിലും ആദ്യത്തെ ചൊവ്വാഴ്ച ന്യൂസ് എഡിറ്റർമാരുടെ യോഗം ചേരുന്ന പതിവ് ആ കാലത്താണ് തുടങ്ങുന്നത്.

വിവി ദക്ഷിണാമൂർത്തി

യോഗത്തിനു മുമ്പ് മാഷുമായി ചെറിയ ആശയവിനിമയം നടത്തും. വരാനിരിക്കുന്ന മാസത്തെ പത്രത്തെ സംബന്ധിച്ചുള്ള ചിത്രം ആ ഹ്രസ്വചർച്ചയിൽ രൂപംകൊള്ളും. പരമാവധി ജനാധിപത്യപരമായി കാര്യങ്ങൾ തീരുമാനിക്കണമെന്ന കാര്യത്തിൽ ഞങ്ങൾക്ക് ഒരേ അഭിപ്രായമായിരുന്നു. സുതാര്യമായി കാര്യങ്ങൾ കൈകാര്യം ചെയ്യാനുള്ള ശ്രമങ്ങൾക്ക് നല്ല ഫലമുണ്ടായി.

പത്രത്തിന്റെ ഉള്ളടക്കത്തിന്റെ കാര്യത്തിൽ പത്രാധിപസമിതിക്കുള്ള അധികാരത്തിന്റെ കാര്യത്തിൽ മൂർത്തിമാഷിന് ഒട്ടും വിട്ടുവീഴ്ചയുണ്ടായിരുന്നില്ല. നേരത്തെ മാനേജരായിരുന്ന അനുഭവമുള്ളതുകൊണ്ടുകൂടിയാകാം മാനേജ്മെന്റ് ഇടപ്പെടലുകൾക്ക് കർശനമായ പരിധി നിശ്ചയിക്കപ്പെട്ടിരുന്നു. ഏതു കാര്യത്തിലും എടുത്ത തീരുമാനത്തിൽ നിന്നും മാറേണ്ടിവന്നാൽ പരസ്പരം ആലോചിക്കാതെ ഒരിക്കലും ചെയ്തിരുന്നില്ല. പത്രാധിപ വിഭാഗത്തിന്റെ ട്രാൻസ്ഫറുകളുടെ ചുമതല റസിഡന്റ് എഡിറ്റർക്കായിരുന്നു. പത്രത്തിന്റെ പൊതുതാൽപര്യം മുൻനിർത്തിയാണ് അക്കാര്യങ്ങളിൽ തീരുമാനങ്ങളെടുക്കാറുള്ളത്. പൊതുധാരണകൾക്ക് അപ്പുറത്ത് വ്യക്തി ബന്ധങ്ങൾ സ്വാധീനിക്കാതിരിക്കുന്നതിനുള്ള പ്രത്യേക നിഷ്കർഷ മൂർത്തിമാഷിനുണ്ടായിരുന്നു.

ബീജിങ് ഒളിമ്പിക്സ് നടന്നപ്പോൾ ദേശാഭിമാനിയുടെ ലേഖകൻ റിപ്പോർട്ടിങ്ങിനായി പോകണമെന്ന അഭിപ്രായം മാഷുമായി പങ്കുവെച്ചു. ആവേശപൂർവ്വം അദ്ദേഹമത് അംഗീകരിച്ചു. അങ്ങനെയാണ് കേരളത്തിലെ മികച്ച സ്പോർട്സ് ലേഖകനായിരുന്ന രവീന്ദ്രദാസ് ബീജിങ് ഒളിമ്പിക്സ് റിപ്പോർട്ട് ചെയ്യാൻ പോകുന്നത്. അതിനു മുമ്പോ ശേഷമോ ദേശാഭിമാനി നേരിട്ട് ഒളിംപിക്സ് റിപ്പോർട്ട് ചെയ്തിട്ടില്ല.

എഡിഷനുകളിലെ ഡെസ്ക് യോഗങ്ങളിൽ മിക്കവാറും ഞങ്ങൾ ഒന്നിച്ചാണ് പങ്കെടുക്കാറുള്ളത്. കോഴിക്കോട്ടെ യോഗത്തിന് ചെന്നാൽ മാഷ് ഒരു ആതിഥേയനാകും. താമസം തുടങ്ങി എല്ലാ കാര്യങ്ങളിലും നേരിട്ട് അന്വേഷിച്ച് ഉറപ്പുവരുത്തും. ലളിതമായ ജീവിതരീതിയാണ് അദ്ദേഹം പിന്തുടർന്നിരുന്നത്. ഭക്ഷണത്തിനു നിർബന്ധം തൈരുമാത്രമാണ്. ഇതുപോലെ തൈരു നിർബന്ധമായിരുന്ന മറ്റൊരാൾ എന്റെ പരിചയത്തിൽ വിആർ കൃഷ്ണയ്യർ സ്വാ

മിയായിരുന്നു. സ്വാമി ചോറുകൂട്ടി തൈരുകഴിക്കുകയാണോയെന്ന് ഞങ്ങൾ ചോദിക്കാറുണ്ടായിരുന്നു. സ്വാമിയെ പോലെയാണ് മാഷും. തൈരുണ്ടെങ്കിൽ പിന്നെ ഒന്നും വേണ്ട. അടുത്തിരുന്ന് നോൺവെജ് കഴിക്കുന്നതൊന്നും അദ്ദേഹത്തിന് പ്രശ്നമായിരുന്നില്ല. എന്നാൽ, ചിലപ്പോൾ ഞങ്ങൾ മാഷിനു വേണ്ടി വെജിറ്റേറിയൻമാരാകാറുണ്ട്. തിരുവനന്തപുരത്ത് സ്റ്റാച്യുവിൽ നല്ല മോരുകറി കിട്ടുന്ന ഹോട്ടലു ണ്ടായിരുന്നു. ചിലപ്പോൾ ഏകെജി സെന്ററിലെ പതിവു ഭക്ഷണം മാറ്റിവെച്ച് മാഷ് ആ കടയിലേക്ക് കഞ്ഞി കുടിക്കാൻ പോകും.

ചിട്ടയുള്ളതായിരുന്നു മാഷുടെ ജീവിതം. രാവിലെ അരമണിക്കൂർ ചില്ലറ വ്യായാമങ്ങൾ നിർബന്ധം. ജയിൽ ജീവിതകാലത്ത് പഠിച്ച താണെന്ന് ഒരിക്കൽ പറഞ്ഞു. നടത്തവും ഒഴിവാക്കാറില്ല. പുകവലി തുടങ്ങിയ ഒരു ദുശീലവും പതിവില്ലെങ്കിലും രോഗത്തിന്റെ വഴികൾക്ക് അതൊന്നും പ്രശ്നമായില്ല.

പ്രായം മാഷിനെ ഉത്തരവാദിത്തങ്ങൾ ഏറ്റെടുക്കുന്നതിന് തടസ മായിരുന്നില്ല. ലക്ഷദ്വീപിൽ പാർടി രൂപികരിക്കുന്നതിനായി ആദ്യം പോയ ഒരാൾ മാഷായിരുന്നു. ഒരിക്കൽ ദ്വീപിൽ പോയ മാഷിന് തിരിച്ചുവരുന്നതിനു കപ്പൽ ലഭിച്ചില്ല. എന്നുമുതൽ കപ്പിൽ യാത്ര പുനഃരാരംഭിക്കുമെന്ന് ആർക്കും തിട്ടവുമില്ല. അന്ന് എല്ലാ ദിവസവും വിമാനവുമില്ല. ഒടുവിൽ സ്പീഡ് ലോഞ്ച് പോലെ ഒന്നിൽ അവിടെ നിന്നും അതിസാഹസികമായി കോഴിക്കോട്ടേക്ക് മാഷ് പോന്നു. മാഷ് വന്നിറങ്ങുന്നതുവരെ ഞങ്ങൾക്ക് വല്ലാത്ത ഉൽക്കണ്ഠയായിരു ന്നു. എന്നാൽ, ആ യാത്രയെയും രസകരമായ അനുഭവമാക്കി മാറ്റി.

വീട്ടിലാണെങ്കിൽ മാഷ് ഫോൺ എടുക്കുമ്പോൾ മടിയിലിരിക്കു ന്ന പേരക്കുട്ടികളുടെ ശബ്ദം കേൾക്കാം. പേരക്കുട്ടികൾ മാഷിന്റെ ദൗർബല്യമായിരുന്നു. ചില ആഘോഷ ദിവസങ്ങളിൽ വീട്ടിൽ എല്ലാ പേരക്കുട്ടികളെയും ഒന്നിച്ചുകിട്ടുമ്പോഴുള്ള സന്തോഷം ശബ്ദത്തിൽ പ്രതിഫലിക്കുമായിരുന്നു. വീട്ടിലാണെങ്കിൽ പിന്നെയുള്ള പ്രധാന കൂട്ട് പശുക്കളാണെന്ന് മാഷ് എപ്പോഴും പറയുമായിരുന്നു. പശുക്കളെ കുളിപ്പിക്കുന്നതിൽ വരെ ശ്രദ്ധിച്ചിരുന്നു. അവസാന യാത്രക്കായി ചെന്നപ്പോൾ പശുക്കളെ ഞാൻ നോക്കി. ഇനിയാരായിരിക്കും അവരെ വാത്സ്യലത്തോടെ പരിപാലിക്കുന്നത്!

എന്റെ മക്കൾക്കും മാഷ് മൂർത്തി അപ്പൂപ്പനായിരുന്നു. അവരുമായി മാഷ് പലപ്പോഴും ഫോണിൽ സംസാരിക്കുമായിരുന്നു. ഒരിക്കൽ ഭാര്യ കാലിന്റെ എല്ലുപൊട്ടി ആശുപത്രിയിൽ കിടന്നപ്പോൾ എല്ലാ തിരിക്കുകൾക്കിടയിൽനിന്നും മാഷ് ഓടിവന്നു. തൂവെള്ള വസ്ത്രം ധരിച്ച് മാഷ് വരുമ്പോൾ കാണുന്നവരിലേക്കും അറിയാതെ ഒരു പ്രസരിപ്പ് കടന്നുവരും. അഴുക്കിന്റെ ചെറിയ പൊട്ടുപോലും മാഷുടെ വസ്ത്രത്തിലുണ്ടാകില്ലെന്ന് ഞങ്ങൾ തമാശക്ക് പറയുമായിരുന്നു.

രാജ്യസഭയിലേക്ക് തെരഞ്ഞെടുക്കപ്പെട്ടപ്പോൾ ഏറെ സന്തോഷിച്ചത് മാഷാണെങ്കിലും ദേശാഭിമാനി ചുമതല ഒഴിയുന്നതിന് ഒട്ടും സമ്മതമുണ്ടായിരുന്നില്ല. ഏകദേശം ഒരു വർഷത്തോളം രണ്ടും ഒന്നിച്ചുകൊണ്ടുപോയി. പിന്നീട് പാർടി പുതിയ രണ്ടുപേർക്ക് ചുമതല കൊടുക്കുന്നതുവരെ മാഷ് നിർബന്ധിച്ചുകൊണ്ടേയിരുന്നു. വല്ലാത്ത മാനസിക ഐക്യമുണ്ടായിരുന്നു. എംപിയായിരിക്കുമ്പോൾ മാഷുടെ നാട്ടിലെ വടക്കുമ്പാടം സ്കൂളിന് സ്മാർട് റൂം ഉണ്ടാക്കാൻ ഫണ്ട് കൊടുക്കണമെന്ന് മാഷ് ആവശ്യപ്പെട്ടു. നിർദ്ദേശിക്കാനുള്ള അവകാശമുണ്ടായിരുന്നെങ്കിലും പാർടി ജില്ലാകമ്മിറ്റിയുടെ ശുപാർശയോടെയാണ് ആവശ്യം ഉന്നയിച്ചത്. പണി കഴിഞ്ഞ് ഉൽഘാടനത്തിന് തിയ്യതി വേണമെന്ന് ആവശ്യപ്പെട്ടു. പാർടി സംസ്ഥാനകമ്മിറ്റി യോഗത്തിനിടയിൽ അടുത്ത് വന്നിരുന്ന് തിയ്യതി ഉറപ്പിച്ചു. എന്നാൽ, അതേ ദിവസം ചെന്നൈ ഐഐടിയുടെ അവാർഡ് ദാനം വന്നതിനാൽ പോകാൻ കഴിഞ്ഞില്ല. മാഷിന്റെ അന്ത്യയാത്രക്ക് ശേഷമാണ് അവിടെ സ്മാർട് ക്ലാസ് റൂം നേരിൽ കണ്ടത്.

അസുഖം മാഷെ കീഴടക്കുകയാണെന്ന് വാർത്ത അറിഞ്ഞപ്പോൾ കാണാൻ പോകുന്നതിന് നിശ്ചയിച്ചതാണ്. കോഴിക്കോട് പിവി സ്വാമിയുടെ അനുസ്മരണ സെമിനാറിൽ പങ്കെടുക്കുന്നതിന് ക്ഷണം ഉണ്ടായിരുന്നതിനാൽ അന്നു പോയി കാണാമെന്ന് കരുതി. എന്നാൽ, കാത്തുനിൽക്കാതെ മാഷ് പോയി. അല്ലെങ്കിൽ മറ്റൊരു യാത്ര വേണ്ടിവന്നില്ല. മാഷിന്റെ അന്ത്യയാത്രയും നിശ്ചയിച്ച കോഴിക്കോട് യാത്രയും യാദൃശ്ചികമായി ഒരേ ദിനമായി.

മൊബൈൽ ഫോണിൽ മാഷുടെ നമ്പർ തെളിയാതായി. ഊർജ്ജം പ്രസരിപ്പിച്ച ശബ്ദം നിലച്ചു, പ്രകാശം പരത്തുന്ന സാന്നിധ്യം ഓർമ്മയായി.

സാമ്രാജ്യത്വവിരുദ്ധ മാനവികമുഖം

ഓരോ വാക്കിലും ഗൗരവമായ ചിന്തകൾ പ്രകടിപ്പിച്ചിരുന്ന വ്യക്തിത്വത്തിന്റെ ഉടമായിരുന്ന നൈനാൻകോശി. പള്ളിയും പാർടിയും തമ്മിലുള്ള സജീവ ബന്ധത്തെ സർഗാത്മകമായി വികസിപ്പിക്കാൻ ശ്രമിച്ച ചിന്തകൻമാരുടെ കൂട്ടത്തിൽ അദ്ദേഹത്തിനുള്ള പങ്ക് പ്രധാനമാണ്. വിമോചന ദൈവശാസ്ത്രത്തിന്റെ സന്ദേശം കേരളത്തിൽ സജീവമാക്കിയ പൗലോസ് മാർ ഗ്രിഗോറിയോസിനും പൗലോസ് മാർ പൗലോസിനും ഒപ്പം നൈനാൻ കോശിയുടെ സംഭാവനകളും എടുത്തുപറയേണ്ടതാണ്. മാർ ഗ്രിഗോറിയോസും ഇഎംഎസും നടത്തിയ ആഴത്തിലുള്ള ഗൗരവമായ സംവാദങ്ങൾ ആശയമണ്ഡലത്തിൽ പുതിയ അനുഭവമായിരുന്നു.

മതവും മാർക്സിസവും തമ്മിലുള്ള ബന്ധം എക്കാലത്തും സങ്കീർണമായിരുന്നു, പ്രത്യേകിച്ചും കേരളത്തിൽ. ഇന്നും മാർക്സിന്റെ മതത്തെകുറിച്ചുള്ള കാഴ്ചപാട് എന്താണെന്ന് ചോദിച്ചാൽ മതം മനുഷ്യനെ മയക്കുന്ന കറുപ്പാണെന്നായിരിക്കും ആദ്യത്തെ മറുപടി. എന്നാൽ 'opium of the masse' എന്നതിന്റെ യഥാർഥ മലയാള പരിഭാഷ മനുഷ്യന്റെ കറുപ്പെന്നാണ്. എന്നാൽ മയക്കുന്ന എന്ന വാക്കു കൂടി

മലയാള പരിഭാഷ സംഭാവന ചെയ്തു. മതം മയക്കമരുന്നാണെന്ന് മാർക്സ് പറഞ്ഞെന്നുവരെയായി പിന്നീടുള്ള പരിഭാഷകൾ. അതിലേക്ക് അധികം കടക്കുന്നില്ല. എന്നാൽ, മതവും മാർക്സിസവും തമ്മിലുള്ള ക്രിയാത്മക സംവാദത്തിന്റെയോ വിമർശനത്തിന്റെയോ പരിസരം ഇല്ലാതാവുകയാണ് ഇതോടെ ഒരു പരിധിവരെ സംഭവിച്ചത്. മാർക്സിസ്റ്റ് വീക്ഷണത്തെ കുറിച്ച് തെളിമയാർന്ന ചിന്തയുടെ ഉടമയായിരുന്നു നൈനാൻ കോശിയെന്ന സംശയമില്ലാതെ പറയാൻ കഴിയും. വിഭജിതമായ ഒരു ലോകത്ത് മതത്തിന്റെ ഇടപ്പെലുകളെ കുറിച്ചും അദ്ദേഹത്തിന് വ്യത്യസ്ത കാഴ്ചപാടുകൾ ഉണ്ടായിരുന്നു.

ലോകത്തെ ക്രൈസ്തവ സംഘടനകളുടെ ഭാരവാഹിത്വത്തിൽ ഇരിക്കുമ്പോൾ ആ സംഘടനകളെ പുരോഗമന നിലപാടിലേക്ക് എത്തിക്കുന്നതിന് അദ്ദേഹം ശ്രമിച്ചു. മതവിശ്വാസിക്ക് കമ്യൂണിസ്റ്റ് പാർടിയുമായി ഐക്യപ്പെടുന്നതിനു തടസങ്ങളൊന്നുമില്ലെന്ന് ചിന്തയിലൂടെയും പ്രവർത്തിയിലൂടെയും തെളിയിച്ചു. അതുപോലെ ശരിയായ ക്രൈസ്തവ വീക്ഷണമുള്ള ഒരാൾക്ക് യോജിക്കാവുന്ന വിവിധ തലങ്ങൾ കമ്യൂണിസത്തിലുമുണ്ടെന്ന് കണ്ടെത്തി. ആഗോളവൽക്കരണ നയങ്ങൾക്കെതിരെ കടുത്ത വിമർശനം അദ്ദേഹം നടത്തിയിരുന്നു. ഇപ്പോൾ മാർപ്പാപ്പ നടത്തുന്ന നിരീക്ഷണങ്ങൾ നയങ്ങൾക്കെതിരായ യോജിപ്പിന്റെ തലങ്ങളിലേക്കുള്ള ആശയ പരിസരമാണ് തുറന്നിടുന്നത്. സാമ്രാജ്യത്വത്തിനെതിരായ പോരാട്ടത്തിനായി തങ്ങൾക്കൊപ്പം ചേരാൻ വരുന്നവരെ നിങ്ങൾ വിശ്വാസിയാണോയെന്ന അപ്രസക്തമായ ചോദ്യം ഉന്നയിച്ച് അകറ്റുന്നതിന് എന്തിന് കമ്യൂണിസ്റ്റുകാരൻ ശ്രമിക്കണമെന്ന പ്രസക്തമായ ചോദ്യമുന്നയിച്ചത് ഫിദൽ കാസ്ട്രോയാണ്.

മതനിരപേക്ഷത ഗൗരവമായ വെല്ലുവിളി നേരിടുന്ന കാലമാണിത്. നാനത്വത്തിൽ ഏകത്വമുള്ള രാജ്യത്ത് ജനാധിപത്യം നിലനിൽക്കണമെങ്കിൽ മതനിരപേക്ഷത ഏറ്റവും പ്രധാനപ്പെട്ട മുന്നുപാധിയാണ്. ഇപ്പോൾ എല്ലാ ഭരണഘടനതത്വങ്ങളെയും വെല്ലുവിളിക്കപ്പെടുന്ന ദേശീയ രാഷ്ട്രീയത്തിൽ മതനിരപേക്ഷത സംരക്ഷിക്കാനുള്ള വിശാല ഐക്യനിര രൂപികരിക്കുന്നതിനെ കുറിച്ച് അദ്ദേഹം എപ്പോഴും പറഞ്ഞുകൊണ്ടിരുന്നു.

നൈനാൻ കോശി

വിദ്യാർഥി ജീവിതകാലത്താണ് നൈനാൻ കോശിയുമായി അടുത്ത് പരിചയപ്പെടുന്നത്. പിന്നീട് അദ്ദേഹത്തിന്റെ സ്നേഹ വാത്സല്യങ്ങൾ എന്നുമുണ്ടായിരുന്നു. ഏതു പരിപാടിക്കും എപ്പോൾ വിളിച്ചാലും നാട്ടിലുണ്ടെങ്കിൽ സമയം കണ്ടെത്തി വരുമായിരുന്നു. നിശബ്ദരായിരിക്കാൻ നിങ്ങൾക്ക് എന്ത് അവകാശമെന്ന പൗലോസ് മാർ പൗലോസിന്റെ ചോദ്യം അദ്ദേഹവും ഉന്നയിച്ചിരുന്നു. വിദ്യാഭ്യാസത്തെ കുറിച്ച് ആധുനികവും മാനവികവുമായ കാഴ്ചപാടാണ് അദ്ദേഹം ഉയർത്തിപിടിച്ചിരുന്നത്. ഇന്ത്യൻ ഭരണഘടനയുടെ 30-ാം ആർട്ടിക്കളിന്റെ ആധുനിക വ്യാഖ്യാനത്തോട് എപ്പോഴും കലഹിച്ചു. മതന്യൂനപക്ഷങ്ങൾക്ക് വിദ്യാഭ്യാസസ്ഥാപനം നടത്തുന്നതിനുള്ള അനിയന്ത്രിതമായ സ്വാതന്ത്ര്യം വാണിജ്യവൽക്കരണത്തിനുള്ള വാതിലല്ലെന്ന് ആധികാരികമായി വ്യക്തമാക്കിയിരുന്നു.

സാമ്രാജ്യത്വവിരുദ്ധതയായിരുന്നു നൈനാൻകോശിയുടെ രാഷ്ട്രീയത്തിന്റെ പ്രധാനമുഖം. അമേരിക്കൻ സാമ്രാജ്യത്വത്തിന്റെ അധിനിവേശ ശ്രമങ്ങൾക്ക് എതിരെ നിരന്തരം എഴുതുകയും പ്രസംഗിക്കുകയും ചെയ്തിരുന്നു. നെൽസൻ മണ്ടേലയുമായി അദ്ദേഹത്തിന് സവിഷേശമായ ബന്ധമുണ്ടായിരുന്നു. എവിടെയെല്ലാം അമേരിക്ക അധിനിവേശത്തിന് കോപ്പുകൂട്ടുന്നുവോ അതെല്ലാം തുറന്നുകാണിക്കുന്നതിൽ തന്റെ തൂലിക നിരന്തരം ഉപയോഗിച്ചു. ദേശാഭിമാനി പത്രത്തിലെ തന്റെ കോളത്തിൽ അദ്ദേഹം കൂടുതലും കൈകാര്യം ചെയ്തത് ഇത്തരം പ്രശ്നങ്ങളായിരുന്നു. അമേരിക്കയുമായുള്ള തന്ത്രപ്രാധാനബന്ധം ഇന്ത്യ ശക്തിപ്പെടുത്തുന്നതിൽ ഏറെ ഉൽക്കണ്ഠയുള്ള വ്യതിയായിരുന്നു നൈനാൻ കോശി. മോദിയുടെ അമേരിക്കൻ സന്ദർശനവും ഒബാമയുടെ ഇന്ത്യൻ സന്ദർശനവും ഈ ബന്ധം അരക്കിട്ടുറപ്പിക്കുന്നതിനുള്ള സവിശേഷ ഘട്ടമായി അദ്ദേഹം വായിച്ചെടുത്തു. അതിനെതിരെ തുടർച്ചയായി പ്രതികരിക്കുകയും ചെയ്തു.

തന്റെ നിലപാടുകളിൽ ഒരിക്കലും വെള്ളം ചേർക്കാൻ അദ്ദേഹം തയ്യാറായിരുന്നില്ല. പുതിയ അനുഭവങ്ങളുടെ അടിസ്ഥാനത്തിൽ തന്റെ ചിന്തയെ നിരന്തരം വിശാലമാക്കുന്നതിനു ശ്രമിച്ചുകൊണ്ടിരുന്നു. ഒപ്പം പുതിയ ചിന്തകളെ കൂടി ഉൾക്കൊള്ളുന്നതിനും ക്രിയാത്മകമായി തയ്യാറായി. മലയാളത്തിൽനിന്നും വിശാലമായ ലോകത്തെ തന്നെ തന്റെ പ്രവർത്തനമണ്ഡലമാക്കി വികസിപ്പിച്ചെ

ടുത്ത അപൂർവ്വം വ്യക്തികളിൽ ഒരാളായിരുന്ന നൈനാൻ കോശി. കേരളം ആ പ്രാധാന്യത്തോടെ അദ്ദേഹത്തെ മനസിലാക്കിയോ തിരിച്ചറിഞ്ഞോയെന്ന ചോദ്യവും പ്രസക്തം.

നെഹ്രുവിന്റെ പുനർവായന

ജവഹർലാൽ നെഹ്രുവിന്റെ 125-ാം ജന്മദിനാഘോഷങ്ങളുടെ സന്ദർഭത്തിൽ അദ്ദേഹത്തിന്റെ ദർശനങ്ങളുടെ സമകാലിക പ്രസക്തിയെ സംബന്ധിച്ച് ദേശാഭിമാനി പത്രത്തിൽ ലേഖനം എഴുതിയപ്പോൾ കൂടുതൽ ചർച്ചകൾ വേണ്ടതല്ലേയെന്ന് പലരും ചോദിക്കുകയുണ്ടായി. ഇപ്പോൾ തൃശ്ശൂരിൽ കോസ്റ്റ് ഫോർഡിന്റെ നേതൃത്വത്തിൽ നെഹ്രുവിനെ വീണ്ടും വായിക്കുക എല്ല വിഷയത്തെ കുറിച്ച് ഗൗരവമായ ചർച്ച സംഘടിപ്പിക്കുന്ന സാഹചര്യത്തിലാണ് ഈ ചോദ്യം വീണ്ടും ഓർമ്മയിലേക്ക് വന്നത്. കോൺഗ്രസ് നേതാവും മുൻമന്ത്രിയുമായ ജയറാം രമേശും ചർച്ചയിൽ പങ്കെടുക്കുന്നുണ്ട്. കോൺഗ്രസിന് ഇനി വീണ്ടും ശരിയായ രൂപത്തിൽ നെഹ്രുവിനെ വായിക്കാൻ കഴിയുമോയെന്ന് സംശയമാണ്. 1991 മുതൽ നെഹ്രുവിനെ പൂർണ്ണമായും കൈയൊഴിയുന്ന സമീപനമാണ് പ്രയോഗത്തിലൂടെ അവർ സ്വീകരിച്ചിരിക്കുന്നത്.

സോവിയറ്റ് യൂണിയനും സോഷ്യലിസവും നെഹ്രുവിനെ വല്ലാതെ ആകർഷിച്ചിരുന്നു. പഞ്ചവത്സരപദ്ധതികളുടെ ആവിഷ്കാരത്തിലും മറ്റും ഈ സ്വാധീനം നന്നായി പ്രകടമായിരുന്നു. എന്നാൽ, നെഹ്രുവിന്റെ ദർശനത്തിന്റേയും പ്രയോഗത്തിന്റേയും പുരോഗതിക്ക് ഒപ്പം അതിന്റെ പരിമിതിയും കമ്യൂണിസ്റ്റുകാർ സൂക്ഷ്മമായി തിരിച്ചറിഞ്ഞി

ജവഹർലാൽ നെഹ്റുവും ഇഎംഎസും

രുന്നു. ഇഎംഎസ് ഇത് വിശദമായി പ്രതിപാദിച്ച് എഴുതുകയും ചെയ്തിരുന്നു. ഒരോ വിശകലനവും അതാതു കാലത്തിന്റെ മൂർത്തമായ സവിശേഷതകൾ കൂടി തിരിച്ചറിഞ്ഞുകൊണ്ടാണ് മാർക്സിസം നിർവഹിക്കുന്നത്. നെഹ്റുവിന്റെ ഗുണങ്ങളായി കരുതിയിരുന്ന പല കാര്യങ്ങളും ഇന്ന് കോൺഗ്രസിനു പോലും വേണ്ടതായിരിക്കുന്നു. മതനിരപേക്ഷത പോലുള്ള മറ്റു ചില മേഖലകൾ ഗൗരവമായ വെല്ലുവിളി നേരിടുകയും ചെയ്യുന്നു. അതുകൊണ്ട് ഒരു പുനർവായന പ്രസക്തമാണ്.

നെഹ്റു മകൾ ഇന്ദിരക്ക് എഴുതിയ കത്തുകൾ ഏറെ പ്രശസ്തമാണ്. ആ കത്തുകളുടെ വായന ലോകത്തെ മനസിലാക്കുന്നതിന് സഹായകരമാണ്. ജയിൽ ജീവിതകാലത്താണ് നെഹ്റു മകൾക്ക് കത്തുകൾ എഴുതുന്നത്. സ്വാതന്ത്ര്യസമരത്തിന്റെ തീച്ചൂളയിൽ നിൽക്കുമ്പോഴും തന്റെ ആഴത്തിലുള്ള വായനയുടെ പിൻബലത്തിൽ ലോകചരിത്രത്തെ കുറിച്ചും മറ്റും എഴുതുന്നതിന് അദ്ദേഹം സമയം കണ്ടെത്തിയിരുന്നു. എന്നാൽ, ആ കത്തുകളും അദ്ദേഹത്തിന്റെ പ്രധാന പുസ്തകങ്ങളും സ്വാതന്ത്ര്യത്തിനു ശേഷമുള്ള ഭരണ അനുഭവത്തിനെ

പ്രതിഫലിപ്പിക്കുന്നതല്ല. ഈ വിമർശനത്തിനുള്ള മറുപടി കൂടിയാണ് പെൻഗ്വിൻ പ്രസിദ്ധീകരിച്ച രാഷ്ട്രത്തിനു വേണ്ടിയുള്ള കത്തുകൾ എന്ന സമാഹാരം. പ്രധാനമന്ത്രിയെന്ന നിലയിൽ മുഖ്യമന്ത്രിമാർക്ക് എഴുതിയ കത്തുകളുടെ സമഹാരമാണത്. ആദ്യ കത്തുകൾ പ്രധാനമന്ത്രിമാർക്കാണ് അഭിസംബോധന ചെയ്തിട്ടുള്ളത്. പ്രവിശ്യകളിലെല്ലാം അന്ന് പ്രധാനമന്ത്രിമാരായിരുന്നുവല്ലോ. പിന്നീട് സംസ്ഥാനങ്ങളും മുഖ്യമന്ത്രിമാരുമായതോടെ അവരുടെ പേരിലായി കത്തുകൾ. ഫെഡറിലിസം അടിസ്ഥാനഘടനയായി അംഗീകരിച്ച ഭരണഘടന പിന്തുടരുന്ന രാജ്യത്ത് സംസ്ഥാനങ്ങളുടെ പ്രസക്തിയും പ്രാധാന്യവും നെഹ്റു തിരിച്ചറിഞ്ഞിരുന്നു. സംസ്ഥാനങ്ങൾ ഭരിക്കുന്നവരുമായ ആശയവിനിമയം പ്രധാനമണെന്ന കാഴ്ചപാടിലാണ് ഈ കത്തുകളെല്ലാം നെഹ്റു എഴുതിയിട്ടുള്ളത്.

മാധവ് കോസ്‌ല എഡിറ്റ് ചെയ്ത പുസ്തകത്തിൽ കത്തുകൾ വിഷയങ്ങളെ അടിസ്ഥാനമാക്കി വർഗീകരിച്ചിട്ടുണ്ട്. ആദ്യഭാഗങ്ങളിൽ ഏറ്റവും കൂടുതൽ ചർച്ച ചെയ്യുന്നത് മതനിരപേക്ഷതയാണ്. ആർഎസ്എസിനെ അതിനിശിതമായി വിമർശിക്കുന്നതിൽ ഒട്ടും മടികാണിക്കുന്നില്ല. മഹാത്മാഗാന്ധിയുടെ ഘാതകനെ മഹദ്‌വൽക്കരിക്കാൻ ആർഎസ്എസ് ശ്രമിക്കുമ്പോൾ പോലും നിസംഗമായി ഇരിക്കുന്ന ഇന്നത്തെ കോൺഗ്രസ് നേതൃത്വം വായിക്കേണ്ടതാണ് ഈ കത്തുകൾ. മഹാത്മാഗാന്ധിയുടെ കൊലപാതകത്തിനു മുമ്പുതന്നെ ആർഎസ്എസിന്റെ അപകടം നെഹ്റു തിരിച്ചറിഞ്ഞിരുന്നു. 1947 ഡിസംബാർ ഏഴിന് എഴുതിയ കത്തിൽ സൂചിപ്പിക്കുന്നുണ്ട്. നാസി ഘടനയിൽ പ്രവർത്തിക്കുന്ന സ്വകാര്യപട്ടാളമാണ് ആർഎസ്എസ് എന്നാണ് നെഹ്റു പറഞ്ഞത്. ആയുധം ഉപയോഗിച്ചുള്ള പരിശീലനം അവർ രാജ്യവ്യാപകമായി നടത്തുന്നുണ്ട് അതിനെ സാമൂഹ്യ പ്രവർത്തനത്തിന്റെ ഭാഗമായി കാണാൻ കഴിയില്ലെന്നും നെഹ്റു പറയുന്നു. ഈ പ്രവർത്തനങ്ങൾ കണ്ടില്ലെന്നു നടിച്ചാൽ രാജ്യത്തിന് വലിയ അപകടമുണ്ടാകുമെന്ന മുന്നറിയിപ്പും നെഹ്റു നൽകുന്നുണ്ട്. ആർഎസ്എസ് രാഷ്ട്രീയ പാർടിയല്ലെന്ന് അവരുടെ നേതാക്കൾ ആവർത്തിച്ച് പറയുന്ന കാര്യങ്ങൾ ജനുവരി അഞ്ചിന് എഴുതിയ കത്തിൽ നെഹ്റു ഓർമ്മിപ്പിക്കുന്നു. എന്നാൽ, അവരുടെ നയവും പരിപാടിയും രാഷ്ട്രീയമാണെന്ന് പറയുന്നു. അത് വർഗീയതയിലും ഭീകരവാദത്തിലും അധിഷ്ഠിതമാണ്.

അതുപോലെ ഇന്നത്തെ ഇന്ത്യയിൽ പ്രസക്തമാണ് ആസൂത്രണത്തെ കുറിച്ചുള്ള അദ്ദേഹത്തിന്റെ ചിന്തകൾ. റഷ്യൻ അനുഭവത്തിന്റെ കൂടി അടിസ്ഥാനത്തിൽ വലിയ കുതിച്ചുചാട്ടമാണ് നെഹ്രു വിഭാവനം ചെയ്യുന്നത്. എന്നാൽ, ഇപ്പോൾ മോദി സർക്കാർ ആസൂത്രണകമീഷനെ ഇല്ലാതാക്കിയിരിക്കുന്നു. പകരം നീതി ആയോഗ് രൂപീകരിച്ചു. ഒരു ഉപദേശക സമിതിയുടെ സ്വഭാവത്തിലുള്ള ഈ സംവിധാനം സ്വകാര്യ കമ്പോളശക്തികളുടെ താൽപര്യങ്ങൾക്ക് അനുസൃതമായ നയങ്ങളാണ് രൂപീകരിക്കാൻ പോകുന്നതെന്ന് വ്യക്തം. എന്നാൽ, നെഹ്രുവിന്റെ ആസൂത്രണ സങ്കൽപ്പത്തെ അതിനു മുമ്പുതന്നെ കോൺഗ്രസ് കൊന്നൊടുക്കിയിരുന്നു. 1991 മുതൽ നടപ്പിലാക്കിയ പുതിയ സാമ്പത്തികനയം അതിന്റെ തുടക്കമായിരുന്നു. അതിനുശേഷമുള്ള ആസൂത്രണകമീഷൻ ജനങ്ങളുടെ മേലുള്ള ആക്രമണത്തിന്റെ ഉപകരണമായി മാറിയിരുന്നു.

അതുപോലെ പ്രധാനമാണ് വിദേശനയത്തിലെ മാറ്റവും. മൂന്നാംലോകരാജ്യങ്ങളുടെ നേതാവായി തലയെടുപ്പോടെ നിന്നിരുന്ന നെഹ്രുവിന്റെ ചിത്രം ചരിത്രത്തിന്റെ ഭാഗമാണ്. എന്നാൽ, ഇപ്പോൾ അമേരിക്കൻ വിധേയത്വത്തിന്റെ നാണംകെട്ട കരാറുകളിൽ ഏർപ്പെടുന്ന ഭരണസംവിധാനമാണ് ഉള്ളത്. ഇതിലും പ്രധാനപ്രതി കോൺഗ്രസ് തന്നെയാണ്. നെഹ്രുവിനെ വീണ്ടും വായിക്കുന്നത് വീണ്ടെടുക്കലിനു വേണ്ടിയാകേണ്ടതുണ്ട്. അപ്പോൾ ആരും വീണ്ടെടുക്കുമെന്ന ഗൗരവമായ ചോദ്യം ഉയർന്നുവരും. അത് രാഷ്ട്രീയമായ ചോദ്യമാണ്. കോൺഗ്രസിന് അതിനു കഴിയില്ലെന്ന് ഉറപ്പ്. അപ്പോൾ ആ ഉത്തരവാദിത്തം ഇടതുപക്ഷത്തിന്റേതായി മാറും. നെഹ്രുവിന്റെ ആശയങ്ങൾ പിന്തുടരുന്ന കോൺഗ്രസുകാർക്കും പുനർവിചിന്തനത്തിനുള്ള സന്ദർഭമായി പുനർവായനകൾ മാറേണ്ടതുണ്ട്.

അനുബന്ധം

ചൈനയുടെ സ്വപ്നം

കൈകൾ കലുക്കുമ്പോൾ അസാധാരണമായ ദൃഢതയുണ്ടായിരുന്നു ഷീ ജിപിങ്ങിന്റെ ചലനങ്ങൾക്ക്. കമ്യൂണിസ്റ്റ് പാർടിയുടെ പ്രതിനിധിയാണെന്ന് പറഞ്ഞപ്പോൾ ചുണ്ടിൽ ചെറിയ മന്ദഹാസം. നമ്മൾ തമ്മിൽ സവിശേഷമായ ബന്ധമുണ്ടെന്ന് അദ്ദേഹം പറഞ്ഞു. ചൈനീസ് ഭാഷയിലാണ് സംസാരം. തൊട്ടടുത്തുനിൽക്കുന്ന ദ്വിഭാഷി ഇംഗ്ലിഷിലേക്ക് ഭാഷാന്തരം ചെയ്യുതരും.

ഗ്രേറ്റ് ഹാളിൽ വെച്ചായിരുന്നു ഷീ ജിപിങ്ങുമായുള്ള കൂടിക്കാഴ്ച. ഇന്ത്യൻ പ്രതിനിധി സംഘത്തെ നയിച്ചത് ഉപരാഷ്ട്രപതി ഹമീദ് അൻസാരിയായിരുന്നു. വാണിജ്യമന്ത്രി നിർമല സീതാരാമനും പിന്നെ ഞങ്ങൾ നാലു എംപിമാരും. ജെഡിയു നേതാവ് കെസി ത്യാഗിയും കോൺഗ്രസിൽചേർന്ന നോമിനേറ്റഡ് അംഗം ബാലചന്ദ്ര മുങ്കേക്കറും പിന്നെ ഞാനുമാണ് രാജ്യസഭയെ പ്രതിനിധീകരിച്ചത്. ബിജെപി നേതാവ് ഹുക്കും നാരായൺ യാദവാണ് ബിജെപി പ്രതിനിധി. ചൈനയിലെ ഔദ്യോഗിക ചർച്ചകൾ നടക്കുമ്പോൾ നമ്മൾ ഇരിക്കുന്നതിനടുത്ത് മേശയിൽ വലിയ മഗ്ഗിൽ ചൂടുള്ള ഗ്രീൻ ടീ വെച്ചിരിക്കും. വെള്ളത്തിന് പകരം ഇടക്ക് അതാണ് കുടിക്കുന്നത്. ചൈനക്കാരുടെ കൈയിൽ കാണുന്ന വെള്ളകുപ്പികളിലും ഗ്രീൻ

ടീ തന്നെയാണ്. അടിയിൽ ചെറിയ അരിപ്പയുള്ള കുപ്പികളാണ് അവർ കൊണ്ടു നടക്കുന്നത്. അരിപ്പയിൽ അൽപ്പം ഗ്രീൻ ടീയുണ്ടായിരിക്കും. ഒരു ദിവസത്തേക്ക് ആറു ഗ്രാം ധാരാളം. വെള്ളം തീരുമ്പോൾ ഇടക്ക് ഇടക്ക് നിറച്ചുകൊണ്ടിരിക്കാം. ചൈനക്കാരുടെ ആയുർ ദൈർഘ്യത്തിന്റെ ഒരു കാരണം ഇതാണെന്നാണ് പലരും പറയുന്നത്.

നീണ്ടകാലത്തെ നയതന്ത്ര പരിചയത്തിന്റെ പിൻബലം ഹമീദ് അൻസാരിയുടെ ചലനങ്ങളിലും വാക്കുകളിലും തെളിഞ്ഞുകാണാം. ലോകത്തിന്റെ പല രാജ്യങ്ങളിലും അദ്ദേഹം ഇന്ത്യയുടെ നയതന്ത്ര പ്രതിനിധിയായി പ്രവർത്തിച്ചിട്ടുണ്ടെങ്കിലും ചൈനയിലേക്കുള്ള ആദ്യത്തെ സന്ദർശനമാണിതെന്ന് അൻസാരി ഷീ ജിപിങ്ങിനോട് പറഞ്ഞു. ഞങ്ങളുടെ കൂട്ടത്തിൽ കൂടുതൽ തവണ ചൈന സന്ദർശിച്ചിട്ടുള്ളത് മുംങ്കേക്കറാണ്. അദ്ദേഹം മുംബൈ സർവ്വകലാശാലയുടെ മുൻ വൈസ് ചാൻസലറും ആസൂത്രണകമീഷനിലെ മുൻ അംഗവുമാണ്. അക്കാദമികമായ കാര്യങ്ങൾക്കാണ് അദ്ദേഹം പലതവണ ചൈന സന്ദർശിച്ചിട്ടുള്ളത്. അൻസാരിയുടെ സൗഹൃദ സംഭാഷണത്തിലൂടെയാണ് ഗൗരവമേറിയ കാര്യങ്ങളിലേക്ക് കടക്കുന്നത്. ഇന്ത്യക്കും ചൈനക്കും ലോകത്ത് തങ്ങളുടേതായ ഇടമുണ്ടെന്ന് ഷീ ജിപിങ് പറഞ്ഞു. പരസ്പരം ഏറ്റുമുട്ടി സമയം കളയേണ്ട രാജ്യങ്ങളല്ല നമ്മളുടേതെന്നും പറഞ്ഞു. അൻസാരിയും അതിനോട് യോജിച്ചു. അതിർത്തിയിലെ സംഘർഷങ്ങളെ കുറിച്ച് അൻസാരി തന്റെ സംഭാഷണത്തിൽ സൂചിപ്പിച്ചു. എന്നാൽ, ഏതു തർക്കവും പരസ്പരം ചർച്ച ചെയ്ത് പരിഹരിക്കാവുന്നതേയുള്ളൂവെന്ന് ഷീ ജിപിങ് പറഞ്ഞപ്പോൾ ഇഎംഎസിന്റെ വാക്കുകൾ ചെവിയിൽ മുഴങ്ങി. ആ നിർദ്ദേശത്തോട് അൻസാരിയും യോജിച്ചു.

വാണിജ്യബന്ധങ്ങളുടെ തുടർച്ചയായിരുന്നു പ്രധാന ചർച്ചാവിഷയം. മൻമോഹൻസിങ്ങിന്റെ സന്ദർശനത്തെ ജി പിങ് സ്നേഹപൂർവ്വം സ്മരിച്ചു. ചൈനയുടെ വ്യവസായ പാർക്ക് ഇന്ത്യയിൽ സ്ഥാപിക്കുവാനുള്ള തീരുമാനം മൻമോഹൻ സിങ്ങിന്റെ സന്ദർശനസമയത്ത് എടുത്തതാണെന്ന കാര്യം ജി പിങ് ഓർമ്മിപ്പിച്ചു. അര മണിക്കൂർ നീണ്ട കൂടിക്കാഴ്ച അവിസ്മരണീയമായിരുന്നു. മടങ്ങുമ്പോൾ അദ്ദേഹം ഞങ്ങളെ വാതിൽക്കൽ വരെ അനുഗമിച്ചു. ഓരോരുത്തരെയും ഹസ്തദാനം ചെയ്ത് യാത്രയാക്കി.

ചൈനയുടെ അഞ്ചാം തലമുറ നേതൃത്വത്തെയാണ് ജി പിങ് നയിക്കുന്നത്. ജനകീയ വിപ്ലവത്തിന് ശേഷമാണ് ഷീ ജിപിങ് ജനിച്ചത്. 1953 ജൂൺ 15 ന ജനിച്ച അദ്ദേഹം അറുപതു തികയുന്നതിനു മുമ്പ് ചൈനയുടെ പ്രസിഡണ്ടായി തെരഞ്ഞെടുക്കപ്പെട്ടു. നാലുതലമുറകൾ കൈമാറിയ അനുഭവ സമ്പത്തുമായാണ് ഹു ജിന്റാവോയിൽനിന്നും അധികാരമേറ്റെടുത്തത്. പാർടി ഏൽപ്പിച്ച വിവിധ തലങ്ങളിലെ ചുമതലകൾ നിറവേറ്റിയതിന്റെ അനുഭവസമ്പത്തുമായാണ് ചൈനയെ പുതിയ കാലത്തിലേക്ക് നയിക്കുന്ന ഉത്തരവാദിത്തം ഏറ്റെടുത്തതും. കമ്യൂണിസ്റ്റ് പാർടിയിലെ വിപ്ലവകാല നേതൃത്വത്തിന്റെ ഭാഗമായിരുന്ന ജി പിങ്ങിന്റെ പിതാവ്. സാംസ്കാരിക വിപ്ലവകാലഘട്ടത്തിലെ തീക്ഷ്ണമായ അനുഭവങ്ങളെയും അഭിമുഖീകരിക്കേണ്ടിവന്നു.

കെമിക്കൽ എഞ്ചിനിയറിങ്ങിലാണ് ജി പിങ്ങിന്റെ ബിരുദം. നിയമത്തിൽ ഡോക്ടറേറ്റുമുണ്ട്. എല്ലാ വിദ്യാഭ്യാസ ഘടനയിലും ഇരുപതു ശതമാനത്തോളം സിലബസ് മാർക്സിസം ലെനിനിസത്തിലും മാവോ സേതുങ് ചിന്തകളിലുമാണ്. കെമിക്കൽ എഞ്ചിനിയറങ്ങിലും അത് ബാധകമാണ്. ഇതു കൂടാതെ വിപ്ലവ പാർടിയിലെ അനുഭവങ്ങൾ കൂടി സ്വായത്തമാക്കുന്നതിനായി കുറച്ചു സമയം പാഠ്യക്രമത്തിന്റെ ഭാഗമായി ചെലവഴിക്കേണ്ടിവരും. ഇതെല്ലാം കഴിഞ്ഞാണ് നിയമത്തിൽ ഡോക്ടറേറ്റ് കരസ്ഥമാക്കുന്നത്. സാമൂഹ്യശാസ്ത്രം, രാഷ്ട്രീയം എന്നിങ്ങനെ നിരവധി മേഖലകളിലെ ആഴത്തിലുള്ള പഠനം ചൈനയിൽ ഡോക്ടറേറ്റ് ലഭിക്കുന്നതിന് ഒഴിവാക്കാൻ കഴിയാത്തതാണ്.

സ്വദേശത്തും വിദേശത്തുമുള്ള സർവ്വകലാശാലകളിൽനിന്നും പഠിച്ചിറങ്ങുന്ന ഏറ്റവും മിടുക്കരായ പാർടിയിലെ ചുമതലകളിലേക്കാണ് നിയോഗിക്കുകയെന്ന് ഞങ്ങളുടെ ഒപ്പമുണ്ടായിരുന്ന എംബസിയിലെ മുതിർന്ന ഉദ്യോഗസ്ഥൻ പറഞ്ഞു. അടുത്ത നിലവാരത്തിലുള്ളവരെ സർക്കാരിലെ വിവിധ ജോലികൾ നിർവഹിക്കുന്നതിലേക്ക് നിശ്ചയിക്കും. 1979ൽ ഫുഷാ നഗരത്തിലെ മുൻസിപ്പൽ കമ്മിറ്റിയിൽ അംഗമായ ജി പിങ് പടിപ്പടിയായി ഉയർന്ന കമ്മിറ്റികളിലെ ഉത്തരവാദിത്തങ്ങളും ഏറ്റെടുത്തു. 2007 ൽ ഷാൻഹായ് പ്രവിശ്യയിലെ പാർടി സെക്രട്ടറിയുടെ ചുമതല നിർവഹിച്ചതോടെ പ്രധാന നേതൃനിരയുടെ അവിഭാജ്യഭാഗമായി മാറി.

ചൈനയിൽ നടത്തിയ ഒളിംപിക്സിന്റെ പ്രധാന ചുമതലക്കാരൻ ജി പിങ്ങായിരുന്നു. 2008ൽ അദ്ദേഹം ചൈനയുടെ വൈസ് പ്രസിഡണ്ടായി തെരഞ്ഞെടുക്കപ്പെട്ടപ്പോൾ പാർടിയുടെ ചുക്കാൻ പിടിക്കുന്ന വ്യക്തി ജി പിങ്ങായിരിക്കുമെന്ന് പൊതുവെ കരുതപ്പെട്ടിരുന്നു. 2012 നവംബർ 15നു ചൈനീസ് കമ്യൂണിസ്റ്റ് പാർടിയുടെ ജനറൽ സെക്രട്ടറിയായി തെരഞ്ഞെടുക്കപ്പെട്ട അദ്ദേഹം 2013 മാർച്ച് 14നു ജനകീയ ചൈനയുടെ പ്രസിഡണ്ടായി ചുമതലയേറ്റു.

പാർടി സെക്രട്ടറിയായി ചുമതലയേറ്റതിന്റെ ഇരുപത്തിയൊന്നാം ദിവസം ജീ പിങ് പാർടി പൊളിറ്റ് ബ്യൂറോയുടെ സ്റ്റാന്റിംഗ് കമ്മിറ്റി അംഗങ്ങളുമായി ചേർന്ന് ചൈനയുടെ ദേശീയ മ്യൂസിയത്തിലേക്ക് പോവുകയും ചൈനീസ് വീണ്ടെടുക്കലിന്റെ പ്രദർശനം കാണുകയും ചെയ്തു. അവിടെ ചൈനയുടെ സ്വപ്നത്തെ കുറിച്ച് സംസാരിച്ചു. എല്ലാ തലങ്ങളിലും ശക്തമായ ചൈനയെ കുറിച്ചുള്ള സ്വപ്നങ്ങളാണ് അദ്ദേഹം പങ്കുവെച്ചത്. അതോടെ മാധ്യമങ്ങൾ ചൈനയുടെ സ്വപ്നത്തെ കുറിച്ചുള്ള വ്യാഖ്യാനങ്ങൾ ചമച്ചു. ചൈനീസ് കമ്യൂണിസ്റ്റ് പാർടിയുടെ പതിനെട്ടാം പാർടി കോൺഗ്രസ് അംഗീകരിച്ച പ്രമേയങ്ങളിൽ ഒരിടത്തും ചൈനീസ് ഡ്രീം എന്ന പദം പരാമർശിക്കപ്പെടുന്നില്ല. എന്നാൽ, എട്ടിടങ്ങളിലെങ്കിലും ചൈനയുടെ മഹത്തായ വീണ്ടെടുക്കലിനെകുറിച്ച് പറയുന്നുണ്ട്. ആദ്യമായാണ് ചൈനയിലെ പാർടി സെക്രട്ടറി തന്റെ രാജ്യത്തിന്റെ സ്വപ്നത്തെ കുറിച്ച് സംസാരിച്ചത്.

ചൈനയെ ലോകത്തിലെ ഏറ്റവും ശക്തമായ രാജ്യമാക്കി മാറ്റുന്നതിന്റെ സ്വപ്നങ്ങൾ മാത്രമല്ല ഷി ജിപിങ് പങ്കുവെച്ചത്. അതിനപ്പുറം പുതിയ പരിഷ്കാരങ്ങൾ സൃഷ്ടിക്കുന്ന ആഘാതങ്ങളെ മറിക്കടക്കുന്നതിനെ കുറിച്ചും അദ്ദേഹം സ്വപ്നം കാണുന്നു. പാർടി പോളിറ്റ് ബ്യൂറോ യോഗത്തിന്റെ തിരക്കുകൾക്ക് ശേഷമാണ് അദ്ദേഹം ഞങ്ങളെ സ്വീകരിക്കാൻ ഗ്രേറ്റ് ഹാളിലേക്ക് എത്തുന്നത്. യഥാർഥത്തിൽ ആ യോഗം അഴിമതിക്കാർക്കെതിരെ കർശനമായ നടപടികൾ സ്വീകരിക്കുന്നതിനായി തീരുമാനങ്ങൾ എടുത്താണ് പിരിഞ്ഞതെന്ന് ഞങ്ങളോടൊപ്പമുണ്ടായിരുന്ന ദ്വിഭാഷി പറഞ്ഞു.

പാർടി നേതൃത്വത്തിലേക്ക് വന്നതിനുശേഷം അതിശക്തമായ നടപടികളാണ് അഴിമതിക്കെതിരായി ഷീ ജിപിങ് എടുത്തുകൊ

ണ്ടിരിക്കുന്നത്. ഒപ്പം നഗരവും ഗ്രാമവും തമ്മിലുള്ള അന്തരം കുറയ്ക്കുന്നതിനുള്ള നടപടി ക്രമങ്ങളും സ്വീകരിക്കുന്നതിന്റെ ഫലങ്ങൾ യാത്രക്കിടയിൽ ഞങ്ങൾ കാണുകയുണ്ടായി.

ഊർജ്ജമായി പടരട്ടെ
വിപ്ലവാനുഭവം

സോവിയറ്റ് യൂണിയൻ ഉണ്ടായിരുന്നെങ്കിൽ, എന്ന ചോദ്യം പിന്നിട്ട രണ്ടര ദശകങ്ങളിൽ എത്രതവണ നമ്മൾ കേട്ടിട്ടുണ്ടാകും. ഇറാക്കിലേക്ക് അമേരിക്കൻ സൈന്യം ഇരമ്പിക്കയറുമ്പോൾ, സദ്ദാം ഹുസൈനെന്ന തെരഞ്ഞെടുക്കപ്പെട്ട ഭരണാധികാരിയെ അതിക്രൂരമായി കൊലപ്പെടുത്തുമ്പോൾ, പലസ്തീനിൽ ഉന്മാദനൃത്തം ചവിട്ടുന്ന ഇസ്രായേൽ പട്ടാളത്തിന്റെ ബൂട്ടിലരയുന്ന പിഞ്ചുകുഞ്ഞുങ്ങളുടെ ചിതറിവീണ ചോരത്തുള്ളികൾ കാണുമ്പോൾ, ലോകത്തെ ഏകക്രമമാക്കുന്നതിനുള്ള മനുഷ്യത്വരഹിതമായ കടന്നാക്രമണങ്ങൾ കാണുമ്പോൾ.....എണ്ണിയാലൊടുങ്ങാത്ത എത്രയോ സന്ദർഭങ്ങളിൽ അതിരുകളും വംശങ്ങളും അപ്രസക്തമാക്കി മനുഷ്യകുലം ഈ ചോദ്യം ചോദിച്ചുകൊണ്ടേയിരിക്കുന്നു. ചരിത്രത്തിൽ സോവിയറ്റ് യൂണിയൻ എന്ന രാജ്യത്തിന്റെ നിർണായക പ്രസക്തി വായിച്ചെടുക്കുന്നതിന് ഹിറ്റ്ലറുടെ ഫാസിസ്റ്റ് ആധിപത്യശ്രമത്തിൽനിന്നും ലോകത്തെ രക്ഷപ്പെടുത്തിയ ഐതിഹാസിക യുദ്ധവിജയം മാത്രം മതി. അതിശക്തമായ സമർപ്പണത്തിലൂടെയാണ് ലോകത്തെ കീഴടക്കുന്നതിനടുത്തെത്തിയ ജർമ്മൻ സഖ്യത്തെ ചെമ്പട ചെറുത്തുതോൽപ്പിച്ചത്. ക്യൂബയെ ആക്രമിക്കുന്നതിനായി

പോയ അമേരിക്കയുടെ നാവികസേനയുടെ നിർബന്ധിതമായ മടക്കം മൂന്നാം ലോകരാജ്യങ്ങളുടേയും സോഷ്യലിസ്റ്റ് രാഷ്ട്രങ്ങളുടേയും നിലനിൽപ്പിന് സോവിയറ്റ് യൂണിയൻ വഹിച്ച പങ്കിന്റെ ചെറിയ ഉദാഹരണമാണ്. ലോകത്ത് എവിടെയൊക്കെയോ സാമ്രാജ്യത്വം അതിന്റെ ആധിപത്യം സ്ഥാപിക്കുന്നതിന് ശ്രമിക്കുന്നുവോ അവിടെയെല്ലാം പ്രതിരോധത്തിന്റേയും അതിജീവനത്തിന്റേയും മഹാദുർഗ്ഗമായി സോവിയറ്റ് യൂണിയൻ മാറി.

ആ പൂവ് കൊഴിഞ്ഞുവീണതിന്റെ വേദന ചരിത്രത്തിലേക്ക് പല തലങ്ങളിൽ പടർന്നുകയറുന്നു. സോവിയറ്റ് യൂണിയൻ ലോകത്തിനു പുതിയ അനുഭവമായിരുന്നു. ലെനിന്റെ നേതൃത്വത്തിൽ ഇരമ്പിക്കയറിയ വിപ്ലവസേന ലോകചരിത്രത്തിൽ ആദ്യമായി തൊഴിലാളിവർഗ അധികാരം സ്ഥാപിച്ചു. ഭൂരിപക്ഷത്തിന്റെ ആദ്യഭരണകൂടത്തെ ലെനിൻ നയിച്ചു. ഒരു നൂറ്റാണ്ട് പിന്നിടുമ്പോൾ അത് ഓർമ്മയായി ചരിത്രത്തിലേക്ക് മറഞ്ഞു. എന്തുകൊണ്ട് ഏഴുപതിറ്റാണ്ട് കഴിഞ്ഞപ്പോഴേക്കും സോവിയറ്റ് യൂണിയൻ തകർന്നുപോയിയെന്നത് പ്രസക്തമായ ചോദ്യമാണ്. എന്നാൽ, അതോടൊപ്പം ചുറ്റും ശത്രുക്കളാൽ വളയപ്പെട്ട, മുൻമാതൃകകളില്ലാത്ത സോഷ്യലിസ്റ്റ് മാതൃകക്ക് എങ്ങനെ ഏഴുപതിറ്റാണ്ട് പിടിച്ചുനിൽക്കാൻ കഴിഞ്ഞുവെന്നത് കുറെക്കൂടി പ്രസക്തമായ ചോദ്യം നിങ്ങൾ എന്തുകൊണ്ട് ഉന്നയിക്കുന്നില്ലെന്ന് ഒരിക്കൽ സീതാറാം യച്ചൂരി ചോദിക്കുകയുണ്ടായി. അത്രമാത്രം കഠിനമായ സാഹചര്യങ്ങളിലാണ് റഷ്യയിൽ മുൻമാതൃകകളില്ലാത്ത സോഷ്യലിസം കെട്ടിപ്പെടുക്കുന്നതിനായി കമ്യൂണിസ്റ്റ് പാർടി ശ്രമിച്ചത്.

വിപ്ലവം ഓർമ്മയായി മാറി തുടങ്ങുന്ന പിറകോട്ടുള്ള നടത്തത്തിന്റെ കാലത്താണ് ഞങ്ങൾ റഷ്യയിൽ വന്നിറങ്ങിയത്. ക്യൂബയിലേക്കുള്ള യാത്രയിലെ ഇടത്താവളം. കെഎൻ ബാലഗോപാലും മത്തായിചാക്കോയും സിഎച്ച് ആഷിക്കും സിഎൻ മോഹനനും മറ്റും അടങ്ങുന്ന സംഘം ഹോട്ടലായി പരിവർത്തനം ചെയ്യപ്പെട്ട വിദ്യാർഥി ഹോസ്റ്റലിലാണ് താമസിച്ചിരുന്നത്. റിസപ്ഷനിൽ ഇരുന്ന മെറ്റല്ലർജിയിൽ എഞ്ചിനിയറിങ് ബിരുദദാരിയായ നടാഷ വളരെ ലളിതമായി രണ്ടു കാലത്തിന്റെ വ്യത്യസ്തതകൾ പങ്കുവെച്ചത് ഓർമ്മയിലുണ്ട്. സോഷ്യലിസത്തിന്റെ അവസാനനാളുകളിൽ അതിരുകൾ കടന്നു പലപ്പോഴും കടന്നുവരുന്ന പരസ്യങ്ങളിൽ

മോഹിപ്പിക്കുന്ന പലതുമുണ്ടായിരുന്നു. കൈയിൽ ആവശ്യത്തിനു പണമുണ്ടായിരുന്നെങ്കിലും ആകർഷകമായ അവയൊന്നും അവിടെ വിപണിയിൽ ലഭ്യമായിരുന്നില്ല. അന്ന് കണ്ടതിനുമപ്പുറം കൊതിപ്പിച്ചുകൊണ്ട് എല്ലാം വിപണിയിലുണ്ട്. എന്നാൽ, റൊട്ടി വാങ്ങാൻ പോലും പണം ഇപ്പോൾ കൈയിലില്ല. നടാഷയുടെ ഭർത്താവും എഞ്ചിനിയറാണ്. പ്രതിവിപ്ലവം അവരെ തൊഴിലില്ലാത്തവരാക്കി.

സോഷ്യലിസം, തൊഴിലില്ലായ്മ എന്ന പദം അപരിചിതമാക്കിയ അനുഭവമായിരുന്നു. സോഷ്യലിസ്റ്റ് നിർമ്മാണത്തിന്റെ ആദ്യഘട്ടത്തിലുണ്ടായിരുന്നത്. ഓരോ ഫാക്ടറിക്ക് മുമ്പിലും ഉൽപ്പാദനത്തിൽ ഓരോ ഗ്രൂപ്പും സംഭാവന ചെയ്ത അദ്ധ്വാനശക്തിയുടെ മൂല്യം പ്രദർശിപ്പിക്കുമായിരുന്നു. അതിൽനിന്നും പൊതുഫണ്ടിലേക്ക് പോകുന്നത് ഉൾപ്പെടെ സുതാര്യമായ കാഴ്ച. എന്നാൽ, പതുക്കെ അതെല്ലാം മാറിയെന്നതും യാഥാർത്ഥ്യം. എന്നാൽ, സോവിയറ്റ് യൂണിയന്റെ തകർച്ച തൊഴിൽ തകർച്ചയുടേയും അസമത്വത്തിന്റേയും അനുഭവമാണ് നൽകിയത്.

റോഡിലൂടെയുള്ള യാത്രയിൽ ഞങ്ങളുടെ കൂട്ടത്തിലൊരാൾ ശീതളപാനീയത്തിന്റെ പാത്രം നാട്ടിൽചെയ്യുന്നതുപോലെ റോഡരികിലേക്ക് വലിച്ചെറിഞ്ഞു. അതുവഴി നടന്നപോയൊരാൾ ദേഷ്യത്തോടെ നോക്കി ആ പാത്രമെടുത്ത് വേസ്റ്റ് ബിന്നിലിട്ടു. പഴയ പട്ടാളക്കുപ്പായമാണ് അദ്ദേഹം ധരിച്ചിരുന്നത്. അതിൽ നിറച്ചും പഴയകാല പോരാട്ടത്തിന്റെ നേർപ്പടമായി ബാഡ്ജുകൾ. സോഷ്യലിസം സൃഷ്ടിച്ച സാമൂഹ്യബോധം എല്ലായിടത്തും ശക്തമാണ്. അതിനുമാത്രമായി ദീർഘകാലം നിൽക്കാൻ കഴിയില്ലെന്നത് മറ്റൊരു യാഥാർത്ഥ്യം. ദേഷ്യത്തിലാണെങ്കിലും ഞങ്ങൾ ആ പട്ടാളക്കാരനുമായി സൗഹാർദ്ദം സ്ഥാപിച്ചു. സിരകളിൽ വിപ്ലവത്തിന്റെ അതിശക്തമായ ഊർജ്ജപ്രവാഹം. ഹിറ്റ്ലറുടെ ഫാസിസ്റ്റ് സേനയെ മുമ്പിൽനിന്നും നയിച്ച് പരാജയപ്പെടുത്തിയതിന്റെ ജ്വലിക്കുന്ന ഓർമ്മകൾ അദ്ദേഹം അയവിറക്കി. സോവിയറ്റ് യൂണിയൻ തകർന്നതിന്റെ വേദനകൾ കരച്ചിലിലേക്ക് മാറാതിരിക്കാൻ ആ സൈനികൻ കഠിനാധ്വാനം ചെയ്തു. ചിതറിപ്പോയ റിപ്പബ്ലിക്കുകളിലെ മനുഷ്യജീവിതങ്ങളുടെ വർത്തമാനകാല അവസ്ഥയെ സംബന്ധിച്ചും വിതുമ്പലുകൾക്കിടയിൽ അദ്ദേഹം പറഞ്ഞുകൊണ്ടേയിരുന്നു.

എത്ര മാത്രം നവ്യാനുഭവങ്ങളാണ് സോവിയറ്റ് യൂണിയൻ ലോകത്തിന് നൽകിയത്. ലോകത്ത് ആദ്യമായി സ്ത്രീകൾക്ക് തെരഞ്ഞെടുക്കാനും തെരഞ്ഞെടുക്കപ്പെടാനുമുള്ള അവകാശം നൽകിയത് ജനാധിപത്യ രാജ്യങ്ങളെന്ന് അഭിമാനിക്കുന്നവയല്ല മറിച്ച് സോവിയറ്റ് യൂണിയനാണ്. ഭരണനിർവഹണത്തിന്റെ എല്ലാ തലങ്ങളിലും സ്ത്രീപ്രാതിനിധ്യം ഉറപ്പുവരുത്താൻ ലെനിന്റെ കാലത്ത് സോവിയറ്റ് യൂണിയൻ പ്രത്യേകം ശ്രദ്ധിച്ചിരുന്നു. മുതലാളിത്ത ത്തിന് നൂറ്റാണ്ടുകൾ കൊണ്ട് ആർജ്ജിക്കാൻ കഴിയാത്ത പലതും ദശകങ്ങൾക്കുള്ളിൽ നേടിയെടുത്ത് ലോകത്തെ യുഎസ്എസ്ആർ അമ്പരപ്പിച്ചു. യൂറിഗഗാറിൻ ശൂന്യകാശത്തേക്ക് പറന്നപ്പോൾ അതിനായി അഹങ്കാരപൂർവ്വം ശ്രമിച്ചുകൊണ്ടിരുന്ന അമേരിക്ക അമ്പരന്നുപോയി. ശാസ്ത്രസാങ്കേതിക രംഗത്തെ കുതിച്ചുചാട്ടം ചരി ത്രത്തിൽ സമാനതകളില്ലാത്തതായിരുന്നു. കലയും സംസ്കാരവും ഔന്നത്യം നേടിയ കാലം കൂടിയായിരുന്നുവത്. ഐസൻസ്റ്റിന്റെയും മറ്റും സൃഷ്ടിച്ച സിനിമകൾ നവ്യാമായ സാംസ്കാരികാനുഭവമായി മാറി. ഇങ്ങനെയെഴുതിയാൽ തീരാത്ത എത്രമാത്രം ഇടപ്പെടലുകൾ. എന്നാൽ, ഗൗരവമായ പാളിച്ചകളുമുണ്ടായി. അതിന്റെ ഫലം കൂടിയായ സോവിയറ്റ് യൂണിയന്റെ തകർച്ച സോഷ്യലിസത്തെ പുറകോട്ടടിച്ചു.

പ്രയോഗത്തിന്റെ തകർച്ച പ്രത്യയശാസ്ത്രത്തിന്റെ തകർച്ചയല്ലെന്ന് ചരിത്രം തെളിയിച്ചുകൊണ്ടിരിക്കുന്നു. മുതലാളിത്തമാണ് ചരിത്ര ത്തിന്റെ അന്ത്യമെന്ന് പ്രവചിച്ചവർക്ക് പലതും വിഴുങ്ങേണ്ടിവന്നു. സാമ്രാജ്യത്വ നയങ്ങൾക്കെതിരെ പണിയെടുക്കുന്നവന്റെ ചെറുത്തു നിൽപ്പുകൾ ശക്തിപ്പെട്ടുകൊണ്ടേയിരിക്കുന്നു. ചരിത്രം ഒരിക്കലും നേർവരയിലൂടെ മാത്രം സഞ്ചരിക്കുന്നയൊന്നല്ലെന്ന് പാഠം ഓർത്തു കൊണ്ടേയിരിക്കാം. കയറ്റിറക്കങ്ങളും വളവുതിരിവുകളുമെല്ലാം ഉള്ള പിരിയൻ ഗോവണിപോലെ ചരിത്രം അതിന്റെ പ്രയാണം തുടരുന്നു. ഓരോ അനുഭവങ്ങളും പുതിയ പാഠങ്ങൾ തുറക്കും. വിജയം പോലെ പരാജയവും. ഒന്നിൽ എല്ലാം ഒടുങ്ങുന്നില്ല. പലതും പുതിയ കുതിപ്പിന്റെ ഊർജ്ജമായി മാറും. അത് പഴയതിന്റെ തനിയാവർ ത്തനത്തിനാകില്ല. അനുഭവങ്ങൾ നൽകിയ പുതിയ പാഠങ്ങളാൽ പുതുക്കി പണിത പുതിയ മാതൃകകൾക്കായി ലോകം കാത്തിരി ക്കുന്നു. സമ്പന്നമായ ഇന്നലെകളെ കുറിച്ച് നടാഷയും ഭർത്താവും

വീണ്ടും പറഞ്ഞുകൊണ്ടേയിരിക്കുന്നു. എന്നായിരിക്കും തങ്ങളുടെ ജീവിതം തിരിച്ചുകിട്ടുകയെന്ന് ആത്മഗതം പോലെ ചോദിച്ചിട്ട് രണ്ടു ദശകങ്ങൾ കഴിഞ്ഞിരിക്കുന്നു. ഇപ്പോൾ അവർ ജീവിതത്തെ എങ്ങനെയായിരിക്കും അനുഭവിക്കുന്നത്? ഒരു നൂറ്റാണ്ടിലേക്ക് കടക്കുന്ന വിപ്ലവാനുഭവങ്ങളുടെ ഓർമ്മകളുടെ വീണ്ടെടുക്കൽ പുതിയ ഊർജ്ജമായി മാറട്ടെ.

●

www.ingramcontent.com/pod-product-compliance
Lightning Source LLC
LaVergne TN
LVHW100307051026
849517LV00006B/2216
* 9 7 8 9 3 8 7 3 9 8 9 3 1 *